पुणे विद्यापीठाच्या प्रथम वर्ष वाणिज्य शाखेच्या (F.Y.B.Com.) २०१३-१४च्या
सुधारित अभ्यासक्रमानुसार लिहिलेले क्रमिक पुस्तक;
तसेच महाराष्ट्रातील इतर सर्व विद्यापीठांना उपयुक्त.

I0635752

ग्राहक संरक्षण आणि व्यावसायिक नीतिमूल्ये

Consumer Protection and Business Ethics

डॉ. मिलिंद तायडे
डॉ. उन्मेश कुलकर्णी

डायमंड पब्लिकेशन्स

ग्राहक संरक्षण आणि व्यावसायिक नीतिमूल्ये

डॉ. मिलिंद तायडे, डॉ. उन्मेश कुलकर्णी

Grahak Sanrakshan ani Vyavasayik Neetimulye

Dr. Milind Tayde, Dr. Unmesh Kulkarni

प्रथम आवृत्ती : ऑगस्ट २०१३

ISBN 978-81-8483-546-5

© डायमंड पब्लिकेशन्स

अक्षरजुळणी

डायमंड पब्लिकेशन्स, पुणे

मुखपृष्ठ

शाम भालेकर

प्रकाशक

डायमंड पब्लिकेशन्स

२६४/३ शनिवार पेठ, ३०२ अनुग्रह अपार्टमेंट

ओंकारेश्वर मंदिराजवळ, पुणे-४११ ०३०

☎ ०२०-२४४५२३८७, २४४६६६४२

info@diamondbookspune.com

www.diamondbookspune.com

प्रमुख वितरक

डायमंड बुक डेपो

६६१ नारायण पेठ, अप्पा बळवंत चौक

पुणे-४११०३० ☎ ०२०-२४४८०६७७

मनोगत

सध्या 'ग्राहक संरक्षण' हा विषय महाराष्ट्रातील बहुतांशी विद्यापीठांत वाणिज्य पदवीपर्यंतच्या अभ्यासक्रमात तसेच विधी पदविका अभ्यासक्रमात समाविष्ट आहे, तसेच महाराष्ट्रातील १२ वी बोर्डाच्या वाणिज्यशाखेच्या 'व्यवसाय संघटन' या विषयात देखील 'ग्राहक संरक्षण' हा विषय समाविष्ट केलेला आहे.

जून १९९९ पासून वाणिज्य पदवीधरांसाठी नियोजित केलेल्या नवीन अभ्यासक्रमात अनेक ऐच्छिक विषय घेण्याची सुविधा केलेली आहे. प्रथम वर्ष वाणिज्यच्या विद्यार्थ्यांना 'ग्राहक संरक्षण आणि व्यावसायिक नीतिमूल्ये' हा एक ऐच्छिक विषय आहे. महाराष्ट्रातील विद्यापीठांनी, एस.एस.सी. आणि एच.एस.सी. बोर्डाने वाणिज्य विभागाच्या विद्यार्थ्यांना अभ्यासाच्या माध्यमातून ग्राहक हितसंवर्धन, व्यावसायिक नीतिमूल्ये, सामाजिक बांधिलकीची जाणीव व्हावी म्हणून सदर विषयाचे प्रयोजन केले आहे. अर्थात, हा हेतू वाणिज्य विभागापुरता मर्यादित राहू नये तर तो सर्वसमावेशक व्हावा ही काळाची गरज आहे.

या विषयाचे नेमके स्वरूप आणि आशय समजावा तसेच अभ्यास नीट व सहजपणे व्हावा हा उद्देश डोळ्यांसमोर ठेवून हे पाठ्यपुस्तक तयार केले आहे. विषयातील तांत्रिक संकल्पना सोप्या व तर्कशुद्ध भाषेत आणि नवीन पद्धतीने मांडताना विषयाचा आशय कायम राहावा याकडे लक्ष देण्याचा प्रयत्न केलेला आहे. पुस्तकातील सर्व विषयांची, उपविषयांची मांडणी अभ्यासक्रमानुसार केलेली आहे.

'ग्राहक' ही संकल्पना 'सर्वसाधारण व्यक्ती' अशी करीत असताना जनजागृती व्हावी. लोकांना लोकांचे हक्क माहीत व्हावेत, यासाठी या ग्राहक संरक्षण कायद्याबरोबर माहितीच्या अधिकाराचा कायदा, प्रमाणित वजनमापे कायदा आणि अन्नभेसळ प्रतिबंध कायद्याचा देखील अभ्यासक्रमात समावेश केला आहे. विषयाचा सखोल अभ्यास व संशोधन करणाऱ्या विद्यार्थ्यांसाठी संदर्भ पुस्तके दिलेली आहेत. विषयाशी संबंधित असणाऱ्या संदर्भ ग्रंथांचा, पाठ्यपुस्तकांचा सढळपणे उपयोग केला आहे. या पुस्तकाच्या कामी समाजातील अनेक व्यक्तींची कमी-अधिक मदत, सहकार्य आणि मार्गदर्शन लाभले आहे. त्यात मुख्यतः डॉ. संजय वैराळ (सिनेट सदस्य, मुंबई विद्यापीठ), आमचे मित्र किशोर रामदास मेढे, के. बिनू (ग्रंथपाल), डॉ. डी. डी. मेढे, प्रा. दिलीप फडके, प्रा. प्रवीण खरे, तांबटसाहेब, अप्पा उर्फ श्रीपाद कुलकर्णी आणि आमचे सर्व सहकारी मित्र परिवार, या पुस्तकाच्या प्रकाशकांचे, मुद्रकांचे व इतर सर्व सहकारी मित्र परिवाराचे आम्ही मनस्वी आभारी आहोत.

डॉ. मिलिंद तायडे
डॉ. उन्मेश कुलकर्णी

लेखक परिचय

डॉ. मिलिंद राघो तायडे

मार्गदर्शक : एम. फिल., पीएच. डी.

शोधप्रबंध : विद्यापीठ अनुदान आयोगास म. फुले मागासवर्ग विकास महामंडळाच्या कार्याचा-'दुर्बल घटकांवरील सामाजिक व आर्थिक परिणाम' या विषयावर शोध प्रबंध सादर.

पुस्तके : १. संविधान सन्मान आणि संविधानासंबंधीचा वाद.

२. संविधान सन्मान आणि संविधानात अनुसूचित जाती-जमाती, भटक्या विमुक्त जाती-जमाती, नवबौद्ध, अल्पसंख्याक धर्मांतरित आणि इतर मागासवर्गीयांच्या हितसंवर्धन व विकासासाठी तरतुदी.

३. गुणवत्तेशी आणि बुद्धिमत्तेशी तडजोड नाहीच, आरक्षण एक हक्कच!

४. गुणवत्ता व बुद्धिमत्तेवर कोणाची मक्तेदारी नाही. प्रतिनिधित्वासाठी आरक्षण आवश्यक.

५. विपश्यना : हळुवार विषप्रयोग. (Vipashana : Slow Poisoning)

६. डॉ. बाबासाहेब आंबेडकरांच्या कार्य कर्तृत्वावर प्रत्यक्ष- अप्रत्यक्ष (छुपी) आक्रमणं. जोशी की कांबळे चित्रपट एक माध्यम.

७. डॉ. बाबासाहेब आंबेडकरांच्या कार्य कर्तृत्वावर प्रत्यक्ष-अप्रत्यक्ष (छुपी) आक्रमणं. डॉ. बाबासाहेब आंबेडकरांचा द्रष्टेपणा. संधीसाधू आणि फुटीरवादी प्रवृत्ती सत्यता आणि दांभिकता ?

८. संविधान सन्मान आणि संविधानात अनुसूचित जाती-जमाती, भटक्या विमुक्त जाती-जमाती, नवबौद्ध, अल्पसंख्याक धर्मांतरित आणि इतर मागासवर्गीयांच्या हितसंवर्धन व विकासासाठी तरतुदी आणि न्यायालयीन निर्णय.

९. डॉ. बाबासाहेब आंबेडकरांची दूरदृष्टी. मुंबईसह संयुक्त महाराष्ट्र आणि देशाची भाषावार प्रांतरचना.

१०. बुद्धिमत्ता.
११. गुणवत्ता.
१२. Equal Opportunities : Affirmative Action for Read Social Justice For Real Social Justice.
१३. Merit and Intelligence.
१४. शिक्षणाचे राष्ट्रीयीकरण - मूलभूत गरज भाग १ ते ४, एकत्रित पुनर्प्रकाशन.
१५. शिक्षणाचा गाडा आणि बौद्ध अनुयायांची जबाबदारी.

डॉ. उन्मेश यशवंत कुलकर्णी

व्यवसाय प्रशासन या विषयात एम.कॉम. पूर्ण केले असून 'औद्योगिक संबंध' या विषयावर पुणे विद्यापीठातून पीएच.डी. ही पदवी संपादित केली आहे. सध्या ते नामांकित महाविद्यालयात सहयोगी प्राध्यापक म्हणून कार्य करीत आहेत. ते पीएच.डी.चे मार्गदर्शक आहेत. पुणे विद्यापीठात अभ्यास मंडळ, कॉमर्स फॅकल्टी तसेच रिसर्च अॅण्ड डेव्हलपमेंट कमिटी वगैरे समित्यांवर त्यांची निवड झाली आहे. विविध शैक्षणिक संस्थांचे आणि सामाजिक संस्थांचे ते सभासद आहेत.

नवीन शैक्षणिक प्रयोग करणे, उपक्रम राबविणे, विविध चर्चासत्रांमध्ये, कार्यशाळांमध्ये सहभाग घेणे व त्यांचे आयोजन करणे, या कार्यातही ते सक्रिय आहेत. डॉ. उन्मेश यशवंत कुलकर्णी केवळ अभ्यासक्रमात लेखन करतात असे नाही तर ते अनेक मान्यवर, तज्ज्ञ आणि कर्तृत्ववान व्यक्तींचे जीवन आणि कर्तृत्व मानपत्राद्वारे शब्दांनी-वाक्यांनी जिवंत उभे करतात. तसेच ते उत्कृष्ट चरित्रलेखनदेखील करतात.

अभ्यासक्रम

पुणे विद्यापीठ प्रथम वर्ष वाणिज्य शाखेचा ग्राहक संरक्षण आणि व्यावसायिक नीतिमूल्ये या विषयाचा सुधारित अभ्यासक्रम

(Consumer Protection and Business Ethics)

(२०१३-१४ पासून लागू)

भाग – १

प्रकरण १ : ग्राहक आणि ग्राहकवाद

१.१ ग्राहक : संकल्पना, अर्थ, व्याख्या आणि वैशिष्ट्ये

१.२ ग्राहकांच्या समस्या : ग्रामीण ग्राहक आणि शहरी ग्राहक यांचे स्वरूप आणि प्रकार

१.३ ग्राहकवाद : अर्थ, उद्दिष्ट्ये, फायदे, भारतातील ग्राहकवाद

१.४ ग्राहकांचे हक्क, कर्तव्ये आणि जबाबदाऱ्या

१.५ ग्राहक चळचळ – अर्थ, व्याख्या महत्त्व, व्याप्ती आणि वैशिष्ट्ये

१.६ भारतात ग्राहक चळवळीचा विकास, समस्या आणि भवितव्य.

प्रकरण २ : स्वयंसेवी ग्राहक संघटना आणि ग्राहक संरक्षण

२.१ स्वयंसेवी ग्राहक संघटना : व्युत्पत्ती, महत्त्व, कार्ये आणि मर्यादा

२.२ स्वयंसेवी ग्राहक संघटनांसमोरील आव्हाने.

२.३ ग्राहक संरक्षणार्थ स्वयंसेवी ग्राहक संघटनांची भूमिका : क्षेत्र विपणन (बाजारपेठ) आणि जाहिराती.

२.४ ग्राहक शिक्षण अर्थ, व्याख्या, उद्दिष्ट्ये

प्रकरण ३ : संयुक्त राष्ट्रसंघाच्या ग्राहक संरक्षणासाठी मार्गदर्शक सूचना

३.१ संयुक्त राष्ट्र आणि ग्राहक संरक्षण

३.२ संयुक्त राष्ट्रांच्या ग्राहक संरक्षणार्थ १९८५ च्या मार्गदर्शक सूचना

१. उद्दिष्ट्ये

२. सर्वसाधारण तत्त्वे

३. मार्गदर्शक तत्त्वे

अ) भौतिक (वैयक्तिक) सुरक्षितता

ब) ग्राहकांचे संरक्षण आणि आर्थिक हितसंरक्षण

क) ग्राहकांच्या उपभोगातील वस्तू आणि सेवा यांच्या दर्जात्मक सुरक्षिततेबाबत सूचना

ड) शाश्वत उपभोगाला प्रोत्साहन देण्यासाठी सूचना

प्रकरण ४ : ग्राहक संरक्षण कायदा – १९८६

४.१ पूर्वपीठिका – गरज, व्याप्ती आणि वैशिष्ट्ये

४.२ व्याख्या – ग्राहक वस्तू, सेवा, तक्रार, तक्रारकर्ता, वस्तूमधील दोष, सेवांमधील कमतरता (उणिवा), अयोग्य व्यापार पद्धती प्रतिबंधक व्यापार पद्धती.

४.३ ग्राहक संरक्षण परिषदा रचना – कार्ये आणि उद्दिष्ट्ये

अ) जिल्हा ग्राहक संरक्षण परिषद

ब) राज्य ग्राहक संरक्षण परिषद

क) राष्ट्रीय ग्राहक संरक्षण परिषद

४.४ ग्राहकांच्या तक्रार निवारणासाठी त्रिस्तरीय रचना, कार्ये ग्राहकांच्या तक्रार निवारण यंत्रणा.

अ) जिल्हा मंच

ब) राज्य आयोग

क) राष्ट्रीय आयोग

४.५ तक्रार दाखल करण्याची पद्धत.

भाग – २

प्रकरण ५ : ग्राहक संरक्षणार्थ असलेल्या विविध कायद्यांचा आढावा.

५.१ ब्युरो ऑफ इंडियन स्टॅण्डर्ड ॲक्ट, १९८६
(कलम १,१०,११,१४ आणि ३३)

५.२ स्पर्धा कायदा २००२ (कलम १,३ ते ६)

५.३ माहितीचा अधिकार कायदा, २००५
(कलम १ ते ११, १८, १९ आणि २०)

५.४ अन्नसुरक्षा आणि प्रमाणीकरण कायदा, २००६
(कलम १ ते ३, १८ ते २८)

प्रकरण ६ : करारांच्या प्रमाणित मसुद्यांपासून ग्राहकांचे संरक्षण

६.१ प्रमाणभूत स्वरूपातील कराराचे स्वरूप आणि महत्त्व, संबंध, गरज.

६.२ प्रमाणभूत स्वरूपातील कराराबाबत भारतात आणि विदेशात साहाय्य आणि सुधारणाबाबत न्यायालयीन दृष्टिकोन.

६.३ कायदेशीर सुधारणा.

प्रकरण ७ : व्यावसायिक नीतीमूल्यांचा संकल्पनात्मक आराखडा

७.१ नीतिमूल्ये संकल्पना : अर्थ आणि स्वरूप

७.२ नीतिमूल्याची व्याख्या, महत्त्व आणि व्यावसायिक नीतिमूल्याची व्याप्ती.

७.३ व्यावसायिक नीतिमूल्याचे प्रकार.

७.३ अ) विविध व्यवसायातील नीतिमूल्ये.

ब) हिशोब आणि अर्थव्यवस्थापनातील (लेखापालनातील) माहितीबाबत नैतिकमूल्ये.

क) उत्पादन कार्याबाबत नीतिमूल्ये.

ड) बौद्धिक साधनसंपत्ती ज्ञान व कौशल्यांबाबत नैतिकता.

प्रकरण ८ : आधुनिक काळातील व्यावसायिक नीतिमूल्ये

८.१ व्यवसायाची सामाजिक जबाबदारी

८.२ व्यावसायिक नीतिमूल्ये आणि पर्यावरणीय समस्या : भारतीय आणि जागतिक पातळीवरील हरित पर्यावरण संतुलन.

८.३ व्यवस्थापन आणि नैतिकता

अ) विपणन (बाजार पेठ) या कार्यात्मक भागात नैतिकता समस्या.

ब) मनुष्यबळ व्यवस्थापनेच्या संदर्भातील नैतिक समस्या.

अनुक्रम

मनोगत
लेखक परिचय
अभ्यासक्रम

भाग–१

प्रकरण १ : ग्राहक आणि ग्राहकवाद   १
Consumer and Consumerism

प्रकरण २ : स्वयंसेवी ग्राहक संघटना आणि ग्राहक संरक्षण   ३७
Voluntary Consumer Organizations (VCO) and
Consumer Protection

प्रकरण ३ : संयुक्त राष्ट्रसंघ – ग्राहक संरक्षण   ६५
United Nations Guidelines for Consumer Protection

प्रकरण ४ : ग्राहक संरक्षण कायदा–१९८६   ७७
Consumer Protection Act - 1986

भाग–२

प्रकरण ५ : ग्राहकविषयक विविध कायद्यांचा आढावा   १२६
An Overview of various Laws for the Protection
of Consumers

प्रकरण ६ : करारांच्या प्रमाणित मसुद्यांपासून ग्राहकांचे संरक्षण   २०१
Protection of Consumer against Standard
Form of Contract

प्रकरण ७ : व्यावसायिक नीतिमूल्यांचा संकल्पनात्मक आराखडा   २०७
Conceptual Framework of Business Ethics

प्रकरण ८ : आधुनिक काळातील व्यावसायिक नीतिमूल्ये   २१९
Business Ethics in Modern Times

• संदर्भसूची   २४९

प्रकरण १

ग्राहक आणि ग्राहकवाद
Consumer and Consumerism

आपली इच्छा असो वा नसो आपण ग्राहक असतोच. ज्या बाबीमध्ये गरज भागविण्याची शक्ती किंवा क्षमता असते त्या बाबीस 'वस्तू' असे म्हणतात.

ह्या वस्तू आपण खरेदी करताना त्यांची आपल्या सोयीसाठी वर्गवारी खालील-प्रमाणे करतो.

अत्यावश्यक किंवा मूलभूत सेवा	कायमस्वरूपी वस्तू	प्रासंगिक वस्तू	किरकोळ वस्तू
अन्नधान्य , किराणा, कापड, भाजीपाला, दूध, अंडी, औषधी वस्तू, वह्या-पुस्तके, टेप, साधा टीव्ही, पंखा, सायकल वगैरे	घर,स्कूटर, इतर वाहन, फर्निचर, रंगीत टी.व्ही., फ्रीज, कूलर, ऑडिओ, व्हिडिओ सिस्टिम	सण उत्सवानिमित्त कपडेलत्ते, छत्र्या, रेनकोट, आहेर, भेटवस्तू, फटाके, मिष्टान्न, लाडू, पेढे	टेप, कॅसेट्स, स्टेशनरी, कप बशा, फोटो कॅमेरा, रोल्स, फळफळावळ, खाऊ, मिष्टान्न

Aristotal says that, Man is a social animal, individual cannot survive alone; No one can say I walk by myself, because interaction is a must. Interaction has the same connotation, its manifestation may be different, There is interaction between two individuals, between families, between societies, between nations and so on and so forth. This inherent virtue of give and take symbolises the dynamism of a civilization and more free and fair it is the more developed we become moment by moment. Education, trade and commerce, state craft, research international polity all are fociia of human interaction.

But most subtle and indispensable interaction betwen two entities, if one may think of minutely keeping in view the commercialization of every sphere of life is the interaction between,

The Seller and buyer
The Giver and the receipient
The Skilled ones and the beneficiaries
The trader and the consumer
i.e. Everybody else on the other side
and
you there and
you too.

कन्झ्युमर (Consumer) म्हणजे उपभोक्ता ही शब्दयोजना बरोबर आहे. आपल्या गरजा पूर्ण करण्यासाठी वस्तूमधील उपयुक्ततेचा वापर करणारी व त्यासाठी वस्तू वा सेवांमधील उपयुक्ततेचा नाश करणारी किंवा त्या उपयुक्ततेचा वापर करणारी व्यक्ती. अशा अर्थाने उपभोक्ता ह्या शब्दाचा वापर सयुक्तिक ठरतो. तथापि, या शब्दयोजनेत भारतीय तत्त्वचिंतनाच्या दृष्टीने गंभीर स्वरूपाची कमतरता आहे.

उपभोक्ता या शब्दामध्ये भौतिक साधनांची प्राप्ती हा अर्थ समाविष्ट आहे. भौतिक स्वरूपाच्या मानवी गरजांची पूर्तता एवढाच मर्यादित अर्थ त्यात सामावलेला आहे. भारतीय विचारदर्शनामध्ये मानव केवळ शारीरिक पातळीवरच जीवन जगतो असे मानले जात नाही. शरीर, मन, बुद्धी, आत्मा अशा विविध स्तरांवर मनुष्य आपले जीवन जगत असतो. त्यामुळे केवळ शारीरिक स्वरूपाच्या समाधानाच्या प्राप्तीसाठी घेतला जाणारा उपभोग एवढाच मर्यादित अर्थ भारतीय विचारवंतांनी स्वीकारलेला नाही.

उपभोग व ते घेणारा उपभोक्ता हा विचार मानवी जीवनाचा विचार करता अपूर्ण आहे. त्यात शारीरिक गरजांप्रमाणेच मन, बुद्धी व आत्म्याच्या गरजा भागविणे व त्याद्वारे समाधान वा कल्याण साधणे हे मानवी जीवनाचे अंतिम साध्य मानले जाते. मनुष्य आणि पशू यांमध्ये हाच एकमात्र महत्त्वाचा फरक आहे. पशू फक्त शारीरिक पातळीवर जीवन जगतो. मनाच्या पातळीवर जगतो तो मानव. अशीच मानवाची व्याख्या केली जाऊ शकते. आपल्या जगण्यासाठी मनुष्य अनेक प्रकारच्या वस्तू वा सेवांचा उपयोग करीत असतो. त्या वस्तू वा सेवांचा वापर करीत असताना त्यांच्यातील

उपयुक्ततांचा नाश किंवा त्या उपयुक्ततांचा वापर करणे एवढ्यापुरतीच माणसाची भावना मर्यादित नसते. वस्तूच्या वा सेवेबद्दलची अपार आदराची व श्रद्धेची भावना आपल्या मनात असते.

पाश्चात्त्य विचारवंतदेखील भारतीय विचारदर्शनातील हा विचार आता मान्य करू लागले आहेत. वस्तूचा उपभोग घेणारा तो उपभोक्ता या विचारामध्ये नैतिक मूल्यांबद्दलची एक प्रकारची तटस्थता व्यक्त होते आहे. अर्थशास्त्र वा इतर सामाजिक शास्त्रांमधील विचार असे तटस्थ असून चालणार नाहीत, असे मानणारा विचारवंतांचा एक मोठा वर्ग पाश्चात्त्य विचारवंतामध्येदेखील आता निर्माण होतो आहे. केवळ काय घडते व ते कसे घडते एवढ्यापुरताच मर्यादित विचार न करता जे घडते ते योग्य आहे का, याचा विचारही हे विचारवंत करू लागलेले आहेत.

म्हणजेच Consumer म्हणजे उपभोक्ता हे चुकीचे नाही पण तेवढाच मर्यादित विचार न करता मानवी हिताच्या भौतिक गरजांची पूर्तता हा अर्थ स्वीकारणे उपयुक्त व आवश्यक ठरते. 'ग्राहक' हा शब्द या व्यापक विचारांचा निदर्शक आहे. शरीर, मन, बुद्धी आणि आत्मा यांचे समाधान आणि मानवी कल्याणाचे अंतिम ध्येय गाठण्यासाठी अनेकविध वस्तू वा सेवा ग्रहण करणारा तो ग्राहक अशी ग्राहकत्वाची व्याख्या करणे योग्य ठरेल.

भारतीय ग्राहक चळवळ – तत्त्वज्ञान

भारतीय विचारदर्शनात ग्राहक, ग्राहक चळवळ या संकल्पना अतिप्राचीन आहेत. आर्य चाणक्याने (इ.स.पू. ३ रे शतक) कौटिलीय अर्थशास्त्रात ग्राहकांच्या हितासाठी केलेले नियम आणि व्यवस्था विस्मयकारक आहेत. आधुनिक भारतात ग्राहक चळवळीचा प्रारंभ किंवा जन्म १९०४ साली झाला आहे.

जागतिक विचार केला तर १८४४ साली इंग्लडमध्ये रॉचडल पायोनियर्स यांनी ग्राहक चळवळीचा प्रारंभ केला तसेच फ्रान्सचे निमस स्कूलचे संस्थापक प्रो. चार्ल्स गाइड याने World Empire & Consumer जागतिक ग्राहक साम्राज्याची संकल्पना मांडली आहे.

भारतीय विचारप्रणालीनुसार गरजांची व्याख्या किंवा अर्थ हा निश्चितच वेगळा आहे. यामध्ये गरजा म्हणजे मानवी शरीर, मन, बुद्धी आणि आत्मा यांना उपयुक्त वेगवेगळ्या वस्तू व सेवांचा समावेश होतो. या ठिकाणी ग्राहक चळवळीला अनेक वस्तू व सेवा ग्रहण करणे अपेक्षित आहे. मानवी गरजांत केवळ शारीरिक गरजा महत्त्वपूर्ण आहेत असे नाही तर मानसिक गरजा, बौद्धिक गरजा आणि आत्मिक

समाधान या सर्व प्रकारच्या गरजा अपेक्षित आहेत. साहजिकच ग्राहक पंचायत ग्राहकाला बाजारपेठेचा राजा संबोधते त्याचप्रमाणे ग्राहकाला लोकशाहीचा मूलाधार मानते आणि ग्राहक हेच एक भांडवल आहे अशी तिहेरी संकल्पना ग्राहकाबाबत मांडते. भारतीय विचारप्रणालीनुसार ग्राहकांच्या समस्या शांतीच्या मार्गाने आणि पायरी पायरीने, हळूहळू म्हणजे उत्क्रांतीच्या मार्गाने सोडविणे जास्त उचित वाटते. त्याप्रमाणे ग्राहकाचे प्रश्न, समस्या हाताळण्याची पद्धत तीन टप्प्यांत दिसून येते. एक ग्राहकसंघटन, दुसरी ग्राहक– प्रबोधन आणि तिसरा टप्पा म्हणजे रचनात्मक कृती. यामध्ये ग्राहकाला आपल्या न्यायहक्काबाबत जागृत करून शोषणमुक्त समाज निर्मिती करायची, हा हेतू साध्य करावयाचा यासाठी समन्वय व परस्पर विचारविनिमयाच्या साहाय्याने म्हणजे ग्राहकांना संघटित करून, त्यांचे प्रबोधन करून त्यांच्या माध्यमातून रचनात्मक कृती करून ग्राहकांची शक्ती निर्माण करावयाची. त्याला जोडीला शासनाची दंडशक्ती आणि कायदे व न्यायव्यवस्थेची न्यायशक्ती यांचा समन्वय करून विचारांचे आदानप्रदान करून, समज गैरसमज, दोष दूर करून पुरोगामी व शोषणरहित नवसमाजनिर्मिती हे कार्य करता येईल. त्यातूनच अर्थव्यवस्थेवर सामाजिक नियंत्रण आणि व्यवस्था सुधारणे ही ग्राहक चळवळीची उद्दिष्टे साध्य होतील.

ग्राहक चळवळ ही एक सामाजिक चळवळ असून ती खऱ्या अर्थाने दुसऱ्या महायुद्धानंतर अस्तित्वात आली. सर्वप्रथम इ. स. पूर्व ५०० च्या सुमारास ग्रीस देशात ग्राहक चळवळ संघटितरीत्या सुरू झाली. ग्राहकांच्या तक्रारीचे निवारण करणे त्यात मुख्यतः जीवनमानाशी संबंधित गरजांचा समावेश होतो. त्याकरिता ग्राहकांना प्रशिक्षित करणे, त्यांचं प्रबोधन करणे हे या चळवळीचे मुख्य सूत्र होते.

पाश्चिमात्य विचारवंतांनी वस्तू व सेवांचा उपभोग घेणारा इतका संकुचित किंवा मर्यादित अर्थ ग्राहक या शब्दाचा केला आहे. त्यांना केवळ वस्तू व सेवांचा उपभोग अभिप्रेत आहे. भौतिकता त्यात अंतर्भूत आहे. उपभोग म्हणजे भोगवादी संस्कृती यातून दिसून येते. ग्राहकाला अर्थव्यवस्थेतील केवळ एक घटक समजले जाते. उत्पादन हे ग्राहककेंद्रित न होता वस्तू व सेवांकरिता ग्राहक असे उलटे चक्र दिसून येते. म्हणजे उत्पादनाला ग्राहक, मागणीपूर्व उत्पादन असे चित्र पाश्चिमात्य देशात दिसून येते. त्यामुळे ग्राहकाच्या केवळ गरजपूर्तीला महत्त्व दिले जाते. त्यात ग्राहकाच्या शारीरिक गरजेभोवती सर्व अर्थव्यवस्था फिरताना दिसते तर त्या ठिकाणी ग्राहकांच्या आत्मिक, बौद्धिक, मानसिक समाधानाला महत्त्व दिले जात नाही. ग्राहकाला आणि त्याच्या गरजेला भौतिक महत्त्व दिल्यामुळे एक प्रकारे त्यात यांत्रिकता आलेली दिसून येते. असे काहीसे मत भारतीय ग्राहक चळवळीचे आहे.

यामुळे पाश्चिमात्य देशांतील ग्राहक चळवळी ग्राहकांच्या समस्या म्हणजे ग्राहकांच्या गरजपूर्तीला महत्त्व देताना त्यासाठी रक्तरंजित क्रांती करून त्या सोडविण्याचा संघर्षात्मक मार्ग अनुसरतात.

संपत्तीकडे पाहण्याचा पाश्चात्त्यांचा आणि भारतीय विचारवंतांचा विचार भिन्न आहे. अर्थसंपत्ती ही मनुष्यमात्राची स्वाभाविक वासना आहे आणि वासनेचे असे आहे की, जेवढी ती पुरवावी तेवढी वाढतच जाते. संपत्तीचे हे वासनामय स्वरूप पश्चिमेच्या विचारसरणीने कधीच लक्षात घेतले नाही. मनुष्य म्हणजे आर्थिक मनुष्य अशी भूमिका घेऊन संपत्तीकडे निव्वळ उपभोगाच्या भूमिकेने पाहिले. साहजिकच यातून, संपत्तीतून अधिक संपत्ती, उपभोगातून अधिक उपभोग, अशी स्पर्धा उत्पन्न झाली आणि या स्पर्धेने शोषणाला जन्म दिला. पाश्चात्त्य विचारवंतांच्या वैचारिक रचनेत यावर सामाजिक नियंत्रण आणण्याचा कोणताही विचार सापडत नाही. भारतीय तत्त्वचिंतकांनी मात्र या संबंधात अधिक सखोल चिंतन करून नियंत्रणासाठी पूर्वी अनेक उपाय योजल्याचे लक्षात येते.

संपत्तीचा सदैव असंतुष्ट असणारा स्वभाव भारतीय विचारवंतांनी बरोबर लक्षात घेतला होता. भारतीय तत्त्ववेत्त्यांनी सांख्यदर्शनात जीवनाचे पायाभूत शास्त्र सांगताना मानवाची सहज प्रवृत्ती म्हणून काम आणि अर्थ यांचा उल्लेख केला आहे. काम म्हणजेच सर्व प्रकारच्या वासना आणि त्या वासनांच्या पूर्तीस जेव्हा प्रारंभ होतो तेव्हा अर्थव्यवहार उत्पन्न होतो असे म्हटले. सांख्यशास्त्राच्या तत्त्वचिंतकांनी अर्थ आणि काम हे द्वंद्व परस्परपूरक आहे असे सांगितले. अर्थ ही कामाची अभिव्यक्ती होय.

या अर्थ आणि काम पुरुषार्थाने मानवी जीवनात प्रचंड क्रांती केली आहे. जगातले जीवन या दोन पुरुषार्थांच्या प्रेरणेने घडले आहे. पाश्चात्त्य विचारसरणी या दोन पुरुषांर्थापाशीच थांबली आणि त्यामुळे कामनांची ऊर्मी आली की, अर्थपुरुषाने ती शमन करणे सुरू झाले; यातूनच एक निव्वळ भोगवादी अर्थलोलुप युद्धपिपासू माणूस जन्माला आला.

भारतीय दार्शनिकांना काम आणि अर्थ या पुरुषार्थांना समाजहितासाठी नियत करण्याची, चॅनलाइज करण्याची, संस्कारित करण्याची आवश्यकता भासली कारण त्यांनी मनुष्याचा संपूर्ण वेध बरोबर घेतला होता. त्यांनी धर्म आणि मोक्ष हे आणखी दोन पुरुषार्थ सांगून अर्थ आणि काम यांवर खऱ्या अर्थाने सामाजिक नियंत्रण धर्म-स्वरूपात आणले. धर्म म्हणजे धारणा करणारा, अशी हिंदू धर्माची व्याख्या केली जाते.

दोन व्यक्ती तशा स्वतंत्र असतात. त्यांच्या अर्थ आणि काम यांच्या इच्छापूर्तीचे स्वरूपही भिन्न असते. दुकानदाराला वाटते की, ग्राहकाने आपला माल घेऊन खूप

नफा द्यावा. अधिक नफ्यासाठी भेसळ करावी, वजनमापात चलाखी करावी; तर ग्राहकाला वाटते की व्यापाऱ्याने कमीत कमी नफा घ्यावा, उत्कृष्ट माल द्यावा, आपली फसवणूक करू नये. या दोन स्वतंत्र कामना परस्पर विरुद्ध आहेत. ज्या एका तत्त्वाने या दोन विरुद्ध व्यक्तिमत्त्वांच्या गुणांना एकसूत्रात गुंफले जाते ते सूत्र धर्म हे होय.

भारतीय विचारधारा आणि पाश्चिमात्य विचारधारा यांतील फरक
Difference between Indian thinking & Western thinking

फरकाचा मुद्दा	भारतीय विचारधारा	पाश्चात्त्य विचारधारा
शब्द अर्थ	ग्राहक या शब्दामध्ये मानवी हिताच्या भौतिक गरजांची प्राप्ती हा अर्थ गृहीत आहे. ग्राहक हा शब्द मानवी शरीर, मन, बुद्धी आणि आत्मा यांच्या इच्छापूर्तीशी संलग्न आहे.	उपभोक्ता या शब्दामध्ये भौतिक साधनांची प्राप्ती हा अर्थ गृहीत आहे. उपभोक्ता शब्द मानवी इंद्रियांची भोगेच्छा व्यक्त करतो.
विचारधारा	भारतीय विचारधारा मनुष्याच्या आत्म्याचे समाधान सर्वोच्च मानते.	पाश्चात्त्य विचारधारा मनुष्याच्या इंद्रियजन्य उपभोगाला महत्त्व देते.
मानवी जीवनाचा विचार	भारतीय विचारदर्शनाने मानवी जीवनाचा विचार यथार्थपणे केला आहे.	उपभोग आणि ते घेणारा उपभोक्ता हा विचार मानवी जीवनाचा विचार करता अपूर्ण आहे.
अंतिम ध्येय	मानवी शरीर, मन, बुद्धी आणि आत्मा यांचे समाधान आणि कल्याण हे मानवाचे अंतिम साध्य मानले आहे.	मानवी शरीर समाधान आहे हे अंतिम साध्य मानले आहे.
ग्राहक अर्थ	अंतिम साध्य गाठण्यासाठी जीवनभर अनेकविध गोष्टींचे ग्रहण करणारा तो 'ग्राहक' अशी संज्ञा मानवाला दिली आहे. मनाच्या पातळीवर जगतो तो मानव आणि अशा जगण्यासाठी तो अनेक गोष्टी ग्रहण करतो असे ग्रहण करणारा तो ग्राहक.	मानवी गरजा भागविण्यासाठी जडवस्तू किंवा सेवारूप वस्तू यांचा उपभोग घेणारा तो उपभोक्ता किंवा ग्राहक अशी संज्ञा मानवाला दिली आहे.
अर्थशास्त्रात	मानवाच्या कल्याणाचाच विचार केला जातो केवळ उपभोग हा विचार अपूर्ण असून त्याच्यापेक्षा काही अधिक विचार व्हावा, अशी अपेक्षा आहे.	मानवाच्या कल्याणाला बिलकूल स्थान नाही केवळ उपभोग हा विचार मान्य.

जीवनकेंद्रित	जीवन हे मन आणि मानवी जाणिवांशी केंद्रित आहे.	जीवन शरीरकेंद्रित आहे. मानवी देहाशी जीवन केंद्रित आहे. सर्व जाणीव देहाशी चिकटलेली आहे.
पातळी	मनुष्याच्या मनाच्या पातळीवर अधिक भर.	मनुष्याच्या देहाच्या पातळीवर अधिक भर.
संपत्ती	अर्थसंपत्ती ही मनुष्यमात्राची स्वाभाविक वासना आहे आणि वासनेचं असे आहे की जेवढी ती पुरवावी तेवढी वाढतच जाते. संपत्तीचे हे वासनामय स्वरूप पश्चिमेच्या विचारसरणीने कधीच लक्षात घेतले नाही.	मनुष्य म्हणजे आर्थिक मनुष्य अशी भूमिका घेऊन संपत्तीकडे निव्वळ उपभोगाच्या भूमिकेने पाहिले; साहजिकच यातून संपत्तीतून अधिक संपत्ती, उपभोगातून अधिक उपभोग अशी स्पर्धा उत्पन्न झाली आणि या स्पर्धेतून शोषणाला जन्म दिला.
सामाजिक नियंत्रण	भारतीय तत्त्वचिंतकांनी मात्र शोषण संबंधात अधिक सखोल चिंतन करून नियंत्रणासाठी पूर्वी अनेक उपाय योजल्याचे लक्षात येते.	पाश्चात्त्य विचारवंतांच्या वैचारिक रचनेत शोषणावर सामाजिक नियंत्रण आणण्याचा कोणताही विचार सापडत नाही.
पुरुषार्थ	भारतीय दार्शनिकांनी अर्थ आणि काम या पुरुषार्थांबरोबर धर्म आणि मोक्ष हे आणखी दोन पुरुषार्थ सांगून अर्थ आणि काम यांवर खऱ्या अर्थाने सामाजिक नियंत्रण धर्मस्वरूपात आणले. धर्म म्हणजे धारणा करणारा.	पाश्चात्त्य विचारसरणी अर्थ आणि काम या दोन पुरुषार्थांपाशीच थांबली आणि त्यामुळेच कामाची ऊर्मी आली की, अर्थपुरुषाने ती शमन करणे सुरू झाले. त्यातूनच एक निव्वळ भोगवादी अर्थलोलुप युद्धपिपासू माणूस जन्माला आले.
ग्राहक दिन	भारतात २६ डिसेंबरला ग्राहक दिन साजरा केला जातो; कारण कायदा पारित केला म्हणून.	१५ मार्च 'जागतिक ग्राहक दिन' साजरा केला जातो; कारण सर्वप्रथम ग्राहकांच्या हितसंरक्षणाची गरज मार्गाचार्ट यांनी जाहीर करून मांडली म्हणून.
जाहिरात	अतिशयोक्ती व दिशाभूल करणाऱ्या असल्यामुळे आक्षेपार्ह जाहिरातीवर अनेक निर्बंध आहेत.	सत्यतेवर आधारित ठळक आणि रंगीबेरंगी जाहिराती असतात.
खरेदीचा हेतू	आवश्यक गरजा भागविणे म्हणून.	परिपाठ (फॅशन) बद्दल आनंद व आकर्षण म्हणून.

खरेदीत दर्जाला स्थान	दर्जाला दुय्यम स्थान.	दर्जाला अग्रस्थान.
खरेदीला अडथळे, अडचणी	धर्म, जात, रूढी, परंपरा, संस्कृती, सरकारी नियंत्रण व नियमन.	नाहीत.
गरजेचे समाधान	दीर्घकालीन गरजेचा विचार व समाधान.	आताची गरज व समाधान महत्त्वाचे.
गरजांचा अर्थ अभिप्रेत	व्यापक अर्थ अभिप्रेत; शारीरिक, मानसिक, बौद्धिक, आत्मिक समाधान.	संकुचित, मर्यादित अर्थ अभिप्रेत, शारीरिक समाधान.
ग्राहकाकडे पाहण्याचा दृष्टिकोन	ग्राहक १) राजा २) अर्थव्यवस्थेचा आस, आत्मा ३) भांडवल.	ग्राहक सर्वस्व आणि त्याच्या उपभोगासाठी वस्तू एक भौतिक बाब, उपभोक्ता.
भूमिका	आत्मिक समाधान मिळालेले हा सांस्कृतिक वारसा.	उपभोगवादी संस्कृती. गरजपूर्ती व्हावी एवढीच भूमिका.
ग्राहक–चळवळीचा हेतू, उद्दिष्ट	शोषणमुक्त समाजनिर्मितीसाठी.	ग्राहकांची गरजपूर्ती, ग्राहकांची पिळवणुकीपासून मुक्तता करणे.
ग्राहक चळ–वळीचा प्रयत्न	ग्राहकशक्ती निर्माण करणे.	ग्राहकांची गरजपूर्ती करणे.
उद्दिष्टपूर्तीसाठी मार्ग, पद्धत	शांतीचा मार्ग, रक्तविहीन उत्क्रांती अपेक्षित.	संघर्ष, तोडफोड, हिंसकमार्ग, रंजितक्रांती अपेक्षित
समस्या सोडवणूक	समन्वय, परस्पर विचारविनिमयातून समस्या समाधान.	ग्राहक संघटना व उत्पादक – विक्रेते यांच्यातील सौदाशक्तीतून समस्या सोडवणूक.
कायद्याकडे बघण्याचा दृष्टिकोन	सामाजिक न्यायाचा कायदा-क्रांतिकारक कायदा	अत्यावश्यक बाब-समस्या सोडविण्याचा मार्ग.
ग्राहक ही दृष्टी	आपल्या दृष्टीने एक नीती आहे. ग्राहकनीती हेदेखील एक साधन आहे साध्य नव्हे.	पाश्चात्त्य विचारांत ग्राहक कन्झ्युम-रिझमसारखा एखादा इझम अथवा वाद आहे. ग्राहकवादात देशी हे साध्य आहे.

चळवळीचा प्रयत्न	संघटन, प्रबोधन आणि रचनात्मक कृती	ग्राहकांची संघटना, संघटनेचा शक्ती म्हणून उपयोग
ग्राहक-चळवळीचा अंतिम प्रयत्न	ग्राहकांची ग्राहकशक्ती, शासनाची दंडशक्ती आणि कायदे व न्यायालय यांची न्यायशक्ती यांच्या विचारांच्या आदान प्रदानातून समस्या समाधान.	ग्राहकसंघटना व तांत्रिक क्लिष्ट कायद्यातून समस्या सोडविण्याचा प्रयत्न.
चळवळीचा प्रारंभ	भारतीय विचारदर्शनात ग्राहक संकल्पना अतिप्राचीन आहे. आर्य चाणक्याने कौटिल्य अर्थशास्त्रात ग्राहकांच्या हितासाठी केलेले नियम आणि व्यवस्था विस्मयकारक आहेत.	१८४४ साली इंग्लंडमध्ये रॉचडल पायोनियर्स यांनी ग्राहक चळवळीचा प्रारंभ केला. तर फ्रान्सचा निमस स्कूलचा संस्थापक चार्ल्स गाइड याने तर जागतिक ग्राहक साम्राज्याची कल्पना मांडली आहे.
ग्राहक चळवळीचा जन्म	तशी ही संकल्पना अतिप्राचीन आहे परंतु आधुनिक भारतात ग्राहक चळवळीचा जन्म १९०४ साली झाला आहे.	इंग्लडमध्ये १८४४ साली ग्राहक-चळवळीचा जन्म झाला आहे.

ग्राहक : त्रिगुणात्मक संकल्पना (Three Dimensional Concept of Consumer) :

ग्राहक या संकल्पनेचा अर्थ पाहिल्यावर त्याचे स्वरूप विचारात घेणे उपयुक्त ठरेल. ग्राहक या संकल्पनेचा आपण तीन पद्धतींनी विचार करू शकतो.

१) ग्राहक हा राजा आहे. (Consumer is King) :

भांडवलवादी विचारप्रणालीनुसार ग्राहक राजा आहे असे मानले जाते. या तत्त्वानुसार ग्राहक हा संपूर्ण अर्थव्यवस्थेतील सार्वभौम असा घटक आहे. सर्व आर्थिक व्यवहार ग्राहक केंद्रस्थानी मानूनच केले जात आहे. ग्राहक खरेदी करतात म्हणून उत्पादकांना आपले उत्पादन करता येते व विक्रेत्यांना आपले विक्रीव्यवहार करता येतात. सर्व उत्पादक व विक्रेते यांचे सारे अस्तित्व ग्राहकांच्या अस्तित्वावर अवलंबून आहे; ग्राहक आहेत म्हणून आर्थिक व्यवहार आहेत. कोणत्याही आर्थिक व्यवहारात ग्राहक हा घटक नसेल तर तो सारा व्यवहारच थांबेल नव्हे तो व्यवहार होऊच शकणार नाही. 'ग्राहक एक राजा' हे नाव व्यावसायिकांनीदेखील आता स्वीकारले आहे. भारतीय तत्त्वचिंतकांनी ग्राहकाला सर्वेसर्वा म्हटले आहे. ग्राहक हा उत्पादन, वितरण आणि उपभोग या व्यवस्थेत राजा म्हटला जातो.

२) ग्राहक ही लोकशाहीची प्राणशक्ती आहे. (Consumer as a Kingpin of Democracy) :

ग्राहक पंचायतीचे उद्घाटन करताना न्या. महंमद करीम छगला यांनी ग्राहकांची व्याख्या केली होती; ते म्हणाले होते 'Consumer is the kingpin of democracy' आजच्या लोकशाही युगात ग्राहकाचे हे यथार्थ वर्णन आहे. Kingpin हा कोणत्याही यंत्रातला तसा अगदी बारकासा पण अत्यंत महत्त्वाचा भाग असतो. यंत्राभोवती फिरणारी चाके या Kingpin च्या भरवशावरच फिरत असतात. ती पिन काढून टाकली की चाके निखळून पडू लागतात व यंत्राचे सारे काम ठप्प होऊन जाते.

लोकशाही व्यवस्थेच्या यंत्राची सारी चाके ग्राहक या एका लहानशा पण अत्यंत महत्त्वाच्या घटकाने एकत्र जोडून धरलेली असतात. सर्वसामान्य मतदार हा लोकशाहीचा आधार असतो. मतदारांची इच्छा दाबून वा मतदारांचे अधिकार हिरावून घेऊन लोकशाही व्यवस्था उभीच राहू शकत नाही.

मतदार हा लोकशाहीचा प्राणवायू आहे. त्याच्याशिवाय लोकशाही जगू शकणार नाही.

सर्वसामान्य नागरिकांच्या किंवा मतदारांच्या दमनातून धाकदपटशातून हुकूमशाही जन्माला येते आणि हुकूमशहा व हुकूमशाही लोककल्याणाचा विचार करू शकत नाही. किंबहुना तिला ते शक्य नाही.

लोकशाहीत मात्र सर्वसामान्य नागरिक म्हणजे मतदारांच्या आशा, आकांक्षा, हक्क–अधिकार यांचा यथायोग्य विचार होऊन त्यांचा कल्याणाचा म्हणजे लोककल्याणाचा विचार होत असतो.

लोकशाही सुरक्षित राखायची असेल तर त्यासाठी राजकीय सत्तेचे केंद्रीकरण होणार नाही याची काळजी घ्यावी लागते; असे सत्तेचे केंद्रीकरण झाले त्यातून आर्थिक केंद्रीकरण होऊ लागले. परिणामी आर्थिक शोषण व्हायला सुरुवात होते. या शोषणापासून मुक्त होण्याचा एकच मार्ग आहे तो म्हणजे सत्तेचे विकेंद्रीकरण करून लोकशाहीचे पहारेकरी असणाऱ्या मतदारांना शक्तिशाली करणे. सत्ता लोकाभिमुख करणे व तसेच अर्थनीतीचे विकेंद्रीकरण करत अर्थव्यवस्थेतच पहारेकरी असणाऱ्या ग्राहकांना शक्तिशाली करणे.

न्या. छगला यांनी ग्राहकांचे वर्णन करताना Kingpin हा शब्द वापरला आहे. लोकशाही व्यवस्था एक सजीव शरीर मानले तर सामान्य मतदार हा त्यातील प्राण किंवा आत्मा आहे, असे मानता येईल हा प्राण किंवा आत्मा निस्तेज झाला तर

लोकशाही निर्जीव होईल. राजकीय क्षेत्रात आपण ज्यांना मतदार असे म्हणतो तेच आर्थिक क्षेत्रात ग्राहक असतात. लोकशाहीला मतदारांचेच दुसरे नाव ग्राहक; ते जागृत असतील, त्यांना त्यांच्या अधिकारांची व कर्तव्यांची जाणीव असेल तरच राजकीय व आर्थिक व्यवस्था लोकाभिमुख किंवा लोककल्याणकारी होऊ शकते. याच अर्थाने ग्राहकांना लोकशाहीची प्राणशक्ती म्हटले आहे.

| लोकव्यवस्था | – लोकशाही | – मतदार |
| अर्थव्यवस्था | – अर्थनीती | – ग्राहक |

३) ग्राहक हे भांडवल आहे.

जमीन (Land), श्रम (Labour), भांडवल (Capital), आणि संघटन (Organisation) हे उत्पादनाचे घटक मानले जातात. उत्पादनच नव्हे तर कोणतेही व्यावसायिक कार्य करण्यासाठी हे चार घटक एकत्र येणे आवश्यक आहे. पैसा-पुंजी हे उत्पादनाचे भांडवल आहे असे मानून भांडवलवादी आर्थिक विचार विकसित करण्यात आला. नंतरच्या काळात कार्ल मार्क्सने (इ.स. १८१८-१८८३) श्रम हेच भांडवल आहे, असा विचार मांडला. उत्पादन व आर्थिक व्यवहाराच्या संबंधातले दोन्ही विचार अपुरे आहेत असे लक्षात येते. केवळ उत्पादनाचे घटक अस्तित्वात असल्याने उत्पादन होणार नाही.

अर्थ व श्रम या दोन भांडवलांच्या आधारेच केवळ उत्पादन केले गेले व जर त्या उत्पादनाचा काहीही उपयोग होणार नाही व त्यासाठी वापरला गेलेला पैसा व श्रम यांचा अपव्यय झाला असेच म्हणावे लागेल. ग्राहक पंचायतीचे संस्थापक श्री. बिंदुमाधव जोशी यांनी ग्राहक हे भांडवल आहे, हा नवा सिद्धान्त मांडला आहे. ते म्हणाले, ग्राहक नसतील तर उत्पादनाचे चक्र फिरणार नाही. पैसा व श्रम यांच्याइतकाच ग्राहकदेखील अनिवार्य घटक आहे. याचाच अर्थ असा की, अर्थ आणि श्रम यांबरोबरच उपभोग हेही भांडवल आहे; म्हणूनच Consumer is capital हा नवा सिद्धान्त आहे.

भांडवल व श्रम यांच्या बाबतीत जसे विशेष स्वरूपाचे व्यवस्थापन लागते तसेच ग्राहकासाठीदेखील ते आवश्यक ठरते. ग्राहकांची आवड, वय, शक्ती लक्षात घेणे आवश्यक असते. पुंजी, श्रम आणि ग्राहक या तीन शक्ती आहेत. तिन्ही मिळून एकत्रित- पणाने उत्पादनाचे भांडवल असते. हे तिन्ही घटक परस्परावलंबी आहेत. त्यांच्यात पूर्ण सहकार्य असणे आवश्यक आहे. कारखानदार (पुंजीचे मालक), कामगार (श्रमांचे मालक) व ग्राहक (उपभोगाचे घटक) हे परस्परांचे विश्वस्त असावेत. त्यांच्या समन्वय व संतुलनातून शोषणमुक्त कल्याणकारी अर्थव्यवस्थेची कल्पना साकार होऊ शकते.

ग्रामीण आणि शहरी ग्राहकांच्या समस्या, स्वरूप आणि प्रकार (Problems of Counsumer : Rural and Urban, Its Nature and Types) :

ग्राहक हा जगातील सर्वांत मोठा घटक आहे. तसेच प्रत्येक देशात ग्राहक हा घटक आहे तसेच त्याच्या समस्यादेखील प्रत्येक देशात आहेत. ग्राहकांच्या समस्यांबाबत असे म्हटले जाते की, देशासाठी कामी आलेल्या व अज्ञात सैनिकांसाठी स्मारके उभारली जातात, हुतात्म्यांसाठी पुतळे उभारले जातात. स्वातंत्र्यसैनिकांसाठी शिलालेख उभारले-निर्माण केले जातात; परंतु जगातील कोणत्याही देशाने समाजातील दुर्बल व शोषित ग्राहकाच्या समस्यांकडे हेतुपुरस्सर लक्ष दिलेले नाही; उलटपक्षी दुर्लक्ष केले. त्यामुळेच ग्राहकांच्या असंख्य समस्या आज निर्माण झाल्या आहेत.

जगातील कोणत्याही देशातला ग्राहक असा नाही की, त्याला काही प्रश्न, समस्या नाहीत. त्यातल्या त्यात भारतातील ग्राहकाला सर्वाधिक प्रश्न, समस्या दैनंदिन जीवनात भेडसावतात. त्यात कधी वस्तूंची टंचाई (कृत्रिम व नैसर्गिक), भेसळ, काळाबाजार, नकली वस्तू, चुकीची वजनेमापे, दिशाभूल करणाऱ्या जाहिराती, पाळल्या न जाणाऱ्या विक्रीपश्चात सेवा, हमी व खात्री वगैरे अनेक समस्या आहेत. या समस्या ग्रामीण तसेच शहरी भागात कमी अधिक प्रमाणात आहेत; परंतु त्यांचे या विभागानुसार स्वरूपही वेगळे आहे. या समस्या सोडविण्यासाठी शासनाने सुरुवातीला ग्राहक सहकारी भांडाराची मदत घेतली; परंतु ग्राहक व सहकारी भांडारांची संख्या व त्यांचे प्रयत्नात अनेक मर्यादांमुळे ग्राहकांचे प्रश्न, समस्या भिजतच राहिल्या. या समस्यांची उकल काढण्यासाठी काही स्वयंसेवी ग्राहक संघटना पुढे येत आहेत. त्यांचे योग्य संघटन व योग्य दिशेने वाटचाल होणे काळाची गरज आहे.

ग्राहक अशाप्रकारे नाना प्रकारच्या वस्तू व सेवा आपण ग्रहण करतो. त्यांच्या ग्रहणामुळे किंवा उपयोगामुळे आपणास समाधान मिळते याला आपण, 'आपली गरज पूर्ण झाली किंवा गरज भागली' असे म्हणतो. संकुचित अर्थाने आपण असे म्हणू शकतो की, वस्तू व सेवांमधील उपयोगितेचा वापर, आपली गरज भागविणाऱ्या व्यक्ती म्हणजे 'ग्राहक' होय.

आधुनिक अर्थशास्त्राचा जनक ॲडम स्मिथ (इ.स. १७२३-१७९०) याने Consumer ची व्याख्या करताना म्हटले, 'मानवी गरजा भागविण्यासाठी जड वस्तू किंवा सेवारूप वस्तूंचा उपयोग करणे म्हणजे Consumption उपभोग आणि ही क्रिया करणारा तो Consumer उपभोक्ता.'

शहरी व ग्रामीण ग्राहक

भारत शेतीप्रधान व खेड्यांचा देश आहे. आजही जवळजवळ ८० टक्के लोक खेड्यात राहतात. शेती हा भारतीय अर्थव्यवस्थेचा मुख्य आधार आहे. भारतातील कोट्यवधी लोक शेती व्यवसायावर अवलंबून आहेत. या कोट्यवधी लोकांचा शेती हा केवळ व्यवसाय नसून ती त्यांची जीवनपद्धती आहे.

शेतकरी व शेतमजूर हे दोन प्रमुख घटक खेड्यात आहेत आणि ग्रामीण भागात हे वास्तव्य करून आहेत. त्यामुळे असे म्हणता येईल की, आपल्या देशातील मनुष्यबळाचा जास्तीत जास्त वापर शेती व्यवसायात होतो व शेती व्यवसाय हे त्यांच्या उपजीविकेचे प्रमुख साधन आहे. याचाच अर्थ ग्रामीण भागात शेतकरी ग्राहक हा प्रमुख घटक आहे व तो प्रामुख्याने शेतकरी आहे.

सुरुवातीच्या काळात जंगलात भटकणारा माणूस स्थिरावला, एका ठिकाणी राहू लागला व त्यातूनच खेडी निर्माण झाली. सुरुवातीपासूनच खेडी शेतीवर आणि शेतीशी संबंधित कार्यावर अवलंबून होती. औद्योगिकीकरणामुळे त्यांतील काही खेड्यांचे रूपांतर शहरांमध्ये झाले. साहजिकच शहरात औद्योगिक कार्य मोठ्या प्रमाणावर होऊ लागले व त्यातूनच एक वेगळ्या प्रकारची विभागणी अस्तित्वात आली. शहरात औद्योगिक कार्य मोठ्या प्रमाणावर होऊ लागले आणि खेड्यात शेतीकार्य होऊ लागले.

शहरातील लोक जवळच्या अथवा दूरच्या खेड्यात उत्पन्न होणाऱ्या शेतीमालावर अवलंबून होते. यामुळे शहरे आणि खेडी उत्पादक आणि काम करून उत्पादकाला हातभार लावणारे, अंगमेहनत करणारे, श्रमजीवी आणि बुद्धिजीवी अशी विभागणी झाली.

उपयुक्तता

गरजा भागविण्याची जी क्षमता ह्या वस्तू वा सेवांमध्ये असते त्या क्षमतेलाच त्या वस्तू वा सेवेतील उपयुक्तता असे म्हणतात. गरजा भागविण्यासाठी आपण ह्या वस्तूंमधील उपयुक्तताच वापरत असतो. ह्या प्रक्रियेत काही वेळा वस्तूचा नाशही होत असतो.

आपल्या गरजा भागविण्यासाठी विविध वस्तू व सेवांमधील उपयुक्ततांचा नाश करणे (Destruction of utilities for the satisfaction of needs) म्हणजेच उपभोग (Consumption) होय. उपभोग घेण्याची कृती करणारी व्यक्ती उपभोक्ता (Consumer) म्हणून ओळखली जाते. बऱ्याच वेळा उपभोक्ता किंवा त्याचे इंग्रजी रूप असणाऱ्या Consumer या शब्दासाठीच मराठीत ग्राहक हा शब्द वापरला जातो.

ग्रामीण आणि शहरी ग्राहक यांची तुलना

नं.	तुलनेचा मुद्दा	ग्रामीण ग्राहक	शहरी / नागरी ग्राहक
१.	अर्थ-व्याख्या	जो ग्रामीण भागात राहतो किंवा खेडेगावात राहतो.	जो नागरी भागात किंवा शहरात राहतो
२.	ग्राहकाचा व्यवसाय व उत्पन्नाचे साधन	शेती, शेतमजुरी आणि शेतीला पूरक सेवा पुरविणारे व्यवसाय करून उत्पन्न मिळवणे.	कारखाने, उद्योगधंदा व कारागीर, इतर शासकीय व निमशासकीय, प्रशासकीय कर्मचारी म्हणून नोकरी करून उत्पन्न मिळविणे.
३.	वस्तूचे स्वरूप	बहुतेक वस्तूंत भेसळ असते. निकृष्ट दर्जाचा माल असतो. उत्पादित वस्तू नकली, बोगस वस्तू बाजारात मिळतात.	सर्व प्रकारच्या दर्जात वस्तू उपलब्ध असतात. भेसळ व नकली डुप्लिकेट वस्तूंचे प्रमाण कमी असते.
४.	खरेदीचे स्थान व काळ	गावाच्या मध्यभागी आठवडे-बाजार भरतो. गावातील तसेच परिसरातील विक्रेते वस्तू विक्रीस आणतात. ग्रामीण ग्राहक हप्ताभरात लागणाऱ्या वस्तूंची खरेदी करतो. ग्रामीण ग्राहक सण-उत्सवात जास्त खरेदी करतात. ही खरेदी हंगामी असते.	शहराच्या मध्यवर्ती ठिकाणी बाजारपेठ असते. दैनंदिन बाजाराचे स्वरूप असते. काही ग्राहक दैनंदिन खरेदी करतात. बहुतांशी नोकरवर्ग आवश्यक गरजेच्या वस्तू महिन्यासाठी खरेदी करतात व इतर वस्तू दररोज खरेदी करतात.
५.	खरेदी शक्ती	शहरातील ग्राहकांच्या तुलनेत खरेदी शक्ती कमी असते; कारण काही ग्राहकांचे अल्प उत्पन्न, काहींचे उत्पन्न जास्त असून खरेदीची मनोवृत्ती नसते. बहुतेक ग्राहक छुपे बेरोजगार, अर्ध-बेरोजगार असतात त्यामुळे खरेदीशक्ती अल्प असते.	ग्रामीण ग्राहकांच्या तुलनेत खरेदीशक्ती जास्त असते; कारण शहरी कुटुंब मर्यादित असते. घरातील नवरा-बायको दोघेही शक्यतो नोकरी करतात त्यामुळे उत्पन्न जास्त मिळते.
६.	खरेदीचा दर्जा व जागृती	शक्यतो ग्रामीण ग्राहकाला दुय्यम दर्जाचा वस्तू पुरवठा होत असल्याने त्याला एक प्रकारे	वस्तूच्या दर्जाबाबत खबरदारी घेतली जाते. आपल्याला

		दुय्यम दर्जाच्या व डुप्लिकेट कमी किमतीच्या वस्तू खरेदी करणं अंगवळणी पडलेले दिसते. मुद्दाम जागृत नसल्याचे दाखवतो व निकृष्ट दर्जाच्या वस्तू खरेदी करतो.	आवश्यक अशा दर्जाच्या म्हणजे तिन्ही दर्जाच्या वस्तू खरेदी केल्या जातात. एक जागृत ग्राहकाचे लक्षण आहे.
७.	महत्त्वाची बाब	शेतकऱ्याची जमीन ही त्याच्या दृष्टीने महत्त्वाची, जिव्हाळ्याची, श्रद्धेची बाब असते. भारतात शेतकरी जमिनीला काळी आई म्हणतो ; ते याच दृष्टीने. या जमिनीबद्दलचे प्रश्न सोडविले जावेत, त्याचे अधिकार व मालकी सुरक्षित रहावी याबाबत तो प्रयत्नशील असतो.	शहरातील नागरिक आपली नोकरी- व्यवसाय, आपले घरदार याबाबत जागरूक असतो. भारतात शहरातील लोकांचा चाकरमाने म्हणून उल्लेख केला जातो. आपल्या नोकरीचे प्रश्न सुटावेत. आपल्या निवाऱ्याचे प्रश्न सुटावेत ; दैनंदिन जीवन सुखकर व्हावे याबाबत तो प्रयत्नशील असतो. रोटी, कपडा और मकानचे प्रश्न सुटावेत.
८.	शिक्षण साक्षरता	ग्रामीण ग्राहकामध्ये साक्षरतेचे प्रमाण कमी आढळते. विशेषत्वाने स्त्रीसाक्षरतेचे प्रमाण फारच कमी असते. त्यामुळे निरक्षरतेमुळे असंख्य समस्या निर्माण होतात.	खेड्याच्या मानाने शहरात साक्षरतेचे प्रमाण अधिक असते. विशेषत्वाने स्त्रियांच्या साक्षरतेचे प्रमाण खेड्यांच्या तुलनेने अधिक असते. तथापि, स्त्री- शिक्षणाचे प्रश्न शहरातही आहेतच.
९.	आरोग्य	अज्ञानामुळे, अशिक्षितपणामुळे, अंधश्रद्धेमुळे ग्रामीण भागात सार्वजनिक आरोग्य राखण्यात अडथळे निर्माण होतात. निरनिराळ्या साथीच्या रोगांचे प्रमाण खेड्यात मोठ्या प्रमाणावर आढळून येते. आरोग्यसेवाही वेळेवर उपलब्ध होऊ शकत	खेड्याच्या तुलनेत शैक्षणिक वातावरणामुळे आणि आरोग्यसेवा तातडीने उपलब्ध होऊ शकत असल्यामुळे शहरात साथीचे, रोगराईचे प्रमाण कमी असते. गलिच्छ वस्त्या,

		नाही. रोगी दगावण्याचे प्रमाण अधिक असते. ग्रामीण ग्राहकांना आरोग्यसेवा उपलब्ध होणे, योग्य ती मदत वेळेवर मिळणे, इत्यादी समस्यांना तोंड द्यावे लागते.	झोपडपट्ट्या याला अपवाद आहेत. रोग्याला त्वरित उपचार मिळाल्यामुळे तो वाचण्याची शक्यता अधिक असते.
१०.	प्रदूषण, घाण, अस्वच्छता	खेड्यात कोणतेही पदार्थ अथवा ऊर्जा पर्यावरणात (हवा, जल, भूमी) प्रमाणात मिसळली जात नाही. त्यामुळे निसर्गाचे संतुलन कायम राखले जाते व वातावरण मानवी आरोग्यास पोषक असते. खेड्यात हवाप्रदूषण, भूप्रदूषण, जलप्रदूषण, आवाजाचे प्रदूषण इत्यादींचे प्रमाण कमी असते; परंतु उकिरड्यांचे प्रमाण जास्त असते. सांडपाणी, शौचालयांच्या सोयी नसतात. गावाच्या रस्त्यांवर घाण व दुर्गंधी असते. तुलनात्मक प्रदूषणामुळे निर्माण होणाऱ्या असंख्य समस्या कमी प्रमाणात भेडसावतात.	शहरात मानवनिर्मित प्रक्रियांमधून बाहेर पडणारे अनेक टाकाऊ, विषारी पदार्थ, हवा, जल आणि भूमी यांमध्ये मिसळले जातात. त्यामुळे विविध प्रकारची प्रदूषणे निर्माण होतात. मानवासहित इतर सर्व सजीवांना विनाशकारी ठरू शकेल इतक्या प्रमाणात निरनिराळ्या प्रकारची प्रदूषणे शहरात आढळून येतात. शहरी ग्राहक हे सोसतो आहे. रोजगारासाठी शहरात येऊन स्थायिक होणाऱ्यांची संख्या अफाट वाढल्यामुळे शहरात केर-कचरा, सांडपाणी, मैलापाणी इत्यादींची नीट विल्हेवाट लावणे अवघड झाले आहे. त्यातूनही अनेक समस्या निर्माण होत आहेत.
११.	समस्यांचे स्वरूप	शेतकरी ग्राहकांच्या समस्या प्रामुख्याने पुढील बाबींशी निगडित असतात. शेतकरी ग्राहकांचे हक्क, भूमी अभिलेख, जमिनीची मोजणी, पीकपाहणी, पैसेवारी, खातेवाटप, शासकीय वसुली, बिगरशेती परवानगी, रेशनकार्ड, विविध प्रकारच्या परवानग्या, विविध प्रकारच्या	शहरी ग्राहकांच्या समस्या प्रामुख्याने पुढील बाबींशी निगडित असतात. वस्तू व सेवांची खरेदी-विक्री, गॅरंटी, वॉरंटी, घरबांधणी, कर्ज प्रकरणे, घराचा ताबा, विद्युतपुरवठा, पाणीपुरवठा, बँक, पोस्ट, वाहतूक, विमा, गॅस इत्यादी सेवांचा पुरवठा, प्रदूषणाच्या समस्या,

		शेतीच्या योजना, विविध प्रकारचे दाखले, उतारे, नकला, पुनर्वसन, ग्राम-पंचायतीच्या नोंदी, पाणी परवानगी, शेतीची अवजारे, शेतीच्या विविध अनुदान योजना, बी-बियाणे, खते, कीटकनाशके, विद्युत्पुरवठा, बँकातील कर्जप्रकरणे, पीक विमा इत्यादी.	आरोग्यसेवा, दूरसंचार सेवा, वितरण व्यवस्था, वाहनविषयक समस्या, विक्रीकर सेवा इत्यादी.
१२.	सेवांचे स्वरूप	ग्रामीण भागातील ग्राहकांना वाहतूक, विद्युत्सेवा, टपालसेवा, विमा सेवा, बँक सेवा, आरोग्य-सेवा, इत्यादींचा प्रामुख्याने अपुरा पुरवठा असतो. या सेवा खंडित, अपुऱ्या व प्रसंगी सेवाच उपलब्ध नसणे यांसारख्या समस्यांना तोंड द्यावे लागते.	शहरात वाहतूक, विद्युत, टपाल, विमा, बँका, आरोग्य, इत्यादी सेवा प्रामुख्याने उपलब्ध असतात; पण त्यांच्यावरील अतिरिक्त ताणामुळे त्या कार्यक्षम राहू शकत नाहीत. त्यांचे दरही वाढीव स्वरूपाचे असतात. त्या अचूक, वेळेवर व अधिक कार्यक्षम व्हाव्यात याबाबतच्या समस्यांना तोंड द्यावे लागते.
१३.	वस्तू अगर सेवा-निवडीस असणारा वाव	ग्रामीण भागात वस्तू अगर सेवांचा पुरवठा मर्यादित असल्यामुळे वस्तूंच्या निवडीबाबत ग्रामीण ग्राहकाला फारसा वाव नसतो. त्यामुळे तो उपलब्ध वस्तूंच्या पुरवठ्यातूनच आपली गरज भागवतो.	शहरात वस्तू अगर सेवांचा पुरवठा मोठ्या प्रमाणावर असल्यामुळे, त्यात विविधता असल्यामुळे शहरी ग्राहकांना वस्तू निवडीबाबत भरपूर वाव असतो. त्यामुळे शहरी ग्राहक अधिक चोखंदळ असतो व वस्तूंच्या खरेदीवर अधिकाधिक पैसे खर्च करण्याकडे त्याचा कल असतो.
१४.	वस्तूच्या किमती	ग्रामीण भागात वस्तूची विक्री करताना जाहिरात, वितरण, वाहतूक, प्रदर्शन, इत्यादीं-बाबतचा खर्च कमी असल्यामुळे वस्तूंच्या किमती कमी असतात. खेड्यात भाजीपाला,	शहरात वस्तूची विक्री करताना जाहिरात, वाहतूक, वितरण, प्रदर्शन इत्यादींबाबतचा खर्च जास्त असतो. शिवाय करआकारणीही जास्त असल्यामुळे वस्तूंच्या किंमती अधिकाधिक असतात. शहरात

		फळफळावळ, दूध, धान्य यांच्या किंमती शहराच्या तुलनेत कमी असतात.	महागाई तीव्रतेने जाणवते. शहरात खेड्याच्या तुलनेत भाजीपाला, धान्य, फळफळावळ, दूध इत्यादी गोष्टी महागच मिळतात.
१५.	गरजांची तीव्रता	ग्रामीण भागात लोक प्रामुख्याने गरीब, अशिक्षित असल्यामुळे जीवनावश्यक गरजांची पूर्तता होणे त्यांच्या दृष्टीने अग्रक्रमाची बाब असते. प्रतिष्ठेच्या किंवा चैनीच्या गरजा यांच्याकडे त्यांचे फारसे लक्ष नसते; कारण त्यासाठी लागणारी आर्थिक कुवत मर्यादित असते.	शहरी भागात प्रामुख्याने लोक शिक्षित, मध्यमवर्गीय, श्रीमंत असल्यामुळे जीवनावश्यक गरजांबरोबरच चैनीच्या गरजा, प्रतिष्ठेच्या गरजा यांबाबतही ते आग्रही असतात. चैनीच्या वस्तूंची विक्री शहरातच अधिक प्रमाणात केली जाते.
१६.	जीवनशैलीवर परिणाम करणारे घटक	प्रामुख्याने ग्रामीण भागातील जीवनशैलीवर अज्ञान, अंधश्रद्धा, असंघटन हे घटक परिणाम करीत असतात; त्यातून अनेक समस्या निर्माण होतात.	प्रामुख्याने शहरी भागातील जीवनशैलीवर संघटित शक्तीतून अडवणूक, भ्रष्टाचार आणि चंगळवाद हे घटक अधिक परिणाम करीत असतात. त्यातून अनेक समस्या निर्माण होतात.
१७.	स्थानिक स्वराज्यसंस्थांचे नियम व कर आकारणी	खेड्यामध्ये प्रामुख्याने ग्राम-पंचायती, ग्रुप ग्रामपंचायती अस्तित्वात असतात. ग्राम-पंचायतीचे नियम महानगर-पालिकेपेक्षा बरेच लवचिक, सोपे आणि नागरिकांना फारसे जाचक नसतात. त्यामुळे घरबांधणी-बाबत घरमालकास खूपच स्वातंत्र्य असते. करआकारणी कमी असते. उदाहरणार्थ, जकात कराचे दर कमी असतात.	शहरामध्ये प्रामुख्याने नगर-पालिका, महानगरपालिका, अस्तित्वात असल्यामुळे त्यांचे नियम, अटी अतिशय काटेकोर आणि जाचक असतात. त्यामुळे घरबांधणीबाबत खूपच अटी, नियम यांचे काटेकोर पालन करावे लागते. करआकारणीही मोठ्या प्रमाणावर असते. उदा. जकात कराचे दर अधिक असतात.
१८.	सरकारचे धोरण	ग्रामीण भागत रस्ते, पाणी, वीज, वाहतूक, टेलिफोन, आरोग्य, इत्यादी सेवा तत्परतेने पोहोविण्याबाबत, ग्रामीण	शहरी भागात टोल, जकात सेवा, शुल्क यांच्या वसुलीबाबत महसूल जमा होण्याची शक्यता अधिक असल्यामुळे या भागात सेवांचा

	ग्राहकांच्या उदासीनतेबाबत आणि ते असंघटित असल्यामुळे सरकारदेखील सेवाशुल्काचा विचार करून या सेवांना दुय्यम प्राधान्य देते.	पुरवठा तत्परतेने केला जातो. लोकसंख्याही प्रचंड असल्यामुळे वरील सेवांना प्राधान्य देण्याबाबत सरकारवर दबाव आणला जातो व त्यातून विकास झपाट्याने होतो.
१९. ग्राहकांना सोयीसवलती	ग्रामीण भागात राहणाऱ्या लोकांची एकूण संख्या जास्त असली तरी ती संख्या विखुरलेली असल्यामुळे ती प्रत्यक्षात खेड्याच्या ठिकाणी कमी असते. त्यामुळे ग्राहकांना देण्यात येणाऱ्या सोयीवलती, प्रलोभने, हप्तेबंद पद्धती, कर्जपुरवठ्याच्या सोयी इत्यादी गोष्टीही मर्यादित असतात.	शहरी भागात एकूण राहणाऱ्या लोकांची संख्या कमी असली तरी प्रत्यक्ष शहराच्या ठिकाणी ती प्रचंड असते, अफाटच असते. त्यामुळे ग्राहकांना सोयीसवलती, प्रलोभने, हप्तेबंद पद्धती, कर्जपुरवठ्याच्या सोई इत्यादी गोष्टीही मोठ्या प्रमाणावर उपलब्ध असतात.
२०. ग्राहक चळवळ व ग्राहक संरक्षण कायद्याबाबत जाणीव	ग्रामीण भागात स्वयंसेवी संघटना पोहोचलेल्या नाहीत. त्यामुळे जागृती झालेली नाही. अर्थात, शिक्षण साक्षरता कमी असल्यामुळे कोणत्याही कायद्याबाबत कमालीचे अज्ञान आहे. ग्राहक संरक्षण कायदा काय आहे? खेडेगावात माहीत नाही.	ग्राहक काहीअंशी ग्राहकांच्या हक्कांबाबत जागृत असल्यामुळे शहरी भागात स्वयंसेवी संघटना कार्यरत असल्यामुळे ग्राहक-चळवळीची जाणीव आहे; आणि स्वयंसेवी संघटनांच्या प्रबोधनाने शहरी ग्राहकांना ग्राहक संरक्षण कायद्याची जाणीव होत आहे.

ग्राहकवाद – अर्थ (Consumerism - Meaning) :

जेव्हा पैसा किंवा इतर मोबदल्याच्या बदल्यात ग्राहक एखादी वस्तू किंवा सेवा विकत घेतो तेव्हा ग्राहकाला काही विशिष्ट हक्क प्राप्त होतात. त्याचे हक्क, तक्रारी, समाधान यांविषयी संघटितपणे विचार करण्याचा प्रयत्न म्हणजे ग्राहकवाद होय.

ग्राहकवादाची व्याख्या

विकत घेतलेल्या वस्तू / सेवांची गुणवत्ता, किंमत, टिकाऊपणा, सुरक्षितता यांबाबत ग्राहकांचे संरक्षण करणे, त्यांच्या तक्रारींचे निवारण करणे, वस्तूंच्या वेष्टणातून किंवा जाहिरातीतून ग्राहकांची दिशाभूल न होऊ देणे या सर्व बाबींचा बारकाव्याने विचार करून ग्राहकांना मदत करण्यासाठी केलेला प्रयत्न म्हणजे ग्राहकवाद.

व्याख्या :

१) फिलिप कोटलर : ग्राहक चळवळ ही केवळ संघटित प्रयत्नांपुरतीच मर्यादित नाही, तर विक्रेत्यांच्या संदर्भात खरेदीदारांचे हक्क व अधिकारांचे जतन करणे हेही ग्राहक चळवळीचे कर्तव्य आहे.

२) सिनेटर चार्जस पर्सी : ग्राहक चळवळ म्हणजे नोकरशाहीकडून जनतेची झालेली उपेक्षा व उद्योगजगताकडून सामान्य माणसाकडे केलेले दुर्लक्ष, याविरुद्ध जनतेने विस्तृत स्तरावर व्यक्त केलेली प्रतिक्रिया.

वेगवेगळ्या देशांत ग्राहक चळवळ उदयास येऊन विकसित झाली.

वर्ष	देश
१९००	अमेरिका
१९१०-१९	ब्रिटन
१९२०-२९	नेदरलँड (१९२६)
१९३०-३९	नॉर्वे
१९४०-४९	आयर्लंड (१९४२)
१९४७	डेन्मार्क
१९४८	फेडरल रिपब्लिक ऑफ जर्मनी, स्वित्झर्लंड, जपान
१९५०	केनिया, फ्रान्स
१९५३	आइसलँड
१९५५	इस्त्रायल, इटली
१९५६	कॅनडा
१९५७	बेल्जियम
१९५८	श्रीलंका
१९५९	ऑस्ट्रेलिया, न्यूझिलंड
१९६१	ऑस्ट्रिया, साउथ आफ्रिका
१९६१	फिलिपाइन्स, लक्झेम्बर्ग
१९६३	कोरिया, युगोस्लाव्हिया
१९६४	ग्रीनलँड
१९६५	नायजेरिया
१९६६	भारत (इंडिया), जमेका
१९६७	मॉरिशस
१९६८	पाकिस्तान, व्हेनेझुएला

१९६९	तैवान, स्पेन
१९७०	सेंट लुसी
१९७१	सिंगापूर, तुर्की, फिजी, गयाना
१९७२	गामा, मेक्सिको
१९७३	इंडोनेशिया, थायलंड, स्वीडन
१९७४	आयर, पोर्तुगाल, इजिप्त
१९७८	बांग्लादेश
१९८६	भारत (इंडिया)
१९८८	पाकिस्तान, मॉरिशस, श्रीलंका, सिंगापूर
१९९०	भारत (इंडिया)
१९९२	पाकिस्तान
१९९५	साउथ आफ्रिका

Other laws showing spirit of consumerism

1860	- Indian Penal Code.
1865	- Carrier Act.
1872	- Indian Contract Act.
1908	- The Code of Civil Procedure.
1918	- The Usurious Loans Act.
1930	- Sale of Goods Act.
1930	- Dangerous Drug Act.
1937	- Agricultural Produce Grading & Marketing Act.
1940	- Drugs and Cosmetics Act.
1950	- Emblems and Name (prevention of improper use) Act.
1950	- The Drugs Control Act.
1951	- The Industries (development & regulation) Act.
1952	- Indian Standards Institution (certification of Marks).
1952	- Standards Weight and Measures Act.
1954-1963	- Prevention of Food Adulteration Act.
1954	- Drugs and Magic Remedies (Objectionable Advertisement Act).
1954	- Essential Commodities.
1955	- The Protection of Civil Right Act.
1955	- Essential Commodities Act.
1956	- Standards of Weights and Measures Act.

1957	- Standards Weight and Measures (Packaged commodities) Rules.
1958	- The Trade and Merchandise Marks Act.
1963	- The Export (Quality Control and Inspection) Act.
1963	- The Specific Relief Act.
1968	- Essential Services Maintiance Act.
1969 - 70	- Monopolies and Restrictive Trade Practices Act.
1972	- Hire Purchase Act.
1973	- The Code of Criminal Procedure.
1974	- The Water (Prevention and Control of Pollution Act).
1976	- A Standards of Weight and Measures Act was revised.
1976	- Drugs and Cosmetics Control Act.
1980	- Essential Commodities Act.
1980	- The Prevention of Blackmarketing and Maintenance of Supplies Practices Act of Essential (Amendment) Commodities Act.
1981	- The Air (Prevention and controll of pollution) Act.
1984	- (Amendment) Monopolies and Restrictive Trade.
1986	- The Bureau of Indian Standard Act.
1986	- Consumer Protection Act (modified in 1988 & 1993).
1991	- The Public Liability Insurance Act.

ग्राहक चळवळीची गरज / महत्त्व (Importance of Consumerism) :

१) **ग्राहकाची अडवणूक थांबवणे**

भारतातील ग्राहक अजूनही जे मिळेल त्यात समाधान मानतो, परंतु भ्रष्ट प्रवृत्तीचे व्यापारी, मध्यस्थ चुकीच्या जाहिराती, खोटी आश्वासने यामुळे ग्राहकांची मोठ्या प्रमाणावर अडवणूक होत असते, ती बंद करण्यासाठी ग्राहक चळवळीची गरज आहे.

२) **ग्राहकांच्या हक्कांचे संरक्षण**

कायद्याने ग्राहकांना काही मूलभूत हक्क प्राप्त झाले आहेत. त्यांचे पालन होत नसल्याने ग्राहक चळवळीची गरज निर्माण झाली.

३) **ग्राहकांचे प्रतिनिधित्व करणे**

ग्राहकांना अन्यायाविरुद्ध व्यक्तिश: संघर्ष करणे कठीण असते. त्यांची एकजूट करून अन्यायाविरुद्ध, शोषणाविरुद्ध दाद मागण्यासाठी ग्राहक चळवळीची निर्मिती आवश्यक आहे.

२२ । ग्राहक संरक्षण आणि व्यावसायिक नीतिमूल्ये

४) **ग्राहक शिक्षण**

ग्रामीण भारतात असंख्य ग्राहक अजूनही निरक्षर आणि अज्ञानी आहेत. त्यांची दिशाभूल करणे, व्यापारात फसवणूक करणे हे नित्याचेच प्रकार झाले आहेत. अशा परिस्थितीत ग्राहकांना शिक्षण देऊन त्यांनी कष्टांनी मिळविलेल्या पैशांचा योग्य मोबदला मिळवून देण्याची गरज आहे व ही गरज ग्राहक चळवळीतून पूर्ण होऊ शकते.

५) **ग्राहक/ विक्रेत्यांचा संघर्ष**

वारंवार होणाऱ्या पिळवणुकीमुळे भारतातील बहुसंख्य ग्राहकांच्या मनात व्यापारी वर्गाबद्दल शंका असतात. व्यापार प्रक्रिया पारदर्शक करून ग्राहक / व्यापारी वर्गात निकोप संबंध निर्माण करण्याची गरज आहे व ती ग्राहक चळवळीतून पूर्ण होऊ शकते.

ग्राहक चळवळीची उद्दिष्टे / फायदे (Objections and Benefits of Consumerism) :

भारतात ग्राहकांची होणारी पिळवणूक थांबवण्यासाठी १९८६ मध्ये ग्राहक संरक्षण कायदा अस्तित्वात आला व त्यामुळे ग्राहक चळवळीला एक कायदेशीर आधार प्राप्त झाला. या नवीन संदर्भात ग्राहक चळवळीची उद्दिष्टे खालीलप्रमाणे सांगता येतील.

१) **ग्राहकांना त्यांचे कायदेशीर हक्क प्राप्त करून देणे**

ग्राहकांना भारतीय घटनेनुसार विकत घेतलेल्या वस्तू / सेवेबाबत माहिती प्राप्त करून घेणे, वस्तू व सेवा पारखून पाहणे, धोकादायक वस्तूंपासून स्वतःचे संरक्षण करणे, ग्राहक प्रशिक्षण व विक्रीपश्चात सेवेचा हक्क मिळवून देणे, वस्तू / सेवा खरेदीत होणारा अन्याय दूर करणे, निवड करण्याचा हक्क प्राप्त करणे, तक्रारीचे योग्य प्रकारे निवारण होणे, मूलभूत गरजा भागवल्या जाणे याबाबत बरेच अधिकार आहेत व ते मिळवून देणे हे ग्राहक चळवळीचे एक मोठे उद्दिष्ट आहे.

२) **ग्राहक प्रशिक्षण**

आपल्या हक्कांविषयी भारतीय ग्राहक अजूनही मोठ्या प्रमाणावर अनभिज्ञ आहे. ग्राहक चळवळीतून ग्राहकांना हक्क कसे प्राप्त करावेत, अन्यायाविरुद्ध दाद कशी व कुठे मागावी, संघटितरीत्या ग्राहकशक्ती कशी जागवावी याचे प्रशिक्षण मिळण्याची गरज असते व असे शिक्षण प्राप्त करून देणे हे ग्राहक चळवळीचे एक मोठे उद्दिष्ट आहे.

३) **ग्राहकांची पिळवणूक थांबवणे**

ग्राहकांचे भारतात अनेक प्रकारे शोषण केले जाते. वजनमापात घोटाळा असणे, गुणवत्तेत कमी असणे, वस्तूंमध्ये भेसळ असणे, कृत्रिम टंचाई निर्माण करणे, व्यापाऱ्यांनी स्वत:च्या फायद्यासाठी दैनंदिन वस्तूंमध्ये घातक पदार्थांचा वापर करणे, जाहिरातीत / माहिती पत्रकात दिलेले गुणधर्म प्रत्यक्ष वस्तूत न आढळणारी खोटी आश्वासने देणे अशा अनेक प्रकारांनी ग्राहकांची फसवणूक होत असते. वेष्टणावर किरकोळ विक्रीची भरमसाट किंमत छापून अव्वाच्या सव्वा फायदा उकळणे ही तर नित्याचीच बाब झाली आहे. याविरुद्ध आवाज उठवणे हे ग्राहक चळवळीचे एक महत्त्वाचे उद्दिष्ट आहे.

४) **वस्तू / सेवांची उपलब्धी विस्तारणे**

भारतात अजूनही अनेक अत्यावश्यक वस्तू / सेवांची उपलब्धता पुरेशी नाही. विशेषत: ग्रामीण व दुर्गम भागात औषधे, आवश्यक अन्नघटकांच्या अपुऱ्या पुरवठयामुळे बरीच मोठी जनता या गोष्टींपासून वंचित राहते. विपणनव्यवस्थेत सुधार करून उपलब्धता वाढवणे हेही ग्राहक चळवळीचे एक महत्त्वाचे उद्दिष्ट ठरू शकते.

५) **रास्त किमतीत वस्तू / सेवा प्राप्त करून देणे**

वाढत्या महागाईची झळ मध्यम वर्गाला व गरीब वर्गाला सतत जाणवत असते. भारतातील ग्राहकांना आवश्यक वस्तू / सेवा रास्त किमतीत उपलब्ध होण्यासाठी ग्राहकांनीच एकत्र होऊन संघर्ष करण्याची आवश्यकता आहे. ग्राहक चळवळीच्या माध्यमातून या दिशेने प्रयत्न होऊ शकतो.

६) **आंतरराष्ट्रीय व्यापारापेक्षा अंतर्गत व्यापारा महत्त्व**

भारतात तयार होणाऱ्या उत्कृष्ट मालाला चांगल्या भावात परदेशी बाजारपेठ उपलब्ध होत असल्याने भारतीय ग्राहकांना अनेक चांगल्या वस्तूंपासून वंचित रहावे लागते किंवा त्या वस्तू भरमसाट भावात खरेदी कराव्या लागतात. उदा. हापूस आंबा, काश्मिरी गालिचे वगैरे ग्राहक चळवळीचे हे एक उद्दिष्ट आहे की आंतरराष्ट्रीय दबावाखाली भारतीय ग्राहकांची गैरसोय होऊ नये.

७) **प्रदूषणापासून बचाव**

भारतात अनेक ठिकाणी प्रदूषित कच्चा माल, पाणी व रसायने वापरून अनेक वस्तूंची निर्मिती केली जाते. ग्राहकांच्या आरोग्यास त्यामुळे धोका पोहोचतो याकडे दुर्लक्ष केले जाते. ग्राहकांचे प्रदूषित मालापासून संरक्षण करणे हा ग्राहक चळवळीमागील एक महत्त्वाचा हेतू आहे.

८) **ग्राहकशक्ती संघटित करणे**

भारतातील ग्राहक विखुरलेला आहे. अन्यायाला व्यक्तिश: प्रतिकार करणे त्याला शक्य नसते. ग्राहकांना संघटित करून अन्याविरुद्ध, अनुचित पद्धतीबद्दल आवाज उठवण्यासाठी ग्राहक चळवळीने विडा उचलणे आवश्यक आहे.

९) **मध्यस्थांची संख्या कमी करणे**

भारतात उत्पादकाकडून ग्राहकापर्यंत फार मोठी वितरणसाखळी असते. प्रत्येक पायरीवर वस्तूंच्या किमतीत भर पडून अंतिम ग्राहकाला फार मोठी किंमत मोजावी लागते. मध्यस्थांची संख्या कमी झाल्यास ग्राहकांना रास्त किमतीत वस्तू उपलब्ध होतील; म्हणून उत्पादकांकडून थेट ठिकठिकाणी प्रयत्न करणे किंवा मध्यस्थांची साखळी कमी करणे हे ग्राहक चळवळीचे एक उद्दिष्ट ठरू शकते.

१०) **शोषणमुक्त समाजाची निर्मिती**

ग्राहक हा केंद्रबिंदू व त्याच्या भोवतालचे असलेले अर्थव्यवहाराचे परिघ यांचे संतुलन साधण्याचे व तसेच समाजातील प्रत्येक व्यक्तीच्या मनात समाजासाठी काही ना काही करण्याचे विचार रुजविणे हेच ग्राहक चळवळीचे मुख्य उद्दिष्ट होय.

११) **अर्थव्यवहारांवर सामाजिक नियंत्रण**

ग्राहकाला उत्पादक जे उत्पादन पुरवत असे त्यासाठी ग्राहकांनी कुठल्याही प्रकारची तक्रार करू नये, या परिस्थितीचे उच्चाटन करण्याचे काम ग्राहक-चळवळीने केले आहे. व्यापारी, शास्त्रीय यंत्रणा, उत्पादक या सर्वांकडून होणाऱ्या ग्राहकांच्या पिळवणुकीविरुद्ध लढण्याचे बल सामान्य नागरिकांना देणे हे उद्दिष्ट ग्राहक चळवळीसमोर प्रामुख्याने आहे.

१२) **कल्याणकारी अर्थव्यवस्था**

जागरूक व संघटित ग्राहकांच्या मदतीने शोषणमुक्त समाजाची निर्मिती करणे. कारखानदार, कामगार व ग्राहक हे घटक परस्परांचे विश्वस्त असावेत व त्यांचा समन्वय व संतुलनातून शोषणमुक्त कल्याणकारी अर्थव्यवस्थेची संकल्पना साकार व्हावी हेही एक ग्राहक चळवळीचे प्रमुख उद्दिष्ट आहे.

ग्राहकवादाचे फायदे (Benefits of Consumerism) :

१) **विपणन संबंध**

ग्राहक आणि व्यापारी (विपणनकार) यांच्यामध्ये परस्परावलंबी आणि सलोख्याचे

संबंध हे ग्राहकवादामुळे निर्माण होत असतात. त्याच्यातील परस्परात असणाऱ्या सामंजस्यावर व्यापाऱ्यांच्या सामाजिक कल्पनांना उत्तेजन मिळते. ग्राहक आणि व्यापारी यांच्यात आंतरक्रिया होऊन विचारांची देवाणघेवाण होते आणि त्यांच्यामध्ये व्यवसाय आणि समाजाच्या फायद्याच्या दृष्टीने संबंध निर्माण होऊन हितसंबंध जोपासले जातात.

२) उत्पादकांसाठी फायदेशीर

प्रत्येक व्यक्तीच्या आवडीनिवडी या वेगळ्या असतात. त्यामुळे व्यापाऱ्यांना किंवा उत्पादकांना मोठी कसरतच करावी लागते. ग्राहकांच्या आवडीनिवडीतील फरक, बदल याबाबत माहिती मिळवावी लागते. त्याचप्रमाणे ग्राहकांना नेमके काय हवे आहे, याचा पाठपुरावा करून उत्पादकांना आपल्या उत्पादन वा सेवेमध्ये बदल घडवून आणता येतात. हे सर्व काही ग्राहकवादामुळेच शक्य होते. ग्राहकाच्या समस्या, अडचणी, सूचना, व्यवसाय सुरळीत चालण्यामध्ये येणाऱ्या अडचणी त्यांना ग्राहकवादामुळे टाळता येतात.

३) गैरव्यवहार आणि अनुचित व्यापारीपद्धतींना आळा बसतो

अन्नधान्यातील भेसळ, भरमसाठ किमतीमधील वाढ, कृत्रिम टंचाई, काळाबाजार यांसारख्या समस्या वारंवार वाढतच आहेत. अशा गैरव्यवहारांना आळा बसविण्यासाठी ग्राहकवादामुळे मदत होते. ग्राहकवादामुळे ग्राहक आपल्या हक्कांबाबत जागरूक होऊन ग्राहकांच्या संघटना स्थापन करून अनुचित व्यापार दूर करण्याचा प्रयत्न केला जातो. व्यावसायिक अवास्तव किंमती वाढवून ग्राहकांचे शोषण करू शकत नाहीत.

४) संपत्ती आणि नफा यांच्यात वाढ

ग्राहकवादाचा ग्राहकांना सातत्याने उत्तम दर्जाच्या वस्तू व सेवा उपलब्ध करण्याकडे कल असतो. त्यामुळे लोकांचे आरोग्य चांगले राखणे शक्य होते. हितसंबंधांचे संरक्षण केल्यामुळे आवश्यक त्या वस्तू त्वरित पुरविल्या जातात. त्यामुळे कंपन्यांना अधिकाधिक फायदा मिळतो याचा परिणाम म्हणजे राष्ट्रीय संपत्तीत वाढ होते; म्हणजेच ग्राहक आणि उत्पादक यांचे संबंध अधिक दृढ होऊन राष्ट्रीय उत्पन्नात सतत वाढ होत असते.

अशाप्रकारे ग्राहकवादाची उद्दिष्टे व फायदे सांगता येतील. ग्राहकवादाच्या उद्दिष्टामुळे व फायद्यामुळे विपणन संबंधामध्ये ग्राहक आणि उत्पादक संबंध दृढ होण्यास उपयुक्त ठरतात.

ग्राहकांचे मूलभूत हक्क कर्तव्ये आणि जबाबदारी (Rights Duties and Responsibilities of Customer) :

अज्ञान, दारिद्र्य, निरक्षरता या भारतीय ग्राहकांपुढील महत्त्वाच्या समस्या आहेत. आपणाला असलेले हक्क, अधिकार, जबाबदाऱ्या, आपली कर्तव्ये यांबाबत ग्राहक वर्ग पूर्णत: अनभिज्ञ असतो. त्यांना त्यांच्या हक्कांबाबत जागृत करणे हे ग्राहक–चळवळीचे प्रमुख कार्य आणि कर्तव्य आहे.

ग्राहकाचे हक्क

१) मूलभूत गरजा भागविल्या जाण्याचा हक्क

हा हक्क अतिशय महत्त्वाचा असल्याने त्याला अग्रक्रम देण्यात आलेला आहे. अन्न, वस्त्र, निवारा या जीवनावश्यक गरजा व आरोग्यसेवा, शिक्षण, स्वच्छता या अत्यावश्यक सेवा उपलब्ध होण्याचा हक्क, रोजगारांचा हक्क, यात अंतर्भूत आहेतच; कारण मिळालेल्या रोजगारातूनच मूलभूत गरजा पूर्ण होतात.

२) माहिती मिळविण्याचा हक्क

ज्या वस्तूची ग्राहक चौकशी करतो त्याची पूर्ण माहिती ग्राहकास मिळाली पाहिजे. जसे वजन, उत्पादनाची तारीख, उत्पादनासाठी वापरलेले घटक इ. माहिती प्राप्त करण्याचा हक्क त्यांना असतो.

३) निवड करण्याचा हक्क

बाजारात उपलब्ध असलेल्या अनेक वस्तूंपैकी ग्राहकांस पसंत पडेल ती वस्तू वा सेवा पसंत करण्याचा वा निवडीचा अधिकार ग्राहकाला असतो. त्यासाठी उत्पादकांनी वा मध्यस्थांनी कोणत्याही प्रकारची सक्ती ग्राहकावर करू नये.

४) तक्रार करण्याचा हक्क

ग्राहकांची वस्तू वा सेवेबद्दल काही तक्रार असेल तर ती जाणून घेणे आणि त्यांच्या तक्रारीचे निवारण करणे आवश्यक असते. त्यासाठी योग्य ती यंत्रणा उभारली पाहिजे. तसेच या वस्तूमुळे ग्राहकांचे काही नुकसान झाले तर ते नुकसान उत्पादकाने / मध्यस्थाने भरून दिले पाहिजे.

५) आरोग्यदायी वातावरणाचा हक्क

पाणी, हवा, आवाज इ. प्रदूषण होणार नाही याची काळजी उत्पादकांनी घ्यावी. म्हणजेच पर्यावरण संरक्षणाकडे लक्ष द्यावे.

६) सुरक्षिततेचा हक्क

आरोग्याला अपायकारक असणाऱ्या वस्तू, सेवा तसेच असुरक्षित उत्पादन या

सर्वांपासून संरक्षण करणे मुख्यत: विद्युत् उपकरणाबाबत उद्योजकांनी काळजी घ्यावी याकरिता शासनही आग्रह करत असते.

७) **आपली बाजू मांडण्याचा हक्क**

उत्पादक, व्यापारी व कामगार हेच महत्वाचे घटक मानून त्या घटकांना न्याय देण्याच्या दृष्टीने साऱ्या अर्थव्यवस्थेची पावले गेली कित्येक वर्षे पडत होती. आर्थिक धोरणांची निर्मिती व अंमलबजावणी करताना ग्राहकांच्या हिताचा सहानुभूतिपूर्वक व सर्वंकष विचार केला जावा याकरिता निर्णय घेण्याच्या यंत्रणेवर ग्राहकांना प्रतिनिधित्व द्यावे. ग्राहकांनी हक्क आणि अधिकाराबाबत जागृत राहणे, ते मिळविणे हेच आद्यकर्तव्य आणि जबाबदारी आहे.

८) **ग्राहकशिक्षणाचा हक्क**

ग्राहक म्हणून आपली जबाबदारी पूर्ण करण्यासाठी जे ज्ञान व कौशल्य आवश्यक असते ते प्राप्त करण्यासाठी आवश्यक त्या सोयी उपलब्ध करून घेण्याचा हक्क असतो.

ग्राहकांची कर्तव्ये पुढीलप्रमाणे–

स्वयंनियमन हे ग्राहकांचे मूलभूत कर्तव्य आणि जबाबदारी आहे.

ग्राहकाने वस्तू विकत घेताना मोबदला मिळाल्याची रीतसर पावती घ्यावी व ती पावती जपून ठेवावी.

शक्य असेल तिथे गुणवत्ता प्रमाणित करणारा आयएसआय किंवा ॲगमार्कचा शिक्का असलेली वस्तूच खरेदी करावी.

वस्तू खरेदी करताना वस्तूचा आकार, वजन, रंग, गुणधर्म अपेक्षेप्रमाणे आहेत की नाही याची खात्री करून घ्यावी.

स्वयंनियमन या मूलभूत कर्तव्य आणि जबाबदारी बरोबर ग्राहकाची पुढील कर्तव्ये उद्‌भवतात.

ग्राहकांचे महत्त्व कायम राहावं तसेच ग्राहक हा समाजाचा एक घटक असतो किंबहुना सर्वच ग्राहक असतात त्यांना सामाजिक जाणीव असावी म्हणजे स्वसंरक्षण होऊ शकते याकरीता ग्राहकांनी वस्तू व सेवा खरेदी कराव्यात त्यात आभासी गरजांपासून तर समाज व पर्यावरण संरक्षण व संवर्धनाला महत्त्व आहे सामाजिक जबाबदारीची जाणीव ठेवून पुढील बाबींबाबत स्वयंनियमन आणि काही पथ्ये किंवा आचारसंहितेचे पालन करणे उचित होईल.

१. आभासी गरजेच्या वस्तू व सेवा खरेदी न करता आवश्यक गरजेच्याच वस्तू खरेदी कराव्यात.
२. अतिशयोक्तिपूर्ण व दिशाभूल करणाऱ्या जाहिराती ओळखाव्या व योग्य दिशानिर्देश करणाऱ्या व माहिती देणाऱ्या गरजेच्या वस्तू खरेदी करणे.
३. संवेष्टनावरील आवश्यक बाबी व नोंदी पडताळून पाहणे.
४. प्रमाणित वस्तू, योग्य चिन्हांकन केले त्याचं सुरक्षित वस्तू खरेदी करणे. उदा. एगमार्क, आयएसआय मार्क, इंकोमार्क वगैरे.
५. अस्सल वस्तू खरेदी करणे त्याकरिता उत्पादक वस्तूचे नाव पाहणे.
६. विक्रीपश्चात सेवा व सुविधाबाबत खात्री करून घेणे.
७. ठराविक वस्तू व सेवाच घेणे, पर्यायी वस्तू व सेवा घेऊ नये
८. उचित पावती (सेल टॅक्स व इतर टॅक्स) शिवाय वस्तू व सेवा खरेदी करू नये.
९. काळ्या बाजाराला व अनैतिक व्यापाऱ्याला उत्तेजन देऊ नये. उदा. योग्य तो सरकारी निमसरकारी कर भरावा.
१०. वस्तूची व सेवेची उत्पादनाची तारीख व मुदत संपल्याची तारीख पाहून घ्यावी.
११. योग्य किमतीतच वस्तू खरेदी करावी जास्त किंमत देऊ नये. व्यापाऱ्यांच्या भूलथापांना व कृत्रिम टंचाईला बळी पडू नये.
१२. विविध प्रकारच्या सूट व सेलच्या आमिषास बळी पडू नये.
१३. व्यापाऱ्यांस आवश्यक माहिती, वस्तू वापर व इतर माहिती विचारून सलोख्याचे संबंध प्रस्थापित करणे.
१४. पर्यावरण दूषित होणार नाही अशाच वस्तू खरेदी करणे. उदा. प्लास्टिक कॅरीबॅग न वापरणे.
१५. होणाऱ्या पिळवणूक, फसवणुकी व शोषणाविरुद्ध स्वतः आवाज उठवावा आणि ग्राहक अन्याय मुक्त व्हावा यासाठी त्याने न्यायालयीन दाद मागावी.
१६. अन्यायाविरुद्ध लढण्यासाठी ग्राहक संघटना करण्यास पुढाकार घेणे.

ग्राहक – अर्थ

कुठलीही वस्तू किंवा सेवा पूर्णपणे किंवा अंशतः दुसऱ्याकडून मोबदला देऊन किंवा कालांतराने मोबदला देऊन विकत घेणारी अथवा वापर करणारी व्यक्ती म्हणजे ग्राहक होय. तथापि, जर अशी वस्तू पुनर्व्यापारासाठी खरेदी केली असेल तर त्याला ग्राहक म्हणता येत नाही.

ग्राहक शिक्षण – अर्थ

ज्यामार्फत ग्राहकांना वस्तूची किंमत, दर्जा, वापर, गुणधर्म, वजन, आकाराविषयीची माहिती देऊन त्यांच्या ज्ञानात भर घातली जाते, त्यास ग्राहकशिक्षण असे म्हटले जाते. ग्राहकाला ग्राहकत्वाचे शिक्षण देणे आणि ग्राहकाने त्यानुसार जागृत होणे ही ग्राहकाची प्रमुख जबाबदारी आणि कर्तव्य आहे.

ग्राहक चळवळ

ग्राहकांना त्यांच्या हक्काची जाणीव करून देऊन खाजगी उत्पादक व व्यापारी वर्गाकडून त्यांची होणारी फसवणूक व लुबाडणूक थांबविण्यासाठी ग्राहकांनी संघटितरीत्या उभारलेली चळवळ म्हणजे ग्राहक चळवळ होय.

ग्राहक चळवळीचे फायदे व महत्त्व (Importance of Consumerism) :

ग्राहक चळवळ सुरू झाल्यापासून भारतातील ग्राहकाला घटनेने दिलेले मूलभूत हक्क प्राप्त करण्याचा मार्ग सापडला आहे. ग्राहक चळवळीचे महत्त्व व फायदे खालीलप्रमाणे विशद करता येतील.

१) **ग्राहकांचा गैरफायदा घेण्याचे प्रमाण कमी होते**
ग्राहक जागा झाल्यामुळे त्याची व्यापारी वर्गाकडून पिळवणूक / फसवणूक होण्याचे प्रमाण कमी झाले आहे. ग्राहक चळवळीच्या बाजूने हा सर्वात महत्त्वाचा मुद्दा आहे.

२) **ग्राहकाला आपली बाजू मांडण्यासाठी मंच उपलब्ध होतो**
ग्राहक संघटित नसल्यामुळे त्याची बाजू मांडायला कुणीच नव्हते. ग्राहक–चळवळीच्या रूपात ग्राहकांची बाजू मांडण्यासाठी एक मंच उभा राहिला आहे.

३) **वस्तू / सेवांची कृत्रिम टंचाई / भाववाढ रोखणे**
ग्राहक चळवळीच्या माध्यमातून आवश्यक वस्तूंची साठेबाजी आणि भाववाढ होत असेल तर तिला आळा बसतो. साठेबाजांवर कारवाई होते व ग्राहकाला न्याय मिळू लागतो.

४) **ग्राहकासाठी आवश्यक वस्तू / सेवांच्या पुरवठ्याची व्यवस्था**
दैनंदिन जीवनाला आवश्यक वस्तू / सेवांचा पुरवठा सुरळीत राहावा, व्यापारी वर्गाने कृत्रिम अडथळे निर्माण करून ग्राहकांना त्यांच्या गरजांपासून वंचित करू नये या दृष्टीने ग्राहक चळवळीचे योगदान फार मोलाचे आहे.

५) **ग्राहकशिक्षण**

ग्राहक चळवळ सुरू झाल्यापासून विविध ग्राहक संरक्षण संस्थांमार्फत जागरूकता, तक्रारनिवारणाचे मार्ग, रास्त किंमत व उपलब्धीसाठी संघटित प्रयत्न या विषयांवर अनेक चर्चा, संवाद, शिबिरे आयोजित केली जात आहेत व ग्राहक-शिक्षणासाठी प्रयत्न केले जात आहेत. ग्राहकचळवळीचा हा एक मोठाच फायदा म्हणता येईल.

६) **ग्राहकांचे प्रतिनिधित्व करणे**

मोठ्या प्रमाणावर अन्याय होत असेल तर विधिमंडळ सभागृहात किंवा न्यायालयातही ग्राहकांचे प्रतिनिधित्व करून ग्राहकचळवळीने आतापर्यंत महत्त्वाचे कार्य केले आहे.

ग्राहकचळवळीचे फायदे व महत्त्व वरीलप्रमाणे सांगता येतील.

ग्राहकचळवळीची व्याप्ती (Scope of Consumerism) :

ग्राहकचळवळीची जाणीव अजून हवी तशी रुजलेली नाही. त्यासाठी या चळवळीची व्याप्ती विस्तारणे गरजेचे आहे. या चळवळीच्या व्याप्तीबद्दल खालील मुद्दे महत्त्वाचे ठरतात.

१) **शहरांपुरती मर्यादित**

बहुतेक ग्राहकचळवळींचे कार्य मोठ्या शहरांपुरते मर्यादित असलेले दिसून येते. मुंबई, पुणे, नागपूर, नाशिक अशा ठिकाणी अनेक ग्राहकसंघटना कार्यरत आहेत; परंतु ग्रामीण भागात या चळवळीची व्याप्ती विस्तारणे गरजेचे आहे.

२) **सुशिक्षित समाजातच चळवळ रुजली आहे**

ग्राहकांचे हक्क, ग्राहकांची जागरूकता याबाबत केवळ सुशिक्षित समाजातच जाणीव दिसून येते. भारतातील बहुसंख्य निरक्षर जनतेला लेखी माध्यमातून शक्य नसले तरी प्रात्यक्षिके, दृक्‌श्राव्य कार्यक्रमातून ग्राहक चळवळीने आपले कार्य पुढे नेण्याची गरज आहे.

३) **सरकारवर दबाव**

भारतीय ग्राहकांकडून संघटितरीत्या ग्राहक हितासाठी सरकारवर जितका दबाव पडायला हवा तितका पडत नाही. कामगार संघटनांची शक्ती जास्त असल्याने कामगारविषयक नियमांबाबत त्या सरकारवर दबाव आणू शकतात. केवळ काहीच ग्राहक संघटनांच्या प्रतिनिधींना सरकारी सल्लागार मंडळात प्रवेश मिळालेला दिसतो. त्यामुळे सरकार दरबारी ग्राहक चळवळींची व्याप्ती वाढणे गरजेचे आहे.

४) **व्यापारी वर्गावर परिणाम**

व्यापारी वर्ग विशेषत: दैनंदिन गरजांच्या वस्तू पुरवणारे व्यापारी, बिल्डर, समाजातील अनिष्ट प्रवृत्तीचे लोक व सरकारी अधिकारी यांच्या अभद्र युतीमुळे ग्राहक वेठीवर धरला जातो. सत्प्रवृत्त मार्गांनी या सर्व भ्रष्ट प्रवृत्तीच्या घटकांचे मनपरिवर्तन करण्याची गरज आहे. यासाठी कोटयवधी ग्राहकांनी एकजुटीने प्रयत्न करण्याची आवश्यकता आहे व ग्राहक संरक्षणाची त्यादृष्टीने व्याप्ती वाढवण्याची गरज आहे.

ग्राहक चळवळीची वैशिष्ट्ये (Features of Consumerism) :

१) ग्राहक संघटन २) ग्राहकांची जागरूकता ३) नीतिमूल्यांचा विचार
४) स्वदेशी विचार ५) देशाशी बांधिलकी ६) राजकारणापासून वेगळी
७) संघर्षात्मक कार्य

१) **ग्राहकसंघटन**

ग्राहक चळवळीत ग्राहक हा संघटित असला पाहिजे; कारण त्याशिवाय ग्राहक चळवळीला अर्थच उरत नाही. कोणतीही समस्या हाती घेऊन सोडवण्याकरिता ग्राहकांचे पाठबळ, त्यांचे एकत्रीकरण आवश्यक असते. त्यामुळेच ग्राहकांचे संघटन हे प्रथम तत्त्व ग्राहकचळवळीचे म्हणता येईल.

२) **ग्राहकांची जागरूकता**

ग्राहकांना त्यांच्या कर्तव्यांची, हक्कांची जाणीव झाली पाहिजे. ग्राहकांची फसवणूक, व्यापारामधील फसवणूक, लबाडी, ग्राहकांची अडवणूक अशा विविध समस्यांबद्दल ग्राहकांना जागरूक करून त्यांना प्रशिक्षण देणे, माहिती सांगणे, त्यासाठी ग्राहक मेळावे भरवणे इ. काम चळवळीने केले पाहिजे.

३) **नीतिमूल्यांचा विचार**

ग्राहक चळवळ ही नीतिमूल्यांवर आधारलेली संघटना आहे. सामाजिक नीती व विश्वास या बाबी ग्राहक चळवळीच्या प्रगतीचे कारण आहे. ग्राहक चळवळ संघटनेचा हिशोब चोख व काटेकोर असला पाहिजे.

४) **स्वदेशी विचार**

ग्राहक चळवळीचा विचार करता देशातील संपत्ती देशातच राहील ही भावना ठेवताना, परदेशी मालावर बहिष्कार हा मात्र हेतू त्यामागील नाही. जे काही देश हिताकरिता, प्रगतीकरिता उपयुक्त आहे ते सर्व काही दुसऱ्या देशातून आणून देशातील संपत्तीत भर घालण्यास कारणीभूत व्हावे असा स्वदेशी निष्ठेचा

भावनात्मक विचार आहे. या भूमिकेतूनच स्वदेशी वस्तू व सेवा या खरेदी केल्या पाहिजे. त्यांच्यावर प्रेम केले पाहिजे असे विचार रुजविण्याचे कार्य ग्राहक पंचायत करत असते.

५) **देशाशी बांधिलकी**

देशाच्या आर्थिक, सामाजिक उन्नतीस कटिबद्ध असलेल्या अखिल भारतीय ग्राहक पंचातीचा एकच ध्यास आहे, एकच उद्घोष आहे. 'राष्ट्रदेवो भव' कोणतेही राजकीय हितसंबंध न जोपासता देशाशी बांधिलकी ग्राहक चळवळीने मानलेली आहे.

६) **राजकारणापासून वेगळी**

ग्राहक चळवळ पूर्णत: राजकीय पक्षांपासून वेगळी राहिली पाहिजे. ग्राहक-चळवळ ही स्वयंप्रेरित आर्थिक परिवर्तनाचा राष्ट्रीय कार्यक्रम आहे. यामध्ये कोणत्याही प्रकारचा भेदभाव नाही.

७) **संघर्षात्मक कार्य**

अयोग्य व्यापार, परंपरा, व्यवहार याविरुद्ध संघर्ष करणे, योग्य व्यवहाराला, व्यापाराला प्रोत्साहन देणे हे ग्राहक चळवळीचे महत्त्वाचे तत्त्व आहे. योग्य दरात चांगली वस्तू मिळावी असा आग्रह धरणारी ही चळवळ आहे.

ग्राहकांच्या समस्या सोडवणुकीत स्वयंसेवी ग्राहक संघटनांची भूमिका

ग्राहकांच्या अनेक समस्या आहेत त्यात काही व्यक्तिगत तर काही सामूहिक समस्या; तसेच ग्राहक ग्रामीण भागात राहोत अगर शहरी समाजात राहात समस्या आहेतच; या समस्या जशा अनेक आहेत तसेच त्या सोडवण्यासाठी आणि ग्राहकांचे हित जपण्यासाठी अनेक संघटनादेखील आहेत. त्यात शासनयंत्रणा (प्रशासन, न्यायपालिका, संसद) काही व्यापारी, उद्योजक, औद्योगिक संस्था यांचे समूह किंवा चेंबर ऑफ कॉमर्स किंवा गट, जाहिरातसंस्थांशी संबंधित घटक; उदाहरणार्थ - ॲस्की स्वयंनियमन संस्था, प्रचार-प्रसार माध्यमे हे आपल्या स्वतःच्या आचारसंहिता निर्माण करून, योग्य व उचित व्यापार व्यवहार तसेच जाहिरातींद्वारा ग्राहकांच्या समस्या सोडविण्याचे स्वयंनियमन कार्य करतात; एवढ्याने ग्राहकांच्या असंख्य समस्या सुटणार नाहीत. म्हणून ग्राहकांचे प्रश्न, समस्या स्वतः ग्राहकांनी सोडविल्या पाहिजेत; परंतु एवढ्या ग्राहकांची बुद्धी, शक्ती, पैसा वगैरे अनेक बाबतीत मर्यादा येतात म्हणून समदुःखींनी एकत्र येणे म्हणजे ग्राहकांनी एकत्र येणे व समस्यानिराकरण करणे हा अभिनव योग्य मार्ग आहे. म्हणजे स्वयंसेवी ग्राहक संघटनाद्वारे ग्राहकांच्या समस्या सोडवणूक होय.

स्वयंसेवी ग्राहक संघटना ग्राहकांच्या समस्या सोडविण्यात महत्त्वाची भूमिका पार पाडतात. किंबहुना ग्राहकांच्या समस्या सोडविण्यासाठी अत्यंत सोपा मार्ग म्हणजे स्वयंसेवी ग्राहकसंघटनांचे कार्य होय. स्वयंसेवी संघटना ग्राहकांची फसवणूक, पिळवणूक व शोषण होऊ नये यासाठी पुढीलप्रमाणे कार्य हाती घेतले जाते –

१) ग्राहक संघटन   २) ग्राहक प्रबोधन
३) रचनात्मक कार्य   ४) संघर्षात्मक कार्यक्रम

१) ग्राहक संघटन

ग्राहक नाडला जाऊ नये, त्याची फसवणूक होऊ नये तसेच उचित दामाचा त्याला उचित मोबदला मिळावा ही अत्यंत अल्प, स्वल्प अशी अपेक्षा प्रत्येक ग्राहक करत असतो; परंतु जास्तीत जास्त नफा मिळविण्यासाठी व्यापारी उद्योजक, व्यावसायिक या ना त्या प्रकारे ग्राहकांची फसवणूक करीत असतात; कारण ते सर्व संघटित आहे. संपत्ती व सत्ता त्यांच्याजवळ असल्याने ते शक्तिशाली आहेत. अशा शक्तिशाली व संघटित व्यापारी गटासमोर एकट्या ग्राहकाची शक्ती व इतर सर्व बाबी कमी पडतात म्हणून ग्राहक संघटन महत्त्वाचे ठरते. एकत्रित शक्तीने म्हणजेच स्वयंसेवी ग्राहक– संघटना ग्राहकांना एकत्र आणून त्यांना संघटन शक्तीचे महत्त्व पटवून देणे यामध्ये ग्राहकांच्या काही व्यक्तिगत समस्या तो एकटा सोडवू शकत नाही याची त्याला जाणीव होते आणि सामूहिक समस्या जरी असल्या तरी सर्वांनी एकत्र येणे शक्य होत नाही. म्हणून स्वयंसेवी ग्राहक संघटना ग्राहक संघटन अतिशय महत्त्वाचे कार्य करते.

२) ग्राहक प्रबोधन

आधुनिक विज्ञान तंत्रज्ञान आणि संगणकाच्या तसेच जाहिरातीच्या युगात ग्राहक अनेक बाबतीत फसतो अशी उत्पादनवाटप तसेच प्रचार-प्रसार (जाहिरात) माध्यमे व व्यवस्था निर्माण झालेली आहे. यासाठी स्वयंसेवी ग्राहक संघटनांची महत्त्वाची भूमिका म्हणजे ग्राहकांचे प्रबोधन करणे, जागृती करणे यासाठी स्वयंसेवी ग्राहक– संघटना अनेक बैठका, सभा, संमेलने, चर्चासत्रे, प्रबोधन शिबिरे घेऊन ग्राहकांचे प्रबोधन करण्याचे कार्य करते. तसेच लेखी स्वरूपात अनेक हस्तपत्रके, वर्तमानपत्रे, साप्ताहिके, मासिके, अहवाल प्रसारीत केली जातात. यामध्ये गल्लीपासून-दिल्लीपर्यंतच नाही तर आंतरराष्ट्रीय पातळीवरील स्वयंसेवी ग्राहक संघटनादेखील ग्राहक प्रबोधनाचे कार्य करताना दिसून येतात.

ग्राहक प्रबोधनात मार्गदर्शनदेखील महत्त्वाचे ठरते. ग्राहकांना जागृत करण्यासाठी कोणत्या जाहिराती, उत्पादने, व्यवहार, खोटी आहेत, याबद्दल सतर्क राहण्यास शिकविले जाते. त्याचबरोबर स्वयंसेवी ग्राहक संघटना मार्गदर्शन केंद्राद्वारे समस्याग्रस्त ग्राहकांची

झालेली फसवणूक याबद्दल स्वतः अभ्यास करून त्याचे दुःख ऐकून घेऊन, त्याला धीर देऊन त्याचा प्रश्न सोडविण्यासाठी त्याने काम करावयाचे, हे त्याला समजावून सांगतात. यामध्ये संबंधित अन्याय करणाऱ्यांना आपण कोणता व कसा अन्याय केला हे दाखवून देऊन, अन्याय दूर कसा करता येईल यासाठी सुरुवातीला सामंजस्याची भूमिका घेऊन चर्चेने, सुसंवादाने समस्या निराकरण करण्यासाठी मार्गदर्शन केले जाते. अनेक स्वयंसेवी ग्राहक संघटनांचे कार्यकर्ते काही ठराविक वेळ संघटनेच्या कार्यालयात येतात आणि ज्यांच्या विरुद्ध तक्रार आहे त्या व्यापाऱ्याला किंवा अधिकाऱ्याला विश्वासात घेऊन समस्या निराकरण करण्याचे प्रबोधन, मार्गदर्शन हा मार्ग अवलंबिला जातो.

३) रचनात्मक कार्य

स्वयंसेवी ग्राहक संघटनांची ग्राहकांच्या समस्या निराकरणातील भूमिकेला तेव्हाच मूर्तरूप येऊ शकते जेव्हा त्या रचनात्मक कार्य करतील म्हणून प्रत्यक्ष कार्य आणि तेदेखील विशिष्ट पद्धतीने योजना व रचनात्मक पद्धतीने केले तर त्याला अधिक महत्त्व प्राप्त होते. कार्याला हिंसक वळण न देता संप, हरताळ, तोडफोड, लूटमार, जाळपोळ वगैरे राष्ट्रीय संपत्तीस हानी पोहचतील असे कोणतेही मार्ग न अवलंबता सनदशीर मार्गाने, सुसंवादाने, चर्चेने प्रश्नांची उकल करण्याची भूमिका स्वयंसेवी ग्राहक संघटना पार पाडीत आहेत. या रचनात्मक कार्यासाठी ग्राहकांना संघटित करून त्यांना जागृत करून त्यांच्या संघटनशक्तिचा उपयोग करून घेतला जातो. त्यात शासन-दरबारी अन्यायाविरुद्ध दाद मागण्यासाठी कायदे-नियम आचारसंहितेची मागणी केली जाते. ह्या रचनात्मक कार्यामुळे समाज परिवर्तन होऊन देशविकासाचे कार्य होते.

४) संघर्षात्मक कार्यक्रम

व्यवसायाने नफा मिळवावा याबद्दल दुमत असण्याचे कारण नाही; परंतु अयोग्य मार्गाने व अव्वाच्यासव्वा नफा मिळवणे याकरिता अवैध मार्गाचा अवलंब करणे, कृत्रिम तुटवडा निर्माण करणे, भाव वाढवून, नियमांचे उल्लंघन करणे, वजनमापे, खोटी हमी व विक्री पश्चात सेवांबद्दल दिलेली आश्वासने न पाळणे, आक्षेपार्ह जाहिरातींद्वारे व खोट्या दिशाभूल करणाऱ्या जाहिरातींद्वारे ग्राहकांची नानाप्रकारे फसवणूक होते, हे अतिशय संतापजनक आहे. ह्या समस्या सोडविण्यासाठी सनदशीर मार्ग, रचनात्मक चर्चेचा, सुसंवादाचा मार्ग अवलंबून न्याय मिळत नसल्यास शासनाच्या विविध कायद्यांचा आधार घेऊन तसेच नुकताच पारित झालेला ग्राहक संरक्षण कायदा याचा आधार घेऊन नाइलाजास्तव ग्राहकहितरक्षण व ग्राहकहित संवर्धनासाठी स्वयंसेवी ग्राहक-संघटनांना संघर्षात्मक भूमिका घ्यावी लागते. संघर्षात्मक भूमिका म्हणजे न्याय हक्कासाठी

रस्त्यावर येणे, शासन दरबारी कायदे करण्यासाठी व त्यांच्या अंमलबजावणीसाठी मोर्चे आंदोलने करणे ही अत्यंत टोकाची भूमिका ग्राहकांच्या समस्या निराकरणात स्वयंसेवी ग्राहक संघटनांची आहे.

ग्राहकांच्या व्यक्तिगत समस्येत विजेचे बिल जास्त येणे, रिक्षावाल्याने जास्त पैसे घेणे, टेलिफोन सुविधा न मिळणे वगैरे बारीकसारीक अनेक गोष्टी आहेत व असतात. तशाच ग्राहकांच्या सामूहिक समस्या असतात. पाणी, वीज, बस, रेल्वे, गॅस, अतिशयोक्तिपूर्ण, खोट्या दिशाभूल करणाऱ्या आक्षेपार्ह जाहिराती यामुळे संपूर्ण समाजाची फसवणूक होते. यासाठी सर्व ग्राहक एकत्र येणे स्वयंसेवी ग्राहक संघटनेलाच शक्य आहे आणि ग्राहकांच्या संघटन, प्रबोधन व रचनात्मक कार्यातूनच ग्राहकांच्या समस्या सोडविणे शक्य आहे. वेळप्रसंगी संघर्षात्मक भूमिकादेखील स्वयंसेवी ग्राहक-संघटनांना ग्राहकांच्या समस्या सोडविण्यासाठी घेणे क्रमप्राप्त व उचित आहे.

स्वाध्याय :

१. ग्राहकांच्या समस्यांचे स्वरूप आणि महत्त्व विशद करा.
२. ग्रामीण विभागातील ग्राहकांच्या समस्या सांगा.
३. नागरी विभागातील ग्राहकांच्या समस्या सांगा.
४. ग्रामीण ग्राहक आणि शहरी ग्राहक यांची तुलना करा.
५. ग्राहकांच्या समस्या सोडविण्यासंदर्भात स्वयंसेवी ग्राहक संघटनांची भूमिका स्पष्ट करा.
६. टिपा लिहा.
    अ) ग्रामीण ग्राहक   ब) शहरी ग्राहक

प्रकरण २

स्वयंसेवी ग्राहक संघटना आणि ग्राहक संरक्षण
Voluntary Consumer Organisation (VCO's) and Consumer Protection

प्रस्तावना

सेवाभावी वृत्तीतून, स्वयंप्रेरणेने ग्राहकांना जागृत करून त्यांच्या हितसंरक्षणासाठी स्वयंसेवी ग्राहक संघटना कार्यरत असतात. ग्राहकांच्या न्याय्य हक्कांसाठी या कार्य करतात. प्रत्येक शहरात, गावात अनेक स्वयंसेवी ग्राहक संघटना आहेत. ग्राहकांना शिक्षण देऊन, त्यांना जागृत करून, सुजाण नागरिक बनविण्याचे काम या स्वयंसेवी ग्राहक संघटना करताना दिसतात.

स्वयंसेवी ग्राहक संघटना – अर्थ (Meaning of Voluntary Consumer Organisation) :

संज्ञा (Concept) –

१) ग्राहकांनी ग्राहकांच्या संरक्षणासाठी ग्राहकांतर्फे चालवलेली चळवळ म्हणजे ग्राहक संरक्षण चळवळ होय.

२) खासगी उत्पादक आणि व्यापाऱ्यांच्या आर्थिक शोषण आणि फसवणुकीपासून ग्राहकांची मुक्तता करण्यासाठी आणि ग्राहकांना त्यांच्या हक्कांची जाणीव करून देणारी ग्राहकांनी ग्राहकांसाठी चालवलेली चळवळ म्हणजे ग्राहक संरक्षण चळवळ होय.

स्वयंसेवी ग्राहक चळवळीची उद्दिष्टे (Objectives of Voluntary Consumer Organisation) :

स्वयंसेवी ग्राहक चळवळीची विविध उद्दिष्टे खालीलप्रमाणे सांगता येतील.

१) ग्राहकांना त्यांच्या हक्कांची आणि कर्तव्यांची जाणीव करून देणे.
२) व्यापारी वर्गाकडून ग्राहकवर्गाची होणारी फसवणूक आणि लुबाडणूक थांबविणे.
३) भेसळ, साठेबाजी आणि खोटी वजने मापे वापरणे इत्यादींसारख्या अनिष्ट प्रकारांपासून ग्राहकांची मुक्तता करणे.
४) खासगी उत्पादक, व्यापारी आणि शासनाकडून ग्राहकांवर होणाऱ्या अन्यायाला आळा घालणे.
५) खासगी उत्पादक आणि व्यापाऱ्यांच्या नफेखोरी प्रवृत्तीला आळा घालणे.
६) ग्राहकांना कायदेशीर न्याय प्राप्त करून देण्यासाठी सनदशीर मार्गाने प्रयत्न करणे.
७) ग्राहकांना संघटित करून ग्राहकशिक्षण देणे.
८) ग्राहकांच्या हिताची जपवणूक करणे.
९) वस्तू वितरण यंत्रणेतील नफेवारी प्रवृत्तीवर प्रत्यक्ष आणि अप्रत्यक्ष नियंत्रण ठेवणे.
१०) ग्राहक संरक्षण कायद्याची ग्राहकांना माहिती करून देणे आणि शासनाला ग्राहक संरक्षण कायद्याची अंमलबजावणी प्रामाणिकपणे करण्यास भाग पाडणे.
११) ग्राहक हितासाठी तयार केलेल्या कायद्यांची आणि नियमांची प्रामाणिकपणे अंमलबजावणी करण्यासंबंधी अधिकाऱ्यांना साहाय्य करणे.

स्वयंसेवी ग्राहक चळवळ (Origin of Voluntary Consumer Organisation) :

जगात ग्राहक चळवळ केव्हा सुरू झाली, हे नेमके सांगणे कठीण आहे. परंतु जगात कोणत्या ना कोणत्या प्रकारात ही चळवळ सुप्तरीतीने चालू होती हे मात्र नक्की! पूर्वी मुक्त व्यापारी पद्धत असल्यामुळे ग्राहक आपल्या पसंतीची वस्तू वा सेवा घेत असत. इतरांनी विशेषतः शासनाने त्यात ढवळाढवळ करू नये असा त्या वेळी सूर होता. कालांतराने शैक्षणिक व औद्योगिक क्रांतीमुळे आणि दळणवळणाच्या वाढत्या साधनांमुळे तसेच व्यक्ती व वस्तूंच्या वाढत्या देवाणघेवाणीमुळे अशा व्यवहारावर नियंत्रण ठेवण्याची कल्पना पुढे आली की, जेणेकरून ग्राहकांना योग्य व सुरक्षित वस्तूंचा मुबलक पुरवठा होईल. त्याचप्रमाणे समाजवादी समाजरचना व कल्याणकारी राज्यांच्या संकल्पनेमुळे अशा व्यवहारावर कोण्या एकाची मक्तेदारी निर्माण होणार

नाही व त्याच्या विक्री अथवा वितरणावर अनावश्यक बंधने येणार नाहीत, अशी कल्पना पुढे आली.

जागतिक ग्राहक चळवळीच्या इतिहासात २० वे शतक फार महत्त्वाचे आहे. कारण यासंबंधीच्या सर्व महत्त्वाच्या घडामोडी याच काळात झाल्या. आंतरराष्ट्रीय स्तरावर वाढत चाललेला व्यापार, राष्ट्रा-राष्ट्रांतील वस्तू, व्यक्ती व सेवा यांची देवाण-घेवाण, औद्योगिक क्रांती व शिक्षणाच्या प्रसारामुळे आपल्या हक्कांबाबत जागृत झालेली जनता यामुळे आंतरराष्ट्रीय व्यापारात अनेक गुंतागुंतीचे प्रश्न निर्माण झाले. विज्ञानाच्या प्रगतीमुळे जग लहान झाले व राष्ट्रा-राष्ट्रांचे परावलंबित्व वाढले. एका राष्ट्रातील घटनेचा परिणाम दुसऱ्या राष्ट्रातील घटनेवर होऊ लागला. केवळ सुरक्षिततेसाठीच नव्हे तर समृद्धीसाठीसुद्धा राष्ट्रांना एकमेकांवर अवलबून राहण्याची गरज निर्माण झाली. याचा नैसर्गिक परिणाम म्हणजे राष्ट्रा-राष्ट्रांतील व्यापार किंवा ग्राहक त्यांचे प्रश्न सोडविण्यासाठी जागतिक मंचाची गरज निर्माण झाली; आणि यातूनच पुढे ग्राहक चळवळ फोफावली.

कायदा व स्वयंसेवी चळवळ (Voluntary Consumer Organisation and Act) :

जागतिक स्तरावर पहिल्यांदा ६ जानेवारी १९८० ते १० जानेवारी १९८० पर्यंत हाँगकाँग येथे कायदा व ग्राहक या विषयावर आंतरराष्ट्रीय परिसंवाद आयोजित करण्यात आला. त्या परिसंवादात वस्तूचे उत्पादन, वितरण व त्याचे हस्तांतरण याशिवाय ग्राहकांचे हक्क व अधिकार यासंबंधी विस्तृत चर्चा झाली. त्याचप्रमाणे ग्राहकांच्या हितांचे रक्षण करण्यासाठी FAO नावाची एक संघटना अस्तित्वात आली. तिचे कार्य मुख्यत्वेकरून अन्नधान्याशी निगडित आहे. ILO (जागतिक मजूर संघटना) ही एक अशीच संघटना आहे. तिचे मुख्य ध्येय मजुरांचे ग्राहक म्हणून संरक्षण करणे व त्यांना आवश्यक असणाऱ्या गरजेच्या वस्तू माफक किमतीत मुबलक प्रमाणात मिळण्याची सोय करणे हे आहे. ट्रेड मार्कसंबंधी WIPO (जागतिक औद्योगिक मिळकत संघटना) ही संस्था कार्यरत आहे. IOCU (आंतरराष्ट्रीय ग्राहक संस्था) हिची स्थापना १९६० साली झाली. तिचा उद्देश राष्ट्राराष्ट्रांतील आणि राष्ट्रीय पातळीवरील ग्राहकत्वासंबंधीचे वाद सोडवणे हा आहे. त्याचप्रमाणे ही संस्था ग्राहकांना आपल्या हक्कांची जाणीव व्हावी म्हणून शैक्षणिक प्रबोधनाचे कार्यही करीत करते.

जागतिक स्तरावरील महत्त्वाची घटना म्हणजे दि. ९-४-१९८५ रोजी संयुक्त राष्ट्रसंघाच्या आमसभेत संमत झालेला ठराव होय. दोन वर्षांच्या अथक परिश्रमांनंतर

आणि दीर्घ चर्चेअंती आमसभेने हा ठराव संमत केला. या ठरावाद्वारे विकसित व विकसनशील देशांना ग्राहकहिताचे संरक्षण करण्यासंबंधी योग्य ती पावले उचलण्यासंबंधी आवाहन करण्यात आले.

त्या ठरावातील मुख्य तत्त्वे खालीलप्रमाणे होत.

Principles of Voluntary Consumer Organisation

१) ग्राहकांच्या शारीरिक सुरक्षिततेकडे लक्ष पुरवणे.

२) ग्राहकांच्या आर्थिक हिताची काळजी घेणे.

३) ग्राहकांना योग्य वस्तू निवडीचे स्वातंत्र्य देणे.

४) ग्राहकावर झालेल्या अन्यायाबाबत योग्य ती दाद मिळण्यासाठी ग्राहकयंत्रणेची स्थापना करणे.

५) आवश्यक सेवा व वस्तू यांचे वितरण करणे.

६) योग्य मानक किंवा परिमाण असलेल्या वस्तूंचे उत्पादन करणे.

७) उत्तम व्यापाराची संधी उपलब्ध करून देणे आणि बाजारांची जास्तीत जास्त माहिती प्रसृत करणे.

८) ग्राहकहितरक्षणार्थ आंतरराष्ट्रीय स्तरावर सहकार्य करणे.

याशिवाय अन्न, पाणी, औषधे यांचे उत्पादन मानक, वितरण, वेष्टण व इतर आनुषंगिक बाबींसंबंधी योग्य त्या सूचना नमूद केलेल्या आहेत. ही तत्त्वे राष्ट्रावर बंधनकारक नसली तरी ग्राहक चळवळीच्या क्षेत्रात त्यांनी मोलाची कामगिरी बजावली आहे.

WHO (जागतिक आरोग्य संघटना) या संघटनेने सन १९७७ मध्ये मूलभूत गरजेच्या अत्यावश्यक औषधांची सूची प्रसिद्ध केली. उद्देश हा की, राष्ट्रांना योग्य किमतीत चांगली औषधे मुबलक प्रमाणात उपलब्ध व्हावीत. विकसनशील देशांना याचा विशेष फायदा झाला होता.

ग्राहक चळवळीतील आणखी एक महत्त्वाचा टप्पा म्हणजे आंतरराष्ट्रीय कामकाज–समितीने घालून दिलेली तत्त्वे. मार्च १९७८ मध्ये आंतरराष्ट्रीय कामकाज समितीने सर्वांसाठी खालील तत्त्वे घालून दिली आहेत.

१) ग्राहकांच्या जीवितास अपाय अथवा हानी पोहोचणार नाही अशा पद्धतीने वस्तूंचा दर्जा ठेवणे.

२) ग्राहकांच्या आरोग्याशी संबंधित असलेल्या वस्तूंची माहिती प्रसृत करणे.

३) ज्या देशात वस्तू वापरली जाते त्या देशाच्या गरजेला अनुकूल अशा वस्तूचा दर्जा, प्रमाण, उपयोग, गुणदोष, प्रतिबंधक उपाययोजना यासंबंधी माहिती पुरविणे.

४) एखाद्या संस्थेने एखाद्या वस्तूसंबंधी काही प्रयोग केले असतील तर त्याची विस्तृत माहिती, वस्तूचा उपयोग परिणामांसह प्रसृत करणे.

५) वस्तूचा दर्जा, प्रमाण, घटक, गुण-दोष, प्रतिबंधक उपायोजना व उपयोग यांसंबंधी आणि त्याच्या सुरक्षित वेष्टण, लेबल, माहितीपत्रक यांसंबंधी योग्य त्या सूचना देणे.

६) वस्तू वापरणाऱ्या व्यक्ती व राष्ट्राची गरज लक्षात घेऊन त्याचा दर्जा, घटक, रीत इत्यादी गोष्टींच्या पूर्णतेकडे लक्ष देणे.

याशिवाय United Nations Commission on Trade And Development (UNCTAD) ने वस्तूची किंमत, वितरण उपलब्धता, नियंत्रण यांसंबंधी भरीव कार्य केले आहे. अन्नधान्य व खाद्यपदार्थ यांच्या वापरासंबंधी The Codex Alimentarius Commission यांचे कार्यही वाखाणण्याजोगे आहे. आंतरराष्ट्रीय स्तरावर ग्राहकांच्या हिताकडे पुरेसे लक्ष दिले जाते की नाही, हे पाहण्यासाठी OECD (Organization for Economic Co-operation and Development) ची स्थापना करण्यात आली. IOCU (International Organization of Consumer Unions) या नावाची दुसरी एक संघटना आहे. जगभरात तिचे ५० हून जास्त सभासद आहेत. ही संघटना ग्राहकांच्या हिताचे संरक्षण व त्यांचे शैक्षणिक प्रबोधन करते. या संघटनेच्या अहवालाला कार्यरूप देण्यासाठीच इंग्लंडने ग्राहक संरक्षण कायदा १९८७ पारित केला.

आता आपण अमेरिकेतील चळवळीकडे वळू. ग्राहक चळवळीत लक्षणीय कार्य केल्याचे श्रेय त्या देशाचे भूतपूर्व अध्यक्ष जॉन. एफ. केनेडी यांचेकडे जाते. दिनांक १५ मार्च १९६२ रोजी केनेडी यांनी अमेरिकन काँग्रेसपुढे एक विशेष भाषण केले व त्यात त्यांनी ग्राहकांच्या चार (४) मूलभूत हक्कांची घोषणा केली. तेव्हापासून १५ मार्च हा दिवस 'जागतिक ग्राहक दिन' म्हणून सर्वत्र पाळला जातो. केनेडी यांनी जाहीर केलेल्या हक्कांत IOCU म्हणजे जागतिक ग्राहक संघटन संस्थेने तीन (३) हक्कांची भर घातली. राष्ट्रसंघाच्या मानवी हक्क सनदेमध्येसुद्धा या हक्कांचा अंतर्भाव करण्यात आला आहे.

केनेडी व IOCU ने जाहीर केलेले ग्राहकांचे हक्क म्हणजे –

१) सुरक्षिततेचा हक्क २) माहिती मिळवण्याचा हक्क
३) वस्तू निवडीचा हक्क ४) आपले म्हणणे मांडण्याचा हक्क
५) दाद मागण्याचा हक्क ६) ग्राहकांच्या शैक्षणिक प्रबोधनाचा हक्क
७) स्वच्छ वातावरणाचा हक्क ८) मूलभूत गरजांचा अहवाल

सेवाभावी ग्राहक संस्थांची उत्पत्ती व विकासाचा इतिहास (VCO's : Origin, Importance) :

युरोपात औद्योगिकीकरण सुरू झाल्यानंतर १८ व्या व १९ व्या शतकात युरोप, अमेरिकेत औद्योगिक उत्पादन मोठ्या प्रमाणात वाढले. मानवाचे जीवन सुखकर करण्यासाठी हजारो नवनवीन उत्पादने तयार होऊ लागली. त्याचबरोबर वस्तू, सेवांचा उपभोग घेणारे ग्राहकांचे विविध वर्गही निर्माण झाले. समान वस्तू, सेवा घेणाऱ्या ग्राहकांच्या परस्पर प्रक्रियातून ग्राहकांचे गट निर्माण झाले. त्यांच्यात आपसात वस्तू, सेवांतील गुण-दोषांबाबत, किमती व उपलब्धतेबाबत चर्चा होऊ लागली व अनौपचारिक स्तरावर ग्राहक संस्था निर्माण होऊ लागल्या.

सेवाभावी ग्राहक संस्थांची उत्पत्ती

१) प्रमाणित संघटना/ग्राहक संघटना

अमेरिकेमध्ये १९ व्या शतकाच्या सुमारास प्रमाणित वस्तू संघटना Standards Organisations आणि ग्राहक गट Consumer Leagues स्थापन झाले. जगातील ग्राहक संघटनांचे मूळ या संस्थांमध्ये आहे असे म्हणता येईल. विविध उद्योगांत प्रमाणित वस्तू तयार करून वाया जाण्याचे प्रमाण कमी करणे हा या संस्थांमागील उद्देश होता. त्यानंतर अनेक देशांत वेगवेगळ्या कारणांसाठी ग्राहकसंस्था स्थापन होऊ लागल्या.

मार्च १९६० मध्ये आंतरराष्ट्रीय स्तरावर विविध देशांतील ग्राहकसंस्थांची पहिली परिषद झाली. तिथे उपस्थित असलेल्या १७ सेवाभावी ग्राहकसंस्थांपैकी ५ संस्थांनी ग्राहक गटांची आंतरराष्ट्रीय संघटना (International Organization of Consumer Union) स्थापन केली व जागतिक स्तरावर ग्राहक चळवळ सुरू झाली.

२) १९६० ते २००० चा काळ

१९६० ते २००० या काळात युरोप व अमेरिकेत वाढत्या किमती, वस्तूंमधील दोष, तक्रारी, ग्राहकांच्या अडचणी यावर विचार व कृती करणाऱ्या अनेक सेवाभावी ग्राहकसंस्था स्थापन झाल्या. भारतातही १९६५ च्या सुमारास पश्चिम बंगालमध्ये मासळीचे भाव एकदम भडकल्याने सामान्य ग्राहक संघटित झाले व त्यांनी मोर्चे काढून सरकार, व्यापारी वर्गाला कृती करणे भाग पाडले. भारतामध्ये सेवाभावी ग्राहक संस्थांचा उदय १९६५ मध्ये झाला असे म्हणता येईल.

पुढे मुंबईतील चार महिलांनी ग्राहक आंदोलनाचा वसा हातात घेतला व त्यातूनच भारतीय ग्राहक मार्गदर्शन संस्था (Consumer Guidance Society of India) स्थापन झाली.

त्यानंतर ग्राहक पंचायत, अखिल भारतीय ग्राहक पंचायत, सिव्हिक ॲक्शन ग्रुप अशा अनेक सेवाभावी ग्राहक संस्था भारताच्या विविध भागांत स्थापन झाल्या व त्यांनी ग्राहक चळवळीची व्याप्ती बरीच वाढवली.

आंतरराष्ट्रीय स्तरावर IOCU ने विविध आंतरराष्ट्रीय स्तरावरील ग्राहक संघटनांमध्ये समन्वय साधून अनेक देशांत चाचणी प्रयोगशाळा स्थापन करण्यात पुढाकार घेतला.

भारतातही कन्झ्युमर गाइडन्स सोसायटीने वजनमापासंबंधी प्रयोगशाळा स्थापून तक्रार असलेल्या ग्राहकांसाठी एक सुसंधी निर्माण केली.

१९७० च्या दशकापासून आशियाई देशांसाठी IOCU ने सिंगापूर इथे शाखा उघडली आहे. त्यामध्ये भारत, सिंगापूर, मलेशिया, फिजी व फिलिपाईन्सचे प्रतिनिधी सल्लागार गटात आहेत. IOCU च्या ११५ देशांत जवळजवळ २५० सदस्यसंस्था आहेत व या संस्थांतून ग्राहक प्रशिक्षण, ग्राहक संस्था क्षमता वर्धनाचे उपक्रम चालवले जातात. १९९५ मध्ये IOCU चे नाव बदलून Consumer International (CI) असे झाले व पूर्व युरोपातील नवीन देशात CI ने बरेच मोठे कार्य सुरू केले.

१९८५ मध्ये भारतात ग्राहक संरक्षण कायदा अमलात आला व त्यानंतर ग्राहकांना न्याय मिळवून देण्यासाठी अनेक शहरांत सेवाभावी कायदा संस्था स्थापन झाला. जिल्हा, राज्य व राष्ट्रीय स्तरावर ग्राहकांच्या तक्रारींचे निवारण करणे ही प्रक्रिया अजूनही ग्राहकांना क्लिष्ट वाटत असल्याने अनेक ग्राहक सेवाभावी संस्थांची मदत घेतात. आज सुमारे ५५० प्रमुख सेवाभावी ग्राहकसंस्था भारतात कार्यरत आहेत. सेवाभावी ग्राहकसंस्थांची उत्पत्ती व विकास वरीलप्रमाणे स्पष्ट करता येईल.

स्वयंसेवी ग्राहकसंस्थांच्या कार्याला भेडसावणाऱ्या मर्यादा (Limitations before VCO's.) :

इंटरनेट व दूरसंपर्क सुविधांमुळे सारे जग एक मोठी बाजारपेठ झाले आहे व त्यामुळे जगातील ग्राहक व व्यवहारांची संख्या कमालीची घटली आहे. व्यवसायाच्या या प्रचंड विश्वासाबरोबरच ग्राहकांच्या समस्याही तेवढ्याच प्रमाणात वाढल्या आहेत. अर्थातच ग्राहक संघटनांनाही या आव्हानांना सामोरे लावे लागते. स्वयंसेवी ग्राहक-संस्थांसमोर असलेली काही महत्त्वाची आव्हाने आणि मर्यादा अशा :

१) ग्राहकांतील अज्ञान
२) ग्राहकसंघटन
३) अपुरी साधनसंपत्ती
४) उत्पादक/व्यापारी वर्गाकडून सहकार्य

५) मनुष्यबळाचा अभाव
६) सरकारी पाठबळ

१) ग्राहकांतील अज्ञान

आज साक्षरतेचे प्रमाण जरी वाढले असले तरी भारतातील फार मोठा समाज अजून दारिद्र्यरेषेखालीच आहे. जाहिरातीतील/खोट्या प्रलोभनातील सत्यासत्य पडताळून पाहण्याची क्षमता आणि ज्ञान बहुसंख्य लोकांना नसते. मिळेल ते पदरात पाडून घेणे व अन्याय सहन करणे या भारतीय मानसिकतेत बदल करणे हे सेवाभावी संस्थांसमोरील मोठे आव्हान आहे. तक्रार निवारण मंचाबद्दल ग्राहकांना माहितीच नसते.

२) ग्राहकसंघटन

भारतातील ग्राहक विखुरलेला आहे. मोठ्या शहरांमध्ये संपर्कमाध्यमांचा वापर करून ग्राहक शक्ती संघटित करणे इतके अवघड नसले तरी ग्रामीण/दुर्गम भागातील फार मोठ्या ग्राहक वर्गाला संघटित करणे हे आव्हानच आहे. अनेक संस्थांनी मोबाइल व्हॅनचा वापर करून ग्रामीण भागात ग्राहक संघटन करण्याचा प्रयत्न केला आहे. परंतु त्याला मर्यादा पडतात हे निश्चित!

३) अपुरी साधनसंपत्ती

भारतात व्यापार हा भांडवलदारांच्या हातात आहे. सेवाभावी संस्थांनी अनुचित व्यापारपद्धतींबाबत विरोध प्रकट केला. आवाज उठवला तरी संघटित वर्गाच्या ताकदीपुढे सेवाभावी संघटनांचा जोर कमी पडतो. सरकारकडून कायदा व अंमलबजावणी यंत्रणेकडून सेवाभावी संस्थांना जेवढी मदत व्हायला पाहिजे तेवढी होत नाही हे सत्य आहे व सेवाभावी संस्थांच्या कार्याला ही मर्यादा पडू शकते.

४) उत्पादक/व्यापारी वर्गाकडून सहकार्य

सेवाभावी संस्थांना व्यापारी/उद्योजक वर्गाकडून सहकार्य मिळाले तरच ग्राहकांना चांगल्या गणुवत्तेचा माल रास्त भावात मिळवून देणे हा उद्देश सफल होऊ शकेल.

प्रत्यक्षात मात्र अनेक ठिकाणी एखाद्या तक्रारीबद्दल दंड सोसूनही अनेक व्यापारी अनुचित पद्धती/भेसळ चालूच ठेवतात. या संपूर्ण वर्गावर नियंत्रण ठेवण्यात संस्था अपुऱ्या पडू शकतात.

५) मनुष्यबळाचा अभाव

कुठल्याही सेवाभावी कार्यासाठी मोबदला नसतो. आजच्या प्रचंड महागाईच्या

काळात केवळ सेवाधर्म म्हणून निरपेक्ष काम करणारे कार्यकर्ते मिळणे ही फार अवघड गोष्ट आहे. त्यामुळे स्वयंसेवी संस्थांमध्ये काम भरपूर असले तरी मोबदला अपेक्षेप्रमाणे नसल्यामुळे मनुष्यबळ सतत अपुरे पडते.

६) सरकारी पाठबळ

सरकारने भारतीय मानक संस्था तसेच अनेक प्रयोगशाळा उभारून ग्राहक संस्थांना वस्तू/सेवांची चाचणी करण्याची सोय उपलब्ध केली आहे, हे खरे असले तरी अनेक उत्पादक/व्यापारी भ्रष्टाचाराचा अवलंब करून या संस्थांचा मूळ हेतूच निष्प्रभ करतात. सेवाभावी संस्थांच्या प्रयत्नांमुळे शहरात मोटारगाड्यांसाठी प्रदूषण चाचणी केंद्रातून अनेक मोटारगाड्यांची तपासणी होते. त्यात मोटारमालकांनाच भुर्दंड पडतो, परंतु वाहनउत्पादक मात्र निर्दोष सुटतात हे रोजचेच चित्र आहे. सरकारी स्तरावर सेवाभावी संस्थांना जर पुरेसे पाठबळ मिळाले नाही तर त्यांचे प्रयत्न निष्फळ ठरतात.

स्वयंसेवी ग्राहक संस्थांसमोरील आव्हाने (Challenges before VCO's):

भारतात ग्राहक चळवळ सुरू होऊन सुमारे पन्नास-साठ वर्षे झाली. या काळात शहरात/गावात मिळून हजारो स्वयंसेवी ग्राहक संघटना अस्तित्वात आल्या परंतु त्यांच्यासमोरील आव्हाने कमी न होता वाढतच गेली असे दिसून येते. या आव्हानांपैकी काही महत्त्वाची आव्हाने पुढीलप्रमाणे आहेत.

१) ग्राहकांची मानसिकता
२) तक्रार निवारण यंत्रणेची प्रसिद्धी
३) ग्राहकशिक्षण
४) सायबर फसवणुकीविरुद्ध लढा
५) तक्रारनिवारण जलद गतीने करणे

१) ग्राहकांची मानसिकता

भारतातील बहुसंख्य जनता अल्प उत्पन्न गटाखाली येते. 'ठेविले अनंते तैसेचि रहावे' अशी मनोवृत्ती जोपासलेल्या भारतातील कनिष्ठ व मध्यमवर्गीय जनतेत कमालीची सोशिकता आहे व अन्यायाविरुद्ध दाद मागणे, श्रमांचा/पैशांचा योग्य मोबदला पदरात पाडून घेणे, याबाबत भारतीय ग्राहकवर्ग अतिशय उदासीन आहे. ही मानसिकता बदलून, न्याय मिळवून घेण्याची वृत्ती ग्राहकात वाढवणे हे ग्राहक संघटनांसमोरीत मोठे आव्हान आहे.

ग्राहकाने तक्रार केल्यास वादविवाद, पुरावे सादर करणे, कारवाईमध्ये वेळ घालवणे हे बहुतेक ग्राहकवर्गास परवडत नाही व त्यांच्यावतीने लढणे हे आव्हान सेवाभावी संस्थांनी पेलणे आवश्यक आहे.

२) तक्रार निवारण यंत्रणेची प्रसिद्धी

भारतात जिल्हा स्तरावर, राज्य स्तरावर व राष्ट्रीय स्तरावर तक्रारनिवारणासाठी परिपूर्ण यंत्रणा उपलब्ध आहे; परंतु या यंत्रणेबाबत ग्राहकांमध्ये फारशी माहिती नसते. कुठे व कशी तक्रार करावी यांबाबत विस्तृत प्रमाणावर व सर्वत्र मार्गदर्शन करणे हे भौगोलिकदृष्ट्या एक मोठे आव्हान आहे.

३) ग्राहकशिक्षण

सेवाभावी संस्था शिबिरे/कार्यशाळा घेऊन ग्राहकांच्या मोठ्या गटांना ग्राहक– संरक्षणाबाबत प्रशिक्षण देण्याचे कार्यक्रम करतात. या संस्थांच्या प्रयत्नामुळे शाळांमधूनही ग्राहकशिक्षण दिले जाते; परंतु ग्राहकांबरोबरच व्यापारी/उत्पादकांना अनैतिक व्यवसायातील धोके/दंडात्मक कारवाई व नागरी कर्तव्ये यांची जाणीव करून देणारे कार्यक्रमही ग्राहक संस्थांनी हातात घेणे आवश्यक आहे. असे शिक्षणउपक्रम सुरू करणे हे सेवाभावी संस्थांसमोर एक आव्हान आहे असे म्हणता येईल.

४) सायबर फसवणुकीविरुद्ध लढा

इंटरनेटच्या वाढत्या प्रसारामुळे जगात आर्थिक फसवणुकीचे फार मोठे प्रकार उघड होत आहेत. सरकारी स्तरावर पोलीस यंत्रणेलाही सायबर गुन्हे हाताळणे हे एक मोठे आव्हान वाटत आहे. सेवाभावी संस्थांनीही आपल्या कर्मचाऱ्यांना इंटरनेट सेवा/ संगणक प्रशिक्षण देऊन या गुन्ह्यांना आळा घालण्यासाठी क्षमतावर्धन करणे गरजेचे आहे. आधुनिक जगातील हे सायबर आव्हान ग्राहकसंस्थांनी समजून घेऊन त्यावर कृती करणे आवश्यक आहे.

५) तक्रारनिवारण जलद गतीने करणे

बहुसंख्य लोकांचा अनुभव असा आहे की, ग्राहक न्यायालयात गेलेली प्रकरणे वर्षानुवर्षे प्रलंबित राहतात व त्यात निष्कारणच पैशांचा व वेळेचा अपव्यय होतो. पुण्यातील एका पर्यटक कुटुंबाने पर्यटन कंपनीच्या परदेशातील निष्काळजी वृत्तीबाबत ग्राहक न्यायालयात केस दाखल केली होती. चौदा वर्षांनंतरही ही केस अजून चालूच आहे व पर्यटक कुटुंबांना झालेल्या आर्थिक नुकसानीच्या पाचपट खर्च त्यांना केस चालविण्यासाठी लागला आहे. तक्रारनिवारण जलद झाले तरच त्या न्यायाला अर्थ राहतो. सेवाभावी संस्थांनी हा न्यायदानाचा काळ कमीत कमी पातळीवर आणला

तरच त्यांच्यासमोरील हे आव्हान आवाक्यात येऊ शकेल.

आक्षेपार्ह जाहिरातींबाबत आणि विपणनाबाबत स्वयंसेवी ग्राहक –
संघटनांची भूमिका –

आपल्या भारतातील बहुसंख्य अशिक्षित जनतेला आकर्षक जाहिराती भुरळ पाडतात. जाहिरातील दाखवलेले व सांगितलेले सर्व काही सत्यच आहे असे समजून असंख्य ग्राहक मोठ्या प्रमाणावर खर्च करून वस्तू/सेवा विकत घेतात व नंतर पश्चात्ताप करतात. अशा फसव्या जाहिरातींना लोकांनी बळी पडू नये व योग्य तो सारासार विचार करून खर्च करावा या हेतूने अनेक सेवाभावी संस्था कार्यरत असतात. व्यक्ती कोणीही असो तिला जाहिरातीद्वारा वस्तू व सेवेकडे आकर्षित केले जाते. आकर्षित करणे हे जाहिरातीचे प्रमुख उद्दिष्ट असते. आकर्षित करणे आणि भुरळ पाडणे यांत फरक आहे.

सेवाभावी संस्थांची जाहिरातींबाबतची भूमिका

१) जाहिरातींमधील खोटेपणा उघड करणे

२) जागृती उपक्रम

३) कायदेशीर सल्ला

४) महिलांचे अनिष्ट प्रदर्शन

५) शाळांमधून मुलांना प्रबोधन

१)   जाहिरातींमधील खोटेपणा उघड करणे

आजकाल आपण अनेक जाहिरातींमध्ये अतिशयोक्तिपूर्ण वर्णन वाचतो/पाहतो. उदा. कॉम्प्लॅन घेतल्याने मुलांची उंची वाढते ही जाहिरात पाहून अनेक आई-वडील कॉम्प्लॅन खरेदी करतात; परंतु त्यात शास्त्रीय सत्य नाही व हा दावा खोटा आहे हे सिद्ध करण्यासाठी एका सेवाभावी ग्राहक संस्थेला खूप प्रयत्न करावे लागतात.

लहान मुलांची निरागसता, जनतेतील निरक्षरता आणि दुर्बल/असहाय्य घटकांतील आजारपणाच्या काळातील आगतिकता यांचा फायदा करून घेण्याच्या दृष्टीने जाहिरातीतून अत्यंत अविश्वसनीय दावे केले जातात. एक सुप्रसिद्ध योगतज्ज्ञ त्यांच्या योगोपचारातून कर्करोग बरा झाल्याचा दावा करतात. काही जाहिरातींतून अवास्तव व्याज/नफा देण्याचे आश्वासन दिले जाते तर लहान मुलांना लक्ष्य करून भीमाप्रमाणे पराक्रम करण्याची शक्ती देणाऱ्या खाऊ/खाद्य पदार्थांची जाहिरात केली जाते. अनेक सेवाभावी संस्था या जाहिरातीतील सत्य उघड करण्यासाठी प्रयत्न करत असतात.

२) जागृती उपक्रम

मुंबईच्या श्रीमती सुचेता दलाल यांनी पुढाकार घेऊन मनीलाइफ या सेवाभावी संस्थेच्या वतीने भारतातील अनेक मोठ्या शहरात ग्राहकजागृतीसाठी शिबिरे, चर्चासत्रे घेऊन ग्राहकांनी व्यवहारात कसे जागरूक राहिले पाहिजे याविषयी सविस्तर मार्गदर्शन केले आहे. चिटफंड, गुंतवणूक संस्था, सोने तारणावर कर्ज देणाऱ्या संस्था आणि अवास्तव बक्षीस/व्याज देणाऱ्या संस्थांकडून कशी फसवणूक होते याची उदाहरणे देऊन पैशांचे व्यवहार करताना अशा प्रकारची काळजी घ्यायला पाहिजे याविषयी ही संस्था प्रबोधन करत असते.

३) कायदेशीर सल्ला

इंटरनेटचा प्रसार झाल्यानंतर मोठमोठ्या लाभाची खोटी सूचना देऊन ग्राहकांना लुबाडण्याचे प्रकार गेली पंधरा वर्षे सुरू आहेत. त्यामध्ये अनेक जणांचे लाखो/ करोडो रूपये वाया गेले आहेत. अशा मोठ्या फसवणुकीबाबत कायद्यातून कशा प्रकारचा मार्ग निघू शकतो त्याचा सल्ला सेवाभावी संस्था देत असतात. अनेकदा लोक स्वेच्छेने अशा जाळ्यात पडून फसतात व त्यातून बाहेर पडणे फार कठीण असते. तरीही काही सेवाभावी संस्थांनी अशा आर्थिक/सायबर गुन्हेगारीमागील जाहिराती व अशा योजनांचे प्रवर्तक यावर एक मोठी मोहीम उघडली आहे.

४) महिलांचे अनिष्ट प्रदर्शन

अनेक ठिकाणी, जाहिरातींमध्ये सुंदर स्त्रियांचे विविध रूपांतील आविष्कार दाखवले जातात. बहुतेक वेळा असे प्रदर्शन मूळ वस्तू/सेवेशी संबंधित असतेच असे नाही, परंतु लोकांची नजर खेचण्याच्या दृष्टीने महिलांचा जाहिरातीतून अनिष्ट वापर होतच राहतो. काही स्वयंसेवी संस्थांनी याविरुद्ध आवाज उठवून असे अनिष्ट अंगप्रदर्शन घातक आहे हे पटवून दिल्यानंतर अशा जाहिराती मागे घेण्यात आल्या.

५) शाळांमधून मुलांना प्रबोधन

लहान मुले अतिशय संस्कारक्षम असतात. टीव्हीवर पाहिलेल्या सर्वच गोष्टींचे त्यांना आकर्षण वाटते व मुले भलत्या गोष्टींचा आग्रह धरतात. अनावश्यक धाडस करण्यास प्रवृत्त होतात. आई-वडील मुलांना टीव्हीवरचे सगळे खोटे असते हे सांगत असतातच, परंतु शाळांमधूनही व्याख्याने देऊन काही सेवाभावी ग्राहक संस्था मुलांना अवास्तव आग्रह धरण्यापासून परावृत्त करतात.

सेवाभावी ग्राहक संस्था आक्षेपार्ह जाहिरातींपासून समाजाला सावध करण्याचे काम करत असतात.

स्वयंसेवी ग्राहक संघटनांची विपणनक्षेत्रातील ग्राहकसंरक्षणामधील भूमिका (Role o f VCO's in Consumer Protection in the Area of Marketing) :

स्वयंसेवी ग्राहक संघटना म्हणजे असा समूह होय जो लोकांना व्यवसायसंस्था वा कंपन्यांच्या फसवणुकीपासून वाचवतो. असुरक्षित उत्पादने, खोटी जाहिरात, प्रदूषण, खोटी आश्वासने ही व्यवसायसंस्था करीत असलेल्या फसवणुकीची उदाहरणे आहेत. या संघटना निषेध, विशिष्ट मोहिमा यांद्वारे ग्राहकसंरक्षणाचे काम करतात. गेल्या दोन-तीन दशकांपासून ग्राहकसंरक्षणामध्ये या संस्था महत्त्वपूर्ण भूमिका बजावत आहेत. भारतात अशा अनेक स्वयंसेवी संस्था कार्यरत आहेत. विपणनकर्ते बाजारात आपल्या उत्पादनांच्या विक्रीसाठी अनेक क्लृप्त्या वा मार्ग अवलंबितात. कधीकधी हे मार्ग ग्राहकांची फसवणूक करणारे असू शकतात; त्यामुळे अशा अनुचित प्रकारापासून ग्राहकांचे संरक्षण होणे गरजेचे असते. या संदर्भात स्वयंसेवी ग्राहक संघटना अत्यंत महत्त्वाची भूमिका निभावतात. ग्राहक चळवळीचा भाग म्हणून या संस्था अनेक कृती-कार्यक्रम राबवितात.

स्वयंसेवी ग्राहक संघटनांची भूमिका (Role of VCO's) :

विपणनक्षेत्रातील ग्राहक संरक्षणामधील स्वयंसेवी ग्राहक संघटनांची भूमिका खालील मुद्दयांच्या साहाय्याने स्पष्ट करता येईल -

१) ग्राहक जागरूकता निर्मिती
२) ग्राहकांना कायदेविषयक साहाय्य
३) उत्पादनांची चाचणी
४) प्रकाशने
५) सूचना आणि शिफारसी
६) ग्राहकशिक्षण
७) जनहित याचिका

१) ग्राहक जागरूकता निर्मिती

विपणनकर्त्यांकडून ग्राहकांची होणारी फसवणूक टळावी म्हणून या स्वयंसेवी ग्राहक संघटना/संस्था ग्राहक जागृतीचे अनेक कार्यक्रम राबवितात. ग्राहकांमध्ये त्यांचे अधिकार समजावेत तसेच जनतेला ग्राहकांच्या समस्या आणि त्यावरील उपाययोजना याबाबतची माहिती व्हावी या उद्देशाने या संस्था शिबिरे, कार्यशाळा आणि प्रशिक्षण कार्यक्रम याद्वारे ग्राहकांमध्ये जागृती घडवून आणण्याचे महत्त्वाचे कार्य करतात. या कार्यक्रमांद्वारे ते ग्राहकांना बाजारामध्ये विपणनकर्ते वापरत असणाऱ्या

अनुचित आणि अन्याय्य पद्धतींची माहिती करून देतात. ग्राहकांना या पद्धतींची माहिती झाल्यास ग्राहक त्या उत्पादनांकडे पाठ फिरवून आपली फसवणूक टाळू शकतात. अशा प्रकारे ग्राहकजागृतीचे महत्त्वाचे कार्य करून या स्वयंसेवी संघटना ग्राहक संरक्षणामध्ये अत्यंत महत्त्वाची भूमिका बजावतात.

२) ग्राहकांना कायदेविषयक साहाय्य

विपणनकर्त्यांनी वापरलेल्या अनुचित व्यापारपद्धतींमुळे ग्राहकांची फसवणूक झाल्यास अशा स्वयंसेवी संघटना ग्राहकांना कायदेविषयक साहाय्य पुरवितात. कायदेशीर कारवाई करण्यामध्ये ग्राहकांना योग्य ती मदत दिली जाते. ग्राहक संरक्षण यंत्रणेतील विविध मंचांसमोर या संघटना ग्राहकांचे प्रतिनिधित्व करतात आणि ग्राहक संरक्षणामध्ये अत्यंत महत्त्वाची भूमिका पार पाडतात.

३) उत्पादनांची चाचणी

विपणनकर्त्यांच्या फसव्या प्रकारांना बळी पडून ग्राहकांचे नुकसान होऊ नये म्हणून स्वयंसेवी ग्राहक संस्था अशा उत्पादनांच्या चाचण्या घेतात. त्यासाठी मान्यताप्राप्त अशा प्रयोगशाळांची मदत घेतली जाते. अशा चाचण्या घेऊन इतर ग्राहकोपयोगी वस्तूंशी त्याची तुलना केली जाते. जेणेकरून त्या–त्या उत्पादनांच्या संबंधित गुणधर्मांचे मूल्यांकन करणे सोपे जाते. अशा चाचण्यांचे निष्कर्ष ग्राहकांपर्यंत पोहोचावेत या दृष्टीने ते प्रकाशित केले जातात. अशा प्रकारे उत्पादनांच्या गुणधर्मांबाबतची माहिती ग्राहकांपर्यंत पोहोचविण्यात स्वयंसेवी ग्राहकसंस्था अत्यंत महत्त्वाची भूमिका बजावतात.

४) प्रकाशने

ग्राहकांच्या माहितीसाठी या स्वयंसेवी संस्था अनेक प्रकारचे साहित्य प्रकाशित करतात. बाजारामध्ये विपणनकर्त्यांकडून वापरल्या जाणाऱ्या विविध पद्धती व प्रकारांची माहिती यामध्ये दिली जाते; जेणेकरून ग्राहकांना त्यांची होणारी फसवणूक समजून येते व त्यापासून स्वतःचे संरक्षण ते करू शकतात. अशा प्रकाशनांमधून या संस्था फसवे विपणनकर्ते, कंपन्या, उत्पादक तसेच आपली कामे योग्यप्रकारे न करणाऱ्या सरकारी यंत्रणा याबाबतची प्रसिद्धी करू शकतात.

५) सूचना आणि शिफारसी

ग्राहकांच्या हितसंबंधांचे संरक्षण व्हावे या दृष्टीने सरकारी अधिकाऱ्यांनी कशा प्रकारे धोरण आखावे आणि प्रशासकीय उपयोजना कराव्यात याबाबत या स्वयंसेवी संस्था सूचना देतात, तसेच शिफारसी करतात. सरकारने योग्य अशी जाहिरात तसेच

विपणन संहिता तयार करावी असा आग्रह धरतात. जाहिरात आणि विपणन कार्यक्रमांत ग्राहकांना दिलेली आश्वासने पाळली जातील यादृष्टीने योग्य असे नियम व नियमने करावीत यासाठी पाठपुरावा करतात. ग्राहकसंरक्षणाच्या दृष्टीने योग्य ती विपणन-संहिता व इतर व्यावसायिक पद्धतींचा वापर होईल यासाठी त्या जागरूक असतात आणि त्यातून ग्राहक संरक्षणामध्ये अत्यंत महत्त्वाची भूमिका बजावतात.

६) ग्राहकशिक्षण

विपणनकर्त्यांच्या फसव्या आश्वासनांना बळी पडून ग्राहकांची फसवणूक होऊ नये म्हणून या स्वयंसेवी संस्था ग्राहक शिक्षण आणि प्रशिक्षण कार्यक्रम हाती घेतात. ग्राहकसंरक्षणामध्ये अशा शिक्षण-प्रशिक्षणाला अनन्यसाधारण महत्त्व असते. त्यामुळे यातील या संस्थांची भूमिकाही तेवढीच महत्त्वाची ठरते.

या स्वयंसेवी संस्था राबवीत असलेल्या या कार्यक्रमांमध्ये ग्राहकसंरक्षणाच्या खालील महत्त्वाच्या बाबींचा समावेश होतो.

अ) आरोग्य, पोषण, अन्नभेसळ आणि त्यापासून होणारे रोग.

ब) उत्पादनवापरातील धोके.

क) उत्पादनावरील चिठ्ठ्या, लेबल्स.

ड) संबंधित कायदा, समस्यानिवारण, ग्राहकसंरक्षणासाठी असलेल्या संस्था आणि संघटना.

इ) वजने आणि मापे, किंमत, दर्जा, उधारीच्या अटी आणि मूलभूत आवश्यक वस्तूंची उपलब्धता यासंबंधी माहिती.

ई) ऊर्जा आणि पाणी यांचा योग्य वापर.

७) जनहित याचिका

ग्राहकांच्या हक्कांच्या संरक्षणासाठी काही स्वयंसेवी ग्राहक संघटनांनी काही प्रकरणांमध्ये ग्राहकांच्या हक्कांसाठी जनहित याचिका दाखल केल्या आहेत.

ग्राहकशिक्षण आणि ग्राहकशिक्षणाची उद्दिष्टे (Consumer Education – Meaning (Definition) and Objectives) :

'ग्राहकदेवो भवो' म्हणजे ग्राहक सर्वस्व ही संकल्पना आता मागे पडत चालली आहे. व्यावसायिकांच्या नैतिकतेचा ऱ्हास झाल्याने त्यांनी व्यवसायात चालणारी लबाडी, फसवणूक यांपासून सजग करण्यासाठी शिक्षण देण्याची गरज आहे. थोडक्यात, ग्राहकांना न्याय मिळवून देण्यासाठी जागृत करणे म्हणजे ग्राहकशिक्षण होय.

व्याख्या

ग्राहकांना त्यांचे हक्क व अधिकारांची जाणीव करून देणे, ते हक्क मिळवण्या-साठी व तक्रारनिवारणासाठी मार्गदर्शन देणे व अनेक प्रकारच्या फसवणुकीच्या प्रकारांपासून बचाव कसा करावा याची माहिती ग्राहकांना देणे म्हणजे ग्राहकशिक्षण होय.

ग्राहकशिक्षणाची उद्दिष्टे

१)   सबलीकरण

ग्राहकांनी कुठल्याही प्रकारच्या आर्थिक शोषणाचा प्रतिकार करावा या दृष्टीने त्यांचे सबलीकरण करणे ग्राहकशिक्षणाचे प्रमुख उद्दिष्ट आहे.

२)   हक्क व अधिकारांची माहिती देणे

भारतातील बहुसंख्य ग्राहक दुकानात मागितलेले पैसे देऊन जे मिळेल त्याबाबत संतुष्ट असतात. आपण कुठल्या गोष्टीसाठी किती किंमत द्यायला पाहिजे, आपल्याला योग्य मोबदला मिळतो आहे की नाही यांबाबत ग्राहक अलिप्त असतात. ग्राहकांना आपले हक्क व अधिकार समजावेत यासाठी ग्राहकशिक्षणाची गरज आहे.

३)   फसवणुकीपासून बचाव

भारतासारख्या देशात कोट्यवधी गरीब लोक अनिष्ट व्यापारी प्रथांना/आमिषांना बळी पडतात व आपला कष्टार्जित पैसा घालवून बसतात. अशा फसवणुकीच्या प्रकारांची ग्राहकांना माहिती देऊन त्यांना सावध करणे हे ग्राहकशिक्षणाचे एक महत्त्वाचे उद्दिष्ट आहे.

अनेक चिट फंड कंपन्या, कर्ज देणाऱ्या खाजगी संस्था, सोन्या-चांदीचे अलंकार, हिरे, माणके विकणाऱ्या संस्थांकडून वेगवेगळ्या योजना जाहीर केल्या जातात. या सर्वच योजनांचा हेतू प्रामाणिक असतो असे नाही. अनेक योजनांमध्ये भरघोस परताव्याचे आमिष दाखवून ग्राहकांकडून पैसे गोळा केले जातात व ते नंतर या संस्थाच गायब करतात. अशा प्रकारच्या प्रकारांची माहिती देणे व ग्राहकांना सावध करणे हे ग्राहकशिक्षणाचे एक मोठे कार्य आहे.

४)   तक्रारनिवारणाबाबत मार्गदर्शन

अनेकवेळा ग्राहकांना वस्तू / सेवेची किंमत, गुणवत्ता, विक्रीपश्चात सेवा वगैरेंबाबत तक्रार कुठे व कशी करावी हे ठाऊक नसते. ग्राहकशिक्षणाला याबाबतीत प्रदीर्घ मार्गदर्शन केले जाते.

५)   **चौकस बुद्धीस उत्तेजन देणे : चोखंदळ वृत्ती जोपासणे**

ग्राहकांनी खरेदी करताना चार ठिकाणी चौकशी करायला हवी, कुठलीही वस्तू अनेक अंगांनी पारखून चोखंदळवृत्तीने पहावयाला शिकवले जाते. अशा प्रकारे चौकस बुद्धीचे आणि चोखंदळ वृत्तीचे शिक्षण दिले जाते.

ग्राहक चळवळीचा अर्थ आणि व्याख्या

ग्राहकांच्या हितांचे रक्षण करण्याच्या दृष्टीने निर्माण झालेल्या चळवळीला ग्राहक चळवळ असे म्हणतात. भारतात मालाची टंचाई, भेसळ, वजनमापात लबाडी असे प्रकार चालतात ज्यामुळे सामान्य व्यक्ती त्रस्त झाली आहे. भारतात वाढत जाणारी लोकसंख्या, वाढत्या मालाची गरज व अपुरा पुरवठा या गोष्टी लक्षात घेता ग्राहकसंरक्षण असणे गरजेचे वाटते. बाजारपेठेत लुबाडणूक, फसवेगिरी, लुटारूपणा वाढत चालला आहे. तसेच ग्राहकांचे म्हणणेदेखील ऐकून घेतले जात नाही. व्यापारी वेगवेगळ्या पद्धतीचा अवलंब करतात जे ग्राहकांसाठी अनुचित ठरते. भारतात तक्रार-निवारण करण्यासाठी खर्च, काळ/वेळही जास्त लागतो यामुळे ग्राहक तक्रार देखील करत नाही.

ग्राहकवाद – अर्थ (Consumerism - Meaning) :

जेव्हा पैसा किंवा इतर मोबदल्याच्या बदल्यात ग्राहक एखादी वस्तू किंवा सेवा विकत घेतो तेव्हा ग्राहकाला काही विशिष्ट हक्क प्राप्त होतात. त्याचे हक्क, तक्रारी, समाधान यांविषयी संघटितपणे विचार करण्याचा प्रयत्न म्हणजे ग्राहकवाद होय.

ग्राहकवादाची व्याख्या

विकत घेतलेल्या वस्तू/सेवांची गुणवत्ता, किंमत, टिकाऊपणा, सुरक्षितता याबाबत ग्राहकांचे संरक्षण करणे, त्यांच्या तक्रारींचे निवारण करणे, वस्तूंच्या वेष्टणातून किंवा जाहिरातीतून ग्राहकांची दिशाभूल न होऊ देणे या सर्व बाबींचा बारकाव्याने विचार करून ग्राहकांना मदत करण्यासाठी केलेला प्रयत्न म्हणजे ग्राहकवाद.

१)   **फिलीप कोटलर :** ग्राहक चळवळ ही केवळ संघटित प्रयत्नांपुरतीच मर्यादित नाही, तर विक्रेत्यांच्या संदर्भात खरेदीदारांचे हक्क व अधिकारांचे जतन करणे हेही ग्राहक चळवळीचे कर्तव्य आहे.

२)   **सिनेटर चार्जस पर्सी :** ग्राहक चळवळ म्हणजे नोकरशाहीकडून जनतेची झालेली उपेक्षा व उद्योगजगताकडून सामान्यमाणसाकडे केलेले दुर्लक्ष, याविरुद्ध जनतेने विस्तृत स्तरावर व्यक्त केलेली प्रतिक्रिया.

ग्राहक चळवळीची गरज/महत्त्व (Importance of Consumerism) :

१) ग्राहकाची अडवणूक थांबवणे

अजूनही भारतातील ग्राहक जे मिळेल त्यात समाधान मानतो, परंतु भ्रष्ट प्रवृत्तीचे व्यापारी, मध्यस्थ, चुकीच्या जाहिराती, खोटी आश्वासने यांमुळे ग्राहकांची मोठ्या प्रमाणावर अडवणूक होत असते, ती बंद करण्यासाठी ग्राहक चळवळीची गरज आहे.

२) ग्राहकांच्या हक्काचे संरक्षण

कायद्याने ग्राहकांना काही मूलभूत हक्क प्राप्त झाले आहेत. त्यांचे पालन होत नसल्याने ग्राहक चळवळीची गरज निर्माण झाली.

३) ग्राहकांचे प्रतिनिधित्व करणे

ग्राहकांना अन्यायाविरुद्ध व्यक्तिश: संघर्ष करणे कठीण असते. त्यांची एकजूट करून अन्यायाविरुद्ध, शोषणाविरुद्ध दाद मागण्यासाठी ग्राहक चळवळीची निर्मिती आवश्यक आहे.

४) ग्राहकशिक्षण

ग्रामीण भारतात असंख्य ग्राहक अजूनही निरक्षर आणि अज्ञानी आहेत. त्यांची दिशाभूल करणे, व्यापारात फसवणूक करणे हे नित्याचेच प्रकार झाले आहेत. अशा परिस्थितीत ग्राहकांना शिक्षण देऊन त्यांनी कष्टाने मिळविलेल्या पैशांचा योग्य मोबदला मिळवून देण्याची गरज आहे व ही गरज ग्राहक चळवळीतून पूर्ण होऊ शकते.

५) ग्राहक/विक्रेत्यांचा संघर्ष

वारंवार होणाऱ्या पिळवणुकीमुळे भारतातील बहुसंख्य ग्राहकांच्या मनात व्यापारी वर्गाबद्दल शंका असतात. व्यापारप्रक्रिया पारदर्शक करून ग्राहक/व्यापारी वर्गात निकोप संबंध निर्माण करण्याची गरज आहे व ती ग्राहक चळवळीतून पूर्ण होऊ शकते.

ग्राहक चळवळीची उद्दिष्टे/फायदे (Objectives and Benefits of Consumerism) :

भारतात ग्राहकांची होणारी पिळवणूक थांबवण्यासाठी १९८६ मध्ये ग्राहक-संरक्षण कायदा अस्तित्वात आला व त्यामुळे ग्राहक चळवळीला एक कायदेशीर आधार प्राप्त झाला.

या नवीन संदर्भात ग्राहक चळवळीची उद्दिष्टे खालीलप्रमाणे सांगता येतील—

१) ग्राहकांना त्यांचे कायदेशीर हक्क प्राप्त करून देणे

ग्राहकांनी भारतीय घटनेनुसार विकत घेतलेल्या वस्तू/सेवेबाबत माहिती प्राप्त करून घेणे, वस्तू व सेवा पारखून पाहणे, धोकादायक वस्तूंपासून स्वत:चे संरक्षण करणे, ग्राहक प्रशिक्षण व विक्रीपश्चात सेवेचा हक्क मिळवून देणे, वस्तू/सेवा खरेदीत होणारा अन्याय दूर करणे, निवड करण्याचा हक्क प्राप्त करणे, तक्रारीचे योग्य प्रकारे निवारण होणे, मूलभूत गरजा भागवल्या जाणे याबाबत बरेच अधिकार आहेत व ते मिळवून देणे हे ग्राहक चळवळीचे एक मोठे उद्दिष्ट आहे.

२) ग्राहक प्रशिक्षण

आपल्या हक्कांविषयी भारतीय ग्राहक अजूनही मोठ्या प्रमाणावर अनभिज्ञ आहे. ग्राहक चळवळीतून ग्राहकांना हक्क कसे प्राप्त करावेत, अन्याविरुद्ध दाद कशी व कुठे मागावी, संघटितरीत्या ग्राहकशक्ती कशी जागवावी, याचे प्रशिक्षण मिळण्याची गरज असते व असे शिक्षण प्राप्त करून देणे हे ग्राहक चळवळीचे एक मोठे उद्दिष्ट आहे.

३) ग्राहकांची पिळवणूक थांबवणे

ग्राहकांचे भारतात अनेक प्रकारे शोषण केले जाते. वजनमापांत घोटाळा असणे, गुणवत्तेत कमी असणे, वस्तूंमध्ये भेसळ असणे, कृत्रिम टंचाई निर्माण करणे, व्यापाऱ्यांनी स्वत:च्या फायद्यासाठी दैनंदिन वस्तूंमध्ये घातक पदार्थांचा वापर करणे, जाहिरातीत/माहितीपत्रकात दिलेले गुणधर्म प्रत्यक्ष वस्तूत न आढळणारी खोटी आश्वासने देणे अशा अनेक प्रकारांनी ग्राहकांची फसवणूक होत असते. वेष्टणावर किरकोळ विक्रीची भरमसाठ किंमत छापून अवाच्या सव्वा फायदा उकळणे ही तर नित्याचीच बाब झाली आहे. याविरुद्ध आवाज उठवणे हे ग्राहक चळवळीचे एक महत्त्वाचे उद्दिष्ट आहे.

४) वस्तू/सेवांची उपलब्धी विस्तारणे

भारतात अजूनही अनेक अत्यावश्यक वस्तू/सेवांची उपलब्धता पुरेशी नाही. विशेषत: ग्रामीण व दुर्गम भागात औषधे, आवश्यक अन्नघटकांच्या अपुऱ्या पुरवठ्यामुळे बरीच मोठी जनता या गोष्टींपासून वंचित राहते. विपणनव्यवस्थेत सुधार करून उपलब्धता वाढवणे हेही ग्राहक चळवळीचे एक महत्त्वाचे उद्दिष्ट ठरू शकते.

५) रास्त किमतीत वस्तू/सेवा प्राप्त करून देणे

वाढत्या महागाईची झळ मध्यम वर्गाला व गरीब वर्गाला सतत जाणवत असते. भारतातील ग्राहकांना आवश्यक वस्तू/सेवा रास्त किमतीत उपलब्ध होण्यासाठी

ग्राहकांनीच एकत्र होऊन संघर्ष करण्याची आवश्यकता आहे. ग्राहक चळवळीच्या माध्यमातून या दिशेने प्रयत्न होऊ शकतो.

६) आंतरराष्ट्रीय व्यापारापेक्षा अंतर्गत व्यापाराचे महत्त्व

भारतात तयार होणाऱ्या उत्कृष्ट मालाला चांगल्या भावात परदेशी बाजारपेठ उपलब्ध होत असल्याने भारतीय ग्राहकांना अनेक चांगल्या वस्तूंपासून वंचित रहावे लागते किंवा त्या वस्तू भरमसाठ भावात खरेदी कराव्या लागतात. उदा. हापूस आंबा, काश्मिरी गालिचे वगैरे. ग्राहक चळवळीचे हे एक उद्दिष्ट आहे की, आंतरराष्ट्रीय दबावाखाली भारतीय ग्राहकांची गैरसोय होऊ नये.

७) प्रदूषणापासून बचाव

भारतात अनेक ठिकाणी प्रदूषित कच्चा माल, पाणी व रसायने वापरून अनेक वस्तूंची निर्मिती केली जाते. ग्राहकांच्या आरोग्यास त्यामुळे धोका पोहोचतो याकडे दुर्लक्ष केले जाते. ग्राहकांचे प्रदूषित मालापासून संरक्षण करणे हा ग्राहक चळवळीमागील एक महत्त्वाचा हेतू आहे.

८) ग्राहकशक्ती संघटित करणे

भारतातील ग्राहक विखुरलेला आहे. अन्यायाला व्यक्तिश: प्रतिकार करणे त्याला शक्य नसते. ग्राहकांना संघटित करून अन्याविरुद्ध, अनुचित पद्धतीबद्दल आवाज उठवण्यासाठी ग्राहक चळवळीने विडा उचलणे आवश्यक आहे.

९) मध्यस्थांची संख्या कमी करणे

भारतात उत्पादकाकडून ग्राहकापर्यंत फार मोठी वितरणसाखळी असते. प्रत्येक पायरीवर वस्तूंच्या किमतीत भर पडून अंतिम ग्राहकाला फार मोठी किंमत मोजावी लागते. मध्यस्थांची संख्या कमी झाल्यास ग्राहकांना रास्त किमतीत वस्तू उपलब्ध व्हाव्यात, म्हणून उत्पादकांकडून थेट ठिकठिकाणी प्रयत्न करणे किंवा मध्यस्थांची साखळी कमी करणे हे ग्राहक चळवळीचे एक उद्दिष्ट ठरू शकते.

१०) शोषणमूल्य समाजाची निर्मिती

ग्राहक हा केंद्रबिंदू व त्याच्या भोवतालचे असलेले अर्थव्यवहाराचे परिघ यांचे संतुलन साधण्याचे व तसेच समाजातील प्रत्येक व्यक्तीच्या मनात समाजासाठी काही ना काही करण्याचे विचार रुजविणे हेच ग्राहक चळवळीचे मुख्य उद्दिष्ट होय.

११) अर्थव्यवहारांवर सामाजिक नियंत्रण

ग्राहकाला उत्पादक जे उत्पादन पुरवत असे त्यासाठी ग्राहकांनी कुठल्याही

प्रकारची तक्रार करू नये, या परिस्थितीचे उच्चाटन करण्याचे काम ग्राहक चळवळीने केले आहे. व्यापारी, शास्त्रीय यंत्रणा, उत्पादक या सर्वांकडून होणाऱ्या ग्राहकांच्या पिळवणुकीविरुद्ध लढण्याचे बल सामान्य नागरिकांना देणे हे उद्दिष्ट ग्राहक चळवळीसमोर प्रामुख्याने आहे.

१२) कल्याणकारी अर्थव्यवस्था

जागरूक व संघटित ग्राहकांच्या मदतीने शोषणमुक्त समाजाची निर्मिती करणे. कारखानदार, कामगार व ग्राहक हे घटक परस्परांचे विश्वस्त असावेत व त्यांचा समन्वय व संतुलनातून शोषणमुक्त कल्याणकारी अर्थव्यवस्थेची संकल्पना साकार व्हावी हेही एक ग्राहक चळवळीचे प्रमुख उद्दिष्ट आहे.

ग्राहकवादाचे फायदे (Benefits of Consumerism) :

१) विपणन संबंध

ग्राहक आणि व्यापारी (विपणनकार) यांच्यामध्ये परस्परावलंबी आणि सलोख्याचे संबंध हे ग्राहकवादामुळे निर्माण होत असतात. त्यांच्यातील परस्परांत असणाऱ्या सामंजस्यावर व्यापाऱ्यांच्या सामाजिक कल्पनांना उत्तेजन मिळते. ग्राहक आणि व्यापारी यांच्यात आंतरक्रिया होऊन विचारांची देवाणघेवाण होते आणि त्यांच्यामध्ये व्यवसाय आणि समाजाच्या फायद्याच्या दृष्टीने संबंध निर्माण होऊन हितसंबंध जोपासले जातात.

२) उत्पादकांसाठी फायदेशीर

प्रत्येक व्यक्तीच्या आवडीनिवडी या वेगळ्या असतात. त्यामुळे व्यापाऱ्यांना किंवा उत्पादकांना मोठी कसरतच करावी लागते. ग्राहकांच्या आवडीनिवडीतील फरक, बदल याबाबत माहिती मिळवावी लागते. त्याचप्रमाणे ग्राहकांना नेमके काय हवे आहे, याचा पाठपुरावा करून उत्पादकांना आपल्या उत्पादन वा सेवेमध्ये बदल घडवून आणता येतात. सर्व काही ग्राहकवादामुळेच शक्य होते. ग्राहकाच्या समस्या, अडचणी, सूचना, व्यवसाय सुरळीत चालण्यामध्ये येणाऱ्या अडचणी त्यांना ग्राहकवादामुळे टाळता येतात.

३) गैरव्यवहार आणि अनुचित व्यापारी पद्धतींना आळा बसतो

अन्नधान्यातील भेसळ, भरमसाठ किमतीमधील वाढ, कृत्रिम टंचाई, काळाबाजार यांसारख्या समस्या वारंवार वाढतच आहेत. अशा गैरव्यवहारांना आळा बसविण्यासाठी ग्राहकवादामुळे मदत होते. ग्राहकवादामुळे ग्राहक आपल्या हक्कांबाबत जागरूक

होऊन, ग्राहकांच्या संघटना स्थापन करून, अनुचित व्यापार दूर करण्याचा प्रयत्न केला जातो. व्यावसायिक अवास्तव किमती वाढवून ग्राहकांचे शोषण करू शकत नाहीत.

४) संपत्ती आणि नफा यांच्यात वाढ

ग्राहकवादाचा ग्राहकांना सातत्याने उत्तम दर्जाच्या वस्तू व सेवा उपलब्ध करण्याकडे कल असतो. त्यामुळे लोकांचे आरोग्य चांगले राखणे शक्य होते. हितसंबंधांचे संरक्षण केल्यामुळे आवश्यक त्या वस्तू त्वरित पुरविल्या जातात. त्यामुळे कंपन्यांना अधिकाधिक फायदा मिळतो याचा परिणाम म्हणजे राष्ट्रीय संपत्तीत वाढ होते म्हणजेच ग्राहक आणि उत्पादक यांचे संबंध अधिक दृढ होऊन राष्ट्रीय उत्पन्नात सतत वाढ होत असते.

अशा प्रकारे ग्राहकवादाची उद्दिष्टे व फायदे सांगता येतील. ग्राहकवादाच्या उद्दिष्टांमुळे व फायद्यामुळे विपणनसंबंधामध्ये ग्राहक आणि उत्पादक संबंध दृढ होण्यास उपयुक्त ठरतात.

ग्राहकांचे मूलभूत हक्क कर्तव्ये आणि जबाबदारी (Right Duties and Responsibilities of Customer) :

अज्ञान, दारिद्र्य, निरक्षरता या भारतीय ग्राहकांपुढील महत्त्वाच्या समस्या आहेत. आपणाला असलेले हक्क, अधिकार, जबाबदाऱ्या, आपली कर्तव्ये याबाबत ग्राहक वर्ग पूर्णत: अनभिज्ञ असतो. त्यांना त्यांच्या हक्कांबाबत जागृत करणे हे ग्राहक-चळवळीचे प्रमुख कार्य आणि कर्तव्य आहे.

ग्राहकांची कर्तव्ये पुढीलप्रमाणे –

१) ग्राहकाने वस्तू विकत घेताना मोबदला मिळाल्याची रीतसर पावती घ्यावी व ती पावती जपून ठेवावी.

२) शक्य असेल तिथे गुणवत्ता प्रमाणित करणारा आयएसआय किंवा ॲगमार्कचा शिक्का असलेली वस्तूच खरेदी करावी.

३) वस्तू खरेदी करताना वस्तूचा आकार, वजन, रंग, गुणधर्म अपेक्षेप्रमाणे आहेत की नाही याची खात्री करून घ्यावी.

ग्राहकांचे हक्क पुढीलप्रमाणे –

१) मूलभूत गरजा भागविल्या जाण्याचा हक्क

हा हक्क अतिशय महत्त्वाचा असल्याने त्याला अग्रक्रम देण्यात आलेला आहे. अन्न, वस्त्र, निवारा या जीवनावश्यक गरजा व आरोग्यसेवा, शिक्षण, स्वच्छता

या अत्यावश्यक सेवा उपलब्ध होण्याचा हक्क, रोजगारांचा हक्क, यांत अंतर्भूत आहेतच; कारण मिळालेल्या रोजगारातूनच मूलभूत गरजा पूर्ण होतात.

२) माहिती मिळविण्याचा हक्क

ज्या वस्तूची ग्राहक चौकशी करतो त्याची पूर्ण माहिती ग्राहकास मिळाली पाहिजे. जसे वजन, उत्पादनाची तारीख, उत्पादनासाठी वापरलेले घटक इ. माहिती प्राप्त करण्याचा हक्क त्यांना असतो.

३) निवड करण्याचा हक्क

बाजारात उपलब्ध असलेल्या अनेक वस्तूंपैकी ग्राहकांस पसंत पडेल ती वस्तू वा सेवा पसंत करण्याचा वा निवडीचा अधिकार ग्राहकाला असतो. त्यासाठी उत्पादकांनी वा मध्यस्थांनी कोणत्याही प्रकारची सक्ती ग्राहकावर करू नये.

४) तक्रार करण्याचा हक्क

ग्राहकांची वस्तू वा सेवेबद्दल काही तक्रार असेल तर ती जाणून घेणे आणि त्यांच्या तक्रारीचे निवारण करणे आवश्यक असते. त्यासाठी योग्य ती यंत्रणा उभारली पाहिजे. तसेच या वस्तूमुळे ग्राहकांचे काही नुकसान झाले तर ते नुकसान उत्पादकाने/मध्यस्थाने भरून दिले पाहिजे.

५) आरोग्यदायी वातावरणाचा हक्क

पाणी, हवा, आवाज इ. प्रदूषण होणार नाही याची काळजी उत्पादकांनी घ्यावी; म्हणजेच पर्यावरण संरक्षणाकडे लक्ष द्यावे.

६) सुरक्षिततेचा हक्क

आरोग्याला अपायकारक असणाऱ्या वस्तू, सेवा तसेच असुरक्षित उत्पादन या सर्वांपासून संरक्षण करणे मुख्यत: विद्युत् उपकरणाबाबत उद्योजकांनी काळजी घ्यावी याकरिता शासनही आग्रह करत असते.

७) आपली बाजू मांडण्याचा हक्क

उत्पादक, व्यापारी व कामगार हेच महत्त्वाचे घटक मानून त्या घटकांना न्याय देण्याच्या दृष्टीने साऱ्या अर्थव्यवस्थेची पावले गेली कित्येक वर्षे पडत होती. आर्थिक धोरणांची निर्मिती व अंमलबजावणी करताना ग्राहकांच्या हिताचा समानुभूतिपूर्वक व सर्वंकष विचार केला जावा याकरिता निर्णय घेण्याच्या यंत्रणेवर ग्राहकांना प्रतिनिधित्व द्यावे. ग्राहकांनी हक्क आणि अधिकाराबाबत जागृत राहणे, ते मिळविणे हेच आद्यकर्तव्य आणि जबाबदारी आहे.

८) ग्राहक शिक्षणाचा हक्क

ग्राहक म्हणून आपली जबाबदारी पूर्ण करण्यासाठी जे आवश्यक ज्ञान व कौशल्य आवश्यक असते ते प्राप्त करण्यासाठी आवश्यक त्या सोयी उपलब्ध करून घेण्याचा हक्क असतो.

ग्राहक – अर्थ

कुठलीही वस्तू किंवा सेवा पूर्णपणे किंवा अंशत: दुसऱ्याकडून मोबदला देऊन किंवा कालांतराने मोबदला देऊन विकत घेणारी अथवा वापर करणारी व्यक्ती म्हणजे ग्राहक होय. तथापि, जर अशी वस्तू पुनर्व्यापारासाठी खरेदी केली असेल तर त्याला ग्राहक म्हणता येत नाही.

ग्राहक शिक्षण – अर्थ

ज्यामार्फत ग्राहकांना वस्तूची किंमत, दर्जा, वापर, गुणधर्म, वजन, आकाराविषयीची माहिती देऊन त्यांच्या ज्ञानात भर घातली जाते, त्यास ग्राहकशिक्षण असे म्हटले जाते. ग्राहकाला ग्राहकत्वाचे शिक्षण देणे आणि ग्राहकाने त्यानुसार जागृत होणे ही ग्राहकाची प्रमुख जबाबदारी आणि कर्तव्य आहे.

ग्राहक चळवळ

ग्राहकांना त्यांच्या हक्काची जाणीव करून देऊन खाजगी उत्पादक व व्यापारी वर्गाकडून त्यांची होणारी फसवणूक व लुबाडणूक थांबविण्यासाठी ग्राहकांनी संघटितरीत्या उभारलेली चळवळ म्हणजे ग्राहक चळवळ होय.

ग्राहक चळवळीचे फायदे व महत्त्व (Importance of Consumerism) :

ग्राहक चळवळ सुरू झाल्यापासून भारतातील ग्राहकाला घटनेने दिलेले मूलभूत हक्क प्राप्त करण्याचा मार्ग सापडला आहे.

ग्राहक चळवळीचे महत्त्व व फायदे खालीलप्रमाणे विशद करता येतील.

१) ग्राहकांचा गैरफायदा घेण्याचे प्रमाण कमी होते

ग्राहक जागा झाल्यामुळे त्याची व्यापारी वर्गाकडून पिळवणूक/फसवणूक होण्याचे प्रमाण कमी झाले आहे. ग्राहक चळवळीच्या बाजूने हा सर्वात महत्त्वाचा मुद्दा आहे.

२) ग्राहकाला आपली बाजू मांडण्यासाठी मंच उपलब्ध होतो

ग्राहक संघटित नसल्यामुळे त्याची बाजू मांडायला कुणीच नव्हते. ग्राहक चळवळीच्या रूपात ग्राहकांची बाजू मांडण्यासाठी एक मंच उभा राहिला आहे.

३) वस्तू/सेवांची कृत्रिम टंचाई/भाववाढ रोखणे

ग्राहक चळवळीच्या माध्यमातून आवश्यक वस्तूंची साठेबाजी आणि भाववाढ होत असेल तर तिला आळा बसतो. साठेबाजांवर कारवाई होते व ग्राहकाला न्याय मिळू लागतो.

४) ग्राहकासाठी आवश्यक वस्तू/सेवांच्या पुरवठ्याची व्यवस्था

दैनंदिन जीवनाला आवश्यक वस्तू/सेवांचा पुरवठा सुरळीत रहावा, व्यापारी वर्गाने कृत्रिम अडथळे निर्माण करून ग्राहकांना त्यांच्या गरजांपासून वंचित करू नये या दृष्टीने ग्राहक चळवळीचे योगदान फार मोलाचे आहे.

५) ग्राहकशिक्षण

ग्राहक चळवळ सुरू झाल्यापासून विविध ग्राहक संरक्षण संस्थांमार्फत जागरूकता, तक्रारनिवारणाचे मार्ग, रास्त किंमत व उपलब्धीसाठी संघटित प्रयत्न या विषयांवर अनेक चर्चा, संवाद, शिबिरे आयोजित केली जात आहेत व ग्राहक शिक्षणासाठी प्रयत्न केले जात आहेत. ग्राहक चळवळीचा हा एक मोठाच फायदा म्हणता येईल.

६) ग्राहकांचे प्रतिनिधित्व करणे

मोठ्या प्रमाणावर अन्याय होत असेल तर विधिमंडळ सभागृहात किंवा न्यायालयातही ग्राहकांचे प्रतिनिधित्व करून ग्राहक चळवळीने आतापर्यंत महत्त्वाचे कार्य केले आहे.

ग्राहक चळवळीची व्याप्ती (Scope of Consumerism) :

ग्राहक चळवळीची जाणीव अजून हवी तशी रुजलेली नाही. त्यासाठी या चळवळीची व्याप्ती विस्तारणे गरजेचे आहे.

या चळवळीच्या व्याप्तीबद्दल खालील मुद्दे महत्त्वाचे ठरतात -

१) शहरांपुरती मर्यादित

बहुतेक ग्राहक चळवळींचे कार्य मोठ्या शहरांपुरते मर्यादित असलेले दिसून येते. मुंबई, पुणे, नागपूर, नाशिक अशा ठिकाणी अनेक ग्राहक संघटना कार्यरत आहेत. परंतु ग्रामीण भागात या चळवळीची व्याप्ती विस्तारणे गरजेचे आहे.

२) सुशिक्षित समाजातच चळवळ रुजली आहे

ग्राहकांचे हक्क, ग्राहकांची जागरूकता याबाबत केवळ सुशिक्षित समाजातच जाणीव दिसून येते. भारतातील बहुसंख्य निरक्षर जनतेला लेखी माध्यमातून शक्य नसले तरी प्रात्यक्षिके, दृक्श्राव्य कार्यक्रमांतून ग्राहक चळवळीने आपले कार्य पुढे नेण्याची गरज आहे.

३) सरकारवर दबाव

भारतीय ग्राहकांकडून संघटितरीत्या ग्राहक हितासाठी सरकारवर जितका दबाव पडायला हवा तितका पडत नाही. कामगार संघटनांची शक्ती जास्त असल्याने कामगारविषयक नियमांबाबत त्या सरकारवर दबाव आणू शकतात. केवळ काहीच ग्राहक संघटनांच्या प्रतिनिधींना सरकारी सल्लागार मंडळात प्रवेश मिळालेला दिसतो. त्यामुळे सरकारदरबारी ग्राहक चळवळींची व्याप्ती वाढणे गरजेचे आहे.

४) व्यापारी वर्गावर परिणाम

व्यापारी वर्ग विशेषत: दैनंदिन गरजांच्या वस्तू पुरवणारे व्यापारी, बिल्डर्स, समाजातील अनिष्ट प्रवृत्तीचे लोक व सरकारी अधिकारी यांच्या अभद्र युतीमुळे ग्राहक वेठीला धरला जातो. सत्प्रवृत्त मार्गांनी या सर्व भ्रष्ट प्रवृत्तीच्या घटकांचे मन:परिवर्तन करण्याची गरज आहे. यासाठी कोट्यावधी ग्राहकांनी एकजुटीने प्रयत्न करण्याची आवश्यकता आहे व ग्राहकसंरक्षणाची त्यादृष्टीने व्याप्ती वाढवण्याची गरज आहे.

ग्राहक चळवळीची वैशिष्ट्ये (Features of Consumerism) :

१) ग्राहकसंघटन
२) ग्राहकांची जागरूकता
३) नीतिमूल्यांचा विचार
४) स्वदेशी विचार
५) देशाशी बांधिलकी
६) राजकारणापासून वेगळी
७) संघर्षात्मक कार्य

१) ग्राहक संघटन

ग्राहक चळवळीत ग्राहक हा संघटित असला पाहिजे; कारण त्याशिवाय ग्राहक चळवळीला अर्थच उरत नाही. कोणतीही समस्या हाती घेऊन सोडवण्याकरिता ग्राहकांचे पाठबळ, त्यांचे एकत्रीकरण आवश्यक असते. त्यामुळेच ग्राहकांचे संघटन हे प्रथम तत्त्व ग्राहक चळवळीचे म्हणता येईल.

२) ग्राहकांची जागरूकता

ग्राहकांना त्यांच्या कर्तव्यांची, हक्कांची जाणीव झाली पाहिजे. ग्राहकांची फसवणूक, व्यापारामधील फसवणूक, लबाडी, ग्राहकांची अडवणूक अशा विविध समस्यांबद्दल ग्राहकांना जागरूक करून त्यांना प्रशिक्षण देणे, माहिती सांगणे, त्यांसाठी ग्राहक मेळावे भरवणे इ. कामे चळवळीने केली पाहिजेत.

३) नीतिमूल्यांचा विचार

ग्राहक चळवळ ही नीतिमूल्यांवर आधारलेली संघटना आहे. सामाजिक नीती व विश्वास या बाबी ग्राहक चळवळीच्या प्रगतीचे कारण आहेत. ग्राहक चळवळ-संघटनेचा हिशोब चोख व काटेकोर असला पाहिजे.

४) स्वदेशी विचार

ग्राहक चळवळीचा विचार करता देशातील संपत्ती देशातच राहील ही भावना ठेवताना परदेशी मालावर बहिष्कार हा मात्र त्यामागील हेतू नाही. जे काही देशहिताकरिता, प्रगतीकरिता उपयुक्त आहे ते सर्व काही दुसऱ्या देशातून आणून देशातील संपत्तीत भर घालण्यास कारणीभूत व्हावे असा स्वदेशी निष्ठेचा भावनात्मक विचार आहे. या भूमिकेतूनच स्वदेशी वस्तू व सेवा या खरेदी केल्या पाहिजे. त्यांच्यावर प्रेम केले पाहिजे असे विचार रुजविण्याचे कार्य ग्राहक पंचायत करत असते.

५) देशाशी बांधिलकी

देशाच्या आर्थिक, सामाजिक उन्नतीस कटिबद्ध असलेल्या अखिल भारतीय ग्राहक पंचातीचा एकच ध्यास आहे, एकच उद्घोष आहे. 'राष्ट्रदेवो भव' कोणतेही राजकीय हितसंबंध न जोपासता देशाशी बांधिलकी ग्राहक चळवळीने मानलेली आहे.

६) राजकारणापासून वेगळी

ग्राहक चळवळ पूर्णतः राजकीय पक्षांपासून वेगळी राहिली पाहिजे. ग्राहकचळवळ ही स्वयंप्रेरित आर्थिक परिवर्तनाचा राष्ट्रीय कार्यक्रम आहे. यामध्ये कोणत्याही प्रकारचा भेदभाव नाही.

७) संघर्षात्मक कार्य

अयोग्य व्यापार, परंपरा, व्यवहार याविरुद्ध संघर्ष करणे, योग्य व्यवहाराला, व्यापाराला प्रोत्साहन देणे हे ग्राहक चळवळीचे महत्त्वाचे तत्त्व आहे. योग्य दरात चांगली वस्तू मिळावी असावा आग्रह धरणारी ही चळवळ आहे.

स्वाध्याय :

प्र.१   २० शब्दांत उत्तरे लिहा.

१.   स्वयंसेवी ग्राहक संघटना म्हणजे काय?

२.   स्वयंसेवी ग्राहक संघटनेची दोन कार्ये सांगा.

३.   स्वयंसेवी ग्राहक संघटनेच्या दोन मर्यादा सांगा.

४. स्वयंसेवी ग्राहक संघटनांना जाहिरातीबाबत कोणत्या दोन आव्हानांना सामोरे जावे लागते?

५. ग्राहकशिक्षण म्हणजे काय?

प्र.२ ५० शब्दांत उत्तरे लिहा.

१. स्वयंसेवी ग्राहक संघटनेची उद्दिष्टे सांगा.

२. स्वयंसेवी ग्राहक संघटनेचे महत्त्व सांगा.

३. स्वयंसेवी ग्राहक संघटनेसमोर कोणती आव्हाने आहेत.

४. स्वयंसेवी ग्राहक संघटना कशाप्रकारे ग्राहकांना शिक्षण देते.

प्र.३ १५० शब्दांत उत्तरे लिहा.

१. स्वयंसेवी ग्राहक संघटनेचा अर्थ सांगून संघटनेची कार्ये विशद करा.

२. स्वयंसेवी ग्राहक संघटना ग्राहकांना कशाप्रकारे शिक्षण देते त्यांची उद्दिष्टे सांगा.

३. स्वयंसेवी ग्राहक संघटना विपणनाच्या आणि जाहिरातीच्या क्षेत्रात कशाप्रकारे भूमिका पार पाडते.

प्र.४ ५०० शब्दांत उत्तरे लिहा.

१. स्वयंसेवी ग्राहक संघटनेचा अर्थ सांगून ग्राहकांच्या समस्या सोडविण्यात स्वयंसेवी ग्राहक संघटनांचे महत्त्व स्पष्ट करा.

२. स्वयंसेवी ग्राहक संघटनांची प्रमुख कार्ये आणि मर्यादा स्पष्ट करा.

प्रकरण ३

संयुक्त राष्ट्रसंघाच्या ग्राहक संरक्षणासाठी मार्गदर्शक सूचना

United Nations Guidelines for Consumer Protection

१९६२ मध्ये अमेरिकेचे अध्यक्ष जॉन एफ. केनेडी यांनी अमेरिकन काँग्रेसपुढे भाषण करताना ग्राहकांचे चार मूलभूत हक्क प्रतिपादन केले. १. सुरक्षितता, २. वस्तू/सेवेविषयी योग्य माहिती, ३. वस्तू/सेवा निवडणे व ४. ग्राहकाचे म्हणणे ऐकून घेतले जाणे या संबंधीचे हे चार हक्क होते.

त्यानंतर ग्राहकाचे हक्क व अधिकार यांवर संपूर्ण जगात विचारचक्र सुरू झाले. १९८१ मध्ये संयुक्त राष्ट्रसंघाच्या आर्थिक व सामाजिक परिषदेत विकसनशील देशांच्या गरजा लक्षात घेऊन ग्राहकसंरक्षणासाठी आंतरराष्ट्रीय स्तरावर मार्गदर्शक सूचना तयार करण्यासाठी युनोचे सरचिटणीस यांना विनंती केली. १९८३ मध्ये या मार्गदर्शक सूचनांचा मसुदा आर्थिक व सामाजिक परिषदेस सादर करण्यात आला. त्यावर चर्चा व विचार झाल्यानंतर, युनोच्या सर्वसाधारण सभेत ९ एप्रिल १९८५ रोजी या मार्गदर्शक सूचना स्वीकारण्यात आल्या.

१९९१ मध्ये पर्यावरणाचे महत्त्व लक्षात घेऊन शाश्वत उपभोग व उत्पादनाच्या दृष्टीने या सूचनांमध्ये सुधारणा करण्यात आल्या.

संयुक्त राष्ट्रसंघाच्या कार्याचे महत्त्व (Importance of United Nations Functions) :

बांगलादेशात २०१२ मध्ये अमेरिका व प्रगत राष्ट्रांसाठी कपडे तयार करणाऱ्या एका फार मोठ्या कारखान्याला आग लागून प्रचंड जीवितहानी झाली व सर्व मालमत्ता

नष्ट झाली. युनोने दिलेल्या मार्गदर्शक सूचनांचे पालन न झाल्याने ही दुर्घटना घडली हे उघड आहे.

अशा अनेक आंतरराष्ट्रीय दुर्घटना टाळण्यासाठी युनोने पुरस्कृत केलेल्या ग्राहक-संरक्षण तत्त्वांचे पालन करणे अत्यंत महत्त्वाचे आहे.

युनोचा ग्राहक संरक्षण सल्लागार गट

ग्राहकसंरक्षणार्थ युनोने अलीकडेच एक ग्राहक संरक्षण सल्लागार गट स्थापन केला आहे. या ग्राहक परिषदेचे अध्यक्षपद श्रीमती कॉनी लाऊ यिनहिंग यांच्याकडे आहे. वर दिलेले ग्राहक हक्क सभासददेशांतील सर्व नागरिकांना मिळावेत हाच नवनियुक्त श्रीमती लाऊ यांचा प्रयत्न असणार आहे.

संगणकयुगात ग्राहक संरक्षण सूचनांमध्ये सुधारणा गेल्या तीन दशकांमध्ये आंतरराष्ट्रीय व्यापार संगणकाचा व इंटरनेटचा फार मोठ्या प्रमाणात वापर करीत आहे व त्यामुळे ग्राहक संरक्षण योजनांमध्ये ई-व्यापार व ई-वाणिज्याचा समावेश व्हावा यासाठी संयुक्त राष्ट्रसंघ प्रयत्नशील आहे. आंतरराष्ट्रीय बौद्धिक मालमत्ता व ई-व्यापारातून केलेली देवाणघेवाण याबाबतीत ग्राहकसंरक्षणाबाबत अनेक समस्या उपस्थित होत आहेत व त्यांचा समग्र विचार संयुक्त राष्ट्रसंघातर्फे होत आहे.

युनोतर्फे खालील क्षेत्रांत सदस्यदेशांसाठी तांत्रिक साहाय्य व क्षमतावर्धन उपक्रम चालवले जातात.

१) **ग्राहक संरक्षण धोरण निर्मिती :** सभासद देशातील ग्राहक वर्गाच्या संरक्षणार्थ धोरणे, कायदे, नियम तयार करण्यासाठी प्रशिक्षण.

२) **ग्राहकसंस्थांना साहाय्य :** विविध देशांतील ग्राहक व संस्था, संघटनांना सक्रिय सहकार्य करणे.

३) **जनसंपर्क व जागृती :** सभासद देशांत ग्राहकसंरक्षणार्थ जनसंपर्क वाढवणे, जागृती निर्माण करणे व त्यासाठी विविध माध्यमांचा वापर करणे.

४) **औपचारिक प्रशिक्षण :** विविध देशांतील ग्राहक, व्यवहार खात्यातील अधिकाऱ्यांना ग्राहक संरक्षणाबाबत प्रशिक्षण देणे.

५) **बाजारपेठ संरक्षण :** बाजारपेठ विस्तारण्याच्या दृष्टीने विविध बाजारपेठांमध्ये सर्वेक्षण करून बाजारपेठांची माहिती संकलित करून गरजू सदस्यराष्ट्रांना पुरवणे.

६) **नेटवर्किंग :** ग्राहक संरक्षणासाठी विविध देशांत चाललेल्या कार्याचे नेटवर्किंग करून समन्वय साधणे.

युनोतर्फे ग्राहकांचे पुढील हक्क जाहीर करण्यात आले आहेत -

१) प्राथमिक गरजा पूर्ण होण्याचा अधिकार.

२) सुरक्षिततेचा अधिकार.

३) उपभोग्य वस्तू, सेवांविषयी माहिती प्राप्त करण्याचा अधिकार.

४) निवड करण्याचा अधिकार.

५) ग्राहकाची बाजू / विचार ऐकून घेतले जाण्याचा अधिकार.

६) तक्रारनिवारणाचा अधिकार.

७) ग्राहकशिक्षणाचा अधिकार.

८) शाश्वत पर्यावरण प्राप्त करण्याचा अधिकार.

संयुक्त राष्ट्रसंघ व ग्राहक संरक्षण (United Nations & Consumer Protection)

युनोच्या (United Nations & Consumer Protection, 1985) १९८५ च्या सूचनांमध्ये ग्राहक संरक्षणाबाबत विविध राष्ट्रांनी कशाप्रकारे धोरण राबवावे याबाबत मौलिक मार्गदर्शन केले आहे.

युनोने सदस्य देशातील व्यापार, गुंतवणूक व विकास प्रश्नांबाबत सखोल विचार केला आहे. १९८० मध्ये युनोने प्रतिबंधक व्यापार पद्धती व सदस्य देशांना मान्य होतील अशा समान हक्क तत्त्वावर आधारित व्यापारपद्धती यासंबंधात बरेच काम केले होते. १९८५ मध्ये संयुक्त राष्ट्रसंघाने ग्राहकसंरक्षणासाठी मार्गदर्शक सूचना जारी केल्या व १९९९ मध्ये त्यांचा विचार करण्यात आला. हेच धोरण पुढे चालू ठेवून ग्राहक सरंक्षणासाठी उद्दिष्टे समोर ठेवली आहेत.

संयुक्त राष्ट्रसंघाची ग्राहकसंरक्षणासाठी उद्दिष्ट्ये

१) कायदेशीर चौकट : सदस्य देशांसाठी ग्राहक सरंक्षणाच्या उद्देशाने एक समान कायदेशीर चौकट प्रस्थापित करणे.

२) सहकार्य व उत्तम व्यापार पद्धती : व्यापाऱ्यातील उत्तम पद्धती व ग्राहक-संरक्षणाबाबत आंतरराष्ट्रीय सहकार्याला उत्तेजन देणे.

३) बाजारपेठेत अनुकूल परिस्थिती निर्माण करणे : ग्राहकांना भरपूर पर्याय उपलब्ध असतील व रास्त किमतीला वस्तू उपलब्ध होतील या दृष्टीने विविध देशांतील बाजारपेठेत अनुकूल परिस्थिती निर्माण करणे.

४) ग्राहकसंरक्षणासाठी जागृती : सदस्यदेशांत ग्राहकजागृतीसाठी प्रयत्न करणे.

५) **शाश्वत उपभोक्ता मिळावा यासाठी प्रयत्न :** सदस्य देशातील जनतेला आवश्यक गोष्टींचा निरंतर, शाश्वत उपभोग घेता यावा यासाठी विविध उपयोजनांना उत्तेजन देणे.

६) **ग्राहकसंरक्षण व उत्पादनखर्चात बचत यांचा मेळ घालणे :** विविध देशांत ग्राहकसंरक्षणाचे उद्दिष्ट साध्य करताना उत्पादनखर्च कमी करण्यावरही लक्ष देता येईल अशाप्रकारची धोरणे आखणे.

मार्गदर्शक सूचनांमागील सर्वसाधारण तत्त्वे (Gerneral Principles) :

युनोच्या ग्राहक संरक्षणविषयक सूचनांतील दोन सर्वसाधारण तत्त्वे पुढीलप्रमाणे आहेत.

ग्राहकाच्या आवडीनिवडी, पर्यावरण, समाज व आर्थिक परिस्थितीचा प्रभाव याबाबत ग्राहकांना प्रशिक्षण देणे गरजेचे आहे.

ग्राहकांना स्वत:चे प्रश्न/बाजू मांडण्यासाठी स्वत:च्या संघटना/गट स्थापन करण्याचे स्वातंत्र्य असावे. युनोने म्हटले आहे की, शाश्वत उपभोग राहील अशी अर्थव्यवस्था निर्माण करताना, दारिद्र्यनिर्मूलन, लोकांच्या प्राथमिक गरजांची पूर्ती, देशातील विषमता कमी करणे यावर आधी लक्ष देणे आवश्यक आहे.

१. या सूचनांद्वारे ग्राहकांच्या ज्या न्याय्य गरजा पूर्ण व्हाव्यात असा हेतू आहे, त्या गरजा अशा :

अ) ग्राहकांचे आरोग्य व सुरक्षिततेला होणाऱ्या धोक्यांपासून त्यांचे संरक्षण करणे.

ब) ग्राहकांच्या आर्थिक हिताचे संरक्षण करणे.

क) ग्राहकांच्या इच्छेनुसार व गरजेनुसार वस्तू/सेवा मिळाव्यात म्हणून त्यांना वस्तू/सेवेविषयी आवश्यक ती माहिती उपलब्ध होणे.

ड) ग्राहकांच्या आवडीनिवडीवर पर्यावरण, समाज व आर्थिक परिस्थितीचा पडणारा प्रभाव यांबाबत ग्राहकांना माहिती देणे व ग्राहकप्रशिक्षण देणे.

इ) ग्राहकांच्या तक्रारनिवारणासाठी प्रभावी यंत्रणा उपलब्ध करणे.

फ) ग्राहकांना स्वत:चे प्रश्न व बाजू मांडण्यासाठी स्वत:च्या संघटना, गट स्थापन करण्याचे स्वातंत्र्य देणे.

य) सदस्य देशात ग्राहकांमध्ये शाश्वत उपभोगाची रचना निर्माण करणे.

२. जागतिक पर्यावरणाच्या सतत होणाऱ्या विनाशामागे विविध देशांत विशेषत: औद्योगिक देशात असंतुलित उत्पादन/उपभोग कारणीभूत आहे. त्यामुळे सर्व

सदस्यदेशांना शाश्वत उपभोग राहील अशाप्रकारची अर्थव्यवस्था निर्माण करणे गरजेचे आहे. विकसनशील देशांतील विशिष्ट गरजांकडे या संदर्भात विशेष लक्ष द्यायला हवे.

३. शाश्वत उपभोग राहील अशी अर्थव्यवस्था निर्माण करताना, दारिद्र्यनिर्मूलन, सदस्यदेशांच्या प्राथमिक गरजांची पूर्ती व देशा-देशांतील विषमता कमी करणे ही उद्दिष्टे लक्षात ठेवणे आवश्यक आहे.

४. सदस्य देशातील सरकारांनी ग्राहकसंरक्षणाची धोरणे विकसित करताना, राबवताना व पाठपुरावा करताना योग्य त्या मूलभूत सुविधा निर्माण कराव्यात. विशेषत: ग्रामीण भागातील जनता व दारिद्र्यरेषेखालील लोकांना लाभ व्हावा यासाठी ग्राहक संरक्षणाच्या उपयोजना कराव्यात.

५. सर्व व्यावसायिक संस्थांनी त्या-त्या देशातील संबंधित कायदे व नियमांचे पालन करावे. त्या-त्या देशात ग्राहकसंरक्षणार्थ प्रस्थापित केलेल्या प्रमाण व मानकांसाठी योग्य त्या तरतुदी कराव्यात.

६. ग्राहक संरक्षणांची धोरणे ठरवताना सदस्य देशातील विद्यापीठे व खाजगी संस्थांच्या संशोधनाचा सकारात्मक उपयोग करून घ्यावा.

ग्राहकोपयोगी वस्तू/सेवांची सुरक्षितता व गुणवत्ता यांच्या मानकांबाबत संयुक्त राष्ट्रसंघाचे धोरण पुढीलप्रमाणे आहे.

१) विविध वस्तू/सेवांची सुरक्षितता व गुणवत्ता राष्ट्रीय आणि आंतरराष्ट्रीय स्तरावर राखण्यासाठी सरकारने प्रयत्न करायला हवेत व संबंधित मानके व प्रमाणे यांना योग्य ती प्रसिद्धी द्यायला हवी. वेळोवेळी राष्ट्रीय मानकांचा आढावा घेऊन आंतरराष्ट्रीय मानकांशी सुसंगतता तपासली पाहिजे.

२) एखाद्या देशातील आर्थिक परिस्थिती फारशी चांगली नसेल तर आणि वापरातील वस्तूंच्या गुणवत्तेची मानके फारशी उच्च नसतील तर अशा ठिकाणी ही गुणवत्ता वाढवण्यासाठी सरकारने उत्तेजन द्यायला हवे.

३) ग्राहकोपयोगी वस्तू/उपकरणांची सुरक्षितता, गुणवत्ता आणि कामगिरी तपासण्यासाठी सरकारने देशातील योग्य त्या सुविधा निर्माण होतील याची खात्री करावी.

ग्राहकांच्या वैयक्तिक सुरक्षिततेच्या दृष्टीने संयुक्त राष्ट्रसंघाने दिलेल्या मार्गदर्शक सूचना पुढीलप्रमाणे आहेत. (For Physical Safety – Guidelines.) :

अनेक देशांत वेगवेगळ्या वस्तू हाताळताना सेवांचा वापर करताना अपघात होऊन ग्राहकांना इजा, दुखापत झाल्याची उदाहरणे आपण नेहमी पाहतो. त्यामुळे ग्राहकांच्या व्यक्तिगत सुरक्षेची काळजी घेण्यासाठी सरकारने काही उपाययोजना करणे आवश्यक आहे.

अ) **वस्तू/सेवांची मानके आणि कायदे (For Goods / Services-Standards and Acts) :** वस्तू/सेवांची मानके, प्रमाणे, कायदे वगैरे वस्तूंच्या सध्याच्या किंवा प्रायोजित वापराबाबत विविध प्रमाणे राष्ट्रीय/आंतरराष्ट्रीय स्तरावरील मानके, कायदे प्रस्थापित करण्यासाठी सरकारने सतत प्रयत्नशील रहावे.

ब) **वस्तू/सेवांची सुरक्षितता (Safety of Goods and Services) :** बाजारपेठेत वस्तू/सेवा आणणारे उत्पादक, आयातदार, किरकोळ विक्रेते वगैरे व्यावसायिकांनी त्या-त्या वस्तू/सेवा ग्राहकांसाठी सुरक्षित आहेत याची खात्री करावी. विशिष्ट वस्तू/सेवा वापरण्यातील धोक्याची माहिती ग्राहकांना मिळणे आवश्यक आहे. वस्तूंची हाताळणी/वाहतूक करताना कुणाला इजा/दुखापत होणार नाही याची काळजी घेणे हे विक्रेते/वितरकांचे कर्तव्य आहे.

क) **धोकादायक वस्तू/सेवांचे नियोजन (Planning of Explosive Goods/ Services) :** जर उत्पादक/वितरकांना त्यांनी बाजारात आणलेल्या वस्तूंमधील धोका लक्षात आला तर त्यांनी संबंधित सहकारी अधिकारी व सर्वसाधारण जनतेला त्याची ताबडतोब माहिती द्यावी. ग्राहकांपर्यंत ही माहिती योग्य पद्धतीने पोहोचावी याकडेही सरकारने लक्ष द्यावे.

ड) **दोषपूर्ण वस्तू/सेवांबाबत नीती (Ethics about Vest / Damage / Diffective Goods / Services) :** मोठया प्रमाणावर खप होत असलेल्या एखाद्या वस्तू/सेवेमध्ये दोष असतील तर त्या उत्पादकाने/वितरकाने त्या वस्तू लगेच परत घ्याव्या/त्यात सुधारणा कराव्यात किंवा ग्राहकांना योग्य भरपाई द्यावी यासाठी सरकारने योग्य ती धोरणे अमलात आणावीत.

संयुक्त राष्ट्रसंघाच्या ग्राहकसंरक्षणार्थ मार्गदर्शक सूचनांमधून शैक्षणिक व माहितीपर कार्यक्रमांवर पुढीलप्रमाणे विशेष लक्ष दिले आहे. (United Nations and Eduction and Information Programme) :

देशा-देशांतील नागरिकांच्या सांस्कृतिक परंपरा लक्षात घेऊन सरकारने विविध वस्तूंच्या उपभोगात बदल केल्यामुळे होणारे फायदे-तोटे, पर्यावरणावर उपभोगाचा परिणाम, आदी गोष्टींवर शिक्षणपर कार्यक्रमांना उत्तेजन द्यायला हवे. लोकांनी जाणीवपूर्वक निवड करून खरेदी करावी, आपले हक्क व जबाबदाऱ्यांची जाणीव ठेवावी, या दृष्टीने असे शिक्षणकार्यक्रम आखायला हवेत. ग्रामीण व शहरी भागातील अल्प उत्पन्न-गटातील ग्राहकांना विशेष शिक्षणाची गरज असते. विविध ग्राहक गट संघटना व इतर संबंधित संस्थांना या उपक्रमात सहभागी करून घ्यावे.

१) **ग्राहक शिक्षण व माहिती उपक्रमात खालील गोष्टींचा समावेश असावा :**

अ) आरोग्य, पोषण, खाण्यापिण्याच्या गोष्टीतून पसरणाऱ्या रोगांचा प्रतिबंध, अन्नपदार्थातील भेसळ.

ब) धोकादायक वस्तू / सेवांबाबत माहिती.

क) वस्तूंवर लावलेले लेबल.

ड) संबंधित कायदे, तक्रार निवारण पद्धती, निवारण मंच व आयोग.

इ) देशात वापरत असलेल्या वजनमापांची माहिती, किमती, गुणवत्ता, उधारीच्या पद्धती व मूलभूत आवश्यक गोष्टींची उपलब्धता.

फ) पर्यावरणसंरक्षण.

ग) नैसर्गिक साधनसंपत्ती, पाणी व ऊर्जेचा कार्यक्षम वापर.

२) **शिक्षणासाठी माध्यमे :** विविध ग्राहकहित संस्था, शाळा, सेवाभावी संस्था, प्रसारमाध्यमे या सर्वांचा ग्राहकशिक्षणासाठी वापर करता येईल. आवडीनिवडी, उपभोगाची पातळी बदलल्याने होणारे फायदे-तोटे, ग्रामीण व शहरी भागातील अल्पउत्पन्न गटांच्या क्रयशक्तीवर पडणारा प्रभाव वगैरे विषयांवर या माध्यमातून प्रबोधन वगैरे विषयांवर या माध्यमातून प्रबोधन करता येईल.

३) **उत्तेजन देणे :** ज्या ठिकाणी शक्य असेल तिथे व्यवसायांनी ग्राहकप्रशिक्षण व ग्राहक माहिती प्रसारण, उपक्रमात सहभाग घ्यावा यासाठी सरकारने उत्तेजन द्यावे.

४) **सार्वजनिक प्रसारमाध्यमांचा वापर :** ग्रामीण व दुर्गम भागातील निरक्षर ग्राहकांपर्यंत पोहोचण्यासाठी सरकारने सार्वजनिक प्रसारण माध्यमांचा ग्राहकशिक्षणासाठी जास्तीत जास्त वापर करावा.

५) **प्रशिक्षणातील शिक्षण :** ग्राहकोपयोगी शिक्षण देणारे शिक्षक तयार करण्यासाठी सरकारने विविध उपक्रम राबवावेत.

ग्राहकांचे आर्थिक हितरक्षण करण्यासाठी व ग्राहकहिताची जोपासना करण्यासाठी संयुक्त राष्ट्रसंघाने मार्गदर्शक सूचना खालीलप्रमाणे जारी केलेल्या आहेत.

ग्राहकाची जी काही आर्थिक परिस्थिती असेल त्यातून त्याला जास्तीत जास्त व्यवहारिक लाभ व्हावा या दृष्टीने सरकारी धोरण असावे. उत्पादन व उद्योजकीय प्रयत्नातील समाधानकारक प्रगती, उचित वितरणपद्धती, व्यापारपद्धती, माहितीपूर्ण विपणन आणि अनुचित व्यापारपद्धतींपासून संरक्षण हे हेतू सरकारी धोरणातून साध्य व्हायला हवेत.

संयुक्त राष्ट्रसंघाने ग्राहकहित जोपासना करण्यासाठी केलेल्या मार्गदर्शक सूचना पुढीलप्रमाणे आहेत (United Nations Guidelines for Consumer Protection 1985) :

१) **ग्राहकांच्या हिताच्या विरोधी पद्धतीपासून संरक्षण :** उत्पादक, वितरक व व्यापाऱ्यांनी विद्यमान कायदे व प्रमाणे यांचे पालन करावे याची खात्री करून ग्राहकहिताला बाधा आणणाऱ्या कृतींना सरकारने प्रतिबंध केला पाहिजे.

२) **ग्राहक संस्थांना आवाहन :** अन्नपदार्थांची भेसळ, जाहिरातींमधून खोटे दावे करणे अशा गोष्टींचा मागोवा होण्यासाठी सरकारने ग्राहकसंस्थाना आवाहन करायला हवे.

३) **युनोच्या ठरावाचे पालन :** ५ डिसेंबर १९८० रोजी युनोच्या आमसभेत प्रतिबंधक व्यापार पद्धतींचे नियंत्रण करणारा ठराव संमत झाला.

४) **उत्पादकांवर जबाबदारी :** वस्तूंचा टिकाऊपणा, उपयुक्तता व विश्वसनीयतेच्या बाबतीत उत्पादकांनी जबाबदारीने वागावे अशा प्रकारचे सरकारी धोरण असावे.

५) **प्रभावी व उचित स्पर्धेला उत्तेजन :** ग्राहकांना रास्त भावात विविध पर्याय उपलब्ध व्हावेत यासाठी सरकारने व्यापारामध्ये उचित व प्रभावी स्पर्धेला उत्तेजन द्यावे.

६) **विक्रीपश्चात सेवांची उपलब्धता :** देशातील उत्पादक विक्रेत्यांनी जरूर तिथे विक्रीपश्चात सेवा आणि सुटे भाग यांची सुयोग्य उपलब्धता राखावी याकडे सरकारने लक्ष द्यावे.

७) **अनुचित करारांपासून संरक्षण :** अनेक संस्थांकडून विक्री करताना एकतर्फी करार केले जातात, त्यापासून ग्राहकांचे संरक्षण व्हावे यासाठी सरकारने योग्य धोरण ठेवावे.

८) **ग्राहकांना आवश्यक माहिती पुरवणे :** ग्राहकांनी जाणीवपूर्वक खरेदीची निवड करावी यासाठी उत्पादक/वितरकांनी योग्य ती माहिती द्यावी. ग्राहकांना योग्य प्रकारे वागवले जावे यासाठी सरकारी धोरणातून प्रोत्साहन मिळावे.

९) **पर्यावरणसंरक्षण :** ग्राहक खरेदी करत असलेल्या वस्तू/सेवांचा पर्यावरणावर होणार प्रभाव याची अचूक माहिती ग्राहकांना देणे आवश्यक आहे. सरकारने वस्तू/सेवांच्या उत्पादनात पर्यावरणास धोका करणाऱ्या प्रक्रिया नाहीत याची खात्री करावी.

१०) **खोट्या जाहिराती/दाव्यापासून संरक्षण :** उत्पादक/वितरक/ग्राहक संस्थांची संपर्क ठेवून सरकारने दिशाभूल करणाऱ्या/खोट्या जाहिरातींवर नियत्रंण ठेवणे आवश्यक आहे.

११) **व्यावसायिक/उद्योजकांसाठी आचारसंहिता :** सरकारने विविध उत्पादक/वितरकांशी चर्चा करून व ग्राहकसंस्थांचा विचार घेऊन उत्पादन/वितरण-प्रणालींबद्दल एक आचारसंहिता तयार करावी. व्यवसाय/उद्योगांनी आपसात ठरवून स्वेच्छेने आचारसंहिता तयार करून अंमलात आणणे जास्त श्रेयस्कर ठरेल.

१२) **वजनमाप कायद्याचे पालन :** सरकारने देशामध्ये वजनमाप कायद्याचे व्यवस्थित पालन होते की नाही ते पहावे व अंमलबजावणीसाठीची यंत्रणा योग्य आहे की नाही ते सतत पहावे.

ग्राहकांचे आर्थिक हित जपण्यासाठी संयुक्त राष्ट्रसंघाने वरील सूचना जारी केल्या आहेत.

विविध देशांत शाश्वत उपभोगाला प्रोत्साहन देण्यासाठी संयुक्त राष्ट्रसंघाच्या मार्गदर्शक सूचना

आजच्या आणि नंतरच्या पिढीच्या वस्तू व सेवांच्या शाश्वत गरजा भागविण्यासाठी

आर्थिक, सामाजिक व पर्यावरणदृष्ट्या सुयोग्य मार्गांचा वापर करण्यासाठी संयुक्त राष्ट्रसंघाने मार्गदर्शक सूचना दिल्या आहेत.

१) विविध गटांची जबाबदारी : शाश्वत उपभोग घेता यावा ही समाजातील सर्व सदस्यांची व गटांची एकत्रित जबाबदारी आहे. त्यामध्ये सुबुद्ध ग्राहक, सरकार, व्यवसाय, कामगार संघटना, ग्राहकहित संस्था, पर्यावरण संरक्षक संस्था या सर्वांचा समावेश होतो.

सुबुद्ध ग्राहक आपल्या विशिष्ट निवडीतून पर्यावरणास, समाजास आणि अर्थव्यवस्थेस पूरक अशाप्रकारे विविध वस्तूंचा/सेवांचा उपभोग वाढवण्यास मदत करू शकतात. सरकारने उपभोगाचे प्रमाण शाश्वत स्वरूपात टिकून रहावे अशा प्रकारची धोरणे विकसित करून राबवली पाहिजेत. व्यवसायांची जबाबदारी ही की, विविध वस्तू/सेवांची संरचना उत्पादन व वितरण अशाप्रकारे करावे की, त्यांचा शाश्वत उपभोग चालू राहील. सर्व समाजाचा सहभाग वाढून शाश्वत उपभोगावरील विधायक चर्चा चालू ठेवणे ही ग्राहक संघटना व पर्यावरण संघटनांची जबाबदारी आहे. त्याचप्रमाणे या संदर्भात सरकारशी संवाद चालू ठेवणे हेही त्यांचे काम आहे.

२) सरकारी धोरणे : विविध प्रकारचे नियम, आर्थिक व सामाजिक प्रणाली, जमिनीचा वापर, वाहतूक, ऊर्जा व गृहबांधणी क्षेत्रांविषयीचे नियम, उपभोगाच्या रचनेबाबतचा संवाद वाढवण्यासाठी माहिती उपक्रम, उपभोगात असंतुलन निर्माण करणाऱ्या सरकारी सवलती अशा साधनांतून सरकारने व्यवसाय/ उद्योग व नागरी समाजातील संबंधित संस्थांशी सहकार्य करून विशिष्ट धोरणे अमलात आणायला हवी.

३) सरकारने सुरक्षित तसेच वीज व साधनांचा कार्यक्षम वापर करणाऱ्या वस्तू/ सेवांच्या उत्पादनाला प्रोत्साहन दिले पाहिजे. तसेच वाया जाणाऱ्या वस्तूंचा पुनर्वापर करण्यासाठी प्रोत्साहन द्यायला हवे.

४) सरकारने विविध वस्तू/सेवांसाठी राष्ट्रीय तथा आंतरराष्ट्रीय सुरक्षितता प्रमाणे व मानके यांच्या विकासाला व वापराला उत्तेजन द्यायला हवे. अर्थात, अशा मानकांमुळे आंतरराष्ट्रीय व्यापारात एकतर्फी अडथळे येऊ नयेत.

५) विविध प्रक्रियांमध्ये जर वस्तूंचा पर्यावरणासाठी हानिकारक वापर होत असेल तर सरकारने अशा प्रक्रियांवर नियंत्रण ठेवायला हवे. धोकादायक वस्तूंचे शास्त्रीय विश्लेषण करून त्यांच्या वापरावर मर्यादा घालणे गरजेचे आहे.

६) पर्यावरणपूरक उत्पादने व तंत्रज्ञानाचा विकास करून सरकारने सार्वजनिक व खाजगी संस्थांद्वारे अशाश्वत उपभोगाचे प्रमाण कमी करायला हवे.

७) शाश्वत उपभोगास उत्तेजन देताना ग्राहकसंरक्षणासाठी एक नियामक यंत्रणा सरकारद्वारे उभारणे आवश्यक आहे.

८) विविध प्रकारच्या आर्थिक निर्बंधांद्वारे, पर्यावरणसंरक्षणाचा खर्च सोसूनही सरकारने शाश्वत उपभोगाला उत्तेजन द्यायला हवे.

९) सर्व पातळ्यांवर शाश्वत उपभोगाची प्रगती मोजण्यासाठी सरकारने विशिष्ट पद्धति निर्देशक तयार करायला हवेत व ही माहिती संकलित करायला हवी.

१०) पर्यावरणास मारक अशा ग्राहकाच्या सवयी व वर्तनाबाबत सरकार व संबंधित संस्थांनी संशोधन करायला हवे.

विविध देशांत शाश्वत उपभोगाला प्रोत्साहन देण्यासाठी संयुक्त राष्ट्रसंघाच्या मार्गदर्शक सूचनांमध्ये वरील प्रकारच्या सूचनांचा समावेश आहे.

स्वाध्याय :

प्र.१   २० शब्दांत उत्तरे लिहा.

१. युनो म्हणजे काय?

२. जॉन केनेडी यांनी ग्राहकांना कोणते चार हक्क बहाल करण्याचे घोषित केले?

३. संयुक्त राष्ट्रसंघाची ग्राहक संरक्षणासाठीची दोन उद्दिष्टे सांगा.

४. संयुक्त राष्ट्रसंघाची ग्राहकसंरक्षणासाठीची दोन सर्वसाधारण तत्त्वे सांगा.

५. ग्राहकांच्या व्यक्तिगत सुरक्षेच्या दृष्टीने संयुक्त राष्ट्रसंघाने कोणत्या दोन सूचना केल्या ?

प्र. २   ५० शब्दांत उत्तरे लिहा.

१. संयुक्त राष्ट्रसंघाने दिलेल्या कोणत्याही चार मार्गदर्शक सूचना सांगा.

२. संयुक्त राष्ट्रसंघाने सांगितलेली ग्राहकसंरक्षणार्थ चार उद्दिष्टे सांगा.

३. संयुक्त राष्ट्रसंघाने ग्राहकशिक्षण आणि माहितीउपक्रमात कोणत्या गोष्टींचा समावेश केला आहे?

प्र. ३   १५० शब्दांत उत्तरे लिहा.

१. विविध देशांत शाश्वत उपभोगाला प्रोत्साहन देण्यासाठी संयुक्त राष्ट्रसंघाच्या मार्गदर्शक सूचना स्पष्ट करा.

२. संयुक्त राष्ट्रसंघाने ग्राहकहित जोपासताना केलेल्या मार्गदर्शक सूचना सांगा.

३. संयुक्त राष्ट्रसंघाने ग्राहक संरक्षणार्थ मार्गदर्शक सूचनांमधून शैक्षणिक व माहितीपर कार्यक्रमावर कशाप्रकारे विशेष लक्ष दिले आहे ते स्पष्ट करा.

प्र. ४ ५०० शब्दांत उत्तरे लिहा.

१. संयुक्त राष्ट्रसंघाचे ग्राहकोपयोगी वस्तू व सेवांची सुरक्षितता आणि गुणवत्ता यांच्या मानकांबाबत धोरण सविस्तर स्पष्ट करा.

२. संयुक्त राष्ट्रसंघटनेची ग्राहक संरक्षणार्थ, १९८५ नुसार उद्दिष्टे आणि सर्वसाधारण तत्त्वे सविस्तर स्पष्ट करा.

टिपा लिहा.

१. संयुक्त राष्ट्रसंघटना आणि ग्राहक संरक्षण

२. युनोच्या ग्राहक संरक्षण सल्लागार

प्रकरण ४

ग्राहक संरक्षण कायदा–१९८६

Consumer Protection Act - 1986

प्रस्तावना

ग्राहक संरक्षण कायद्यात सर्व संभावित अडचणींवर परिणामकारक उपाययोजनांची तरतूद करण्यात आली आहे. ९ डिसेंबर १९८६ रोजी संसदेत या कायद्याचे विधेयक मांडताना त्यावेळचे केंद्रीय अन्न आणि नागरी पुरवठा मंत्री हरिकृष्ण लाल भगत यांनी म्हटले आहे, भारतातील सामाजिक व आर्थिक कायद्यांमध्ये हा कायदा विशेष महत्त्वाचा आहे. ग्राहकांना त्यांच्या तक्रारी तातडीने व अर्थपूर्णरीत्या सोडविता याव्यात, हा त्याचा उद्देश आहे.

९ डिसेंबर १९८६ – विधेयक मांडले

२४ डिसेंबर १९८६ – लोकसभेत पारित

२६ डिसेंबर १९८६ – बिलावर राष्ट्रपतींची स्वाक्षरी.

भारत सरकारचा अधिनियम क्र.एस.ओ.३९० (इ) दिनांक १५–४–१९८७ ने केंद्र शासनाच्या विशेष राजपत्र १८२मध्ये दुसऱ्या भागात या कायद्याचा भाग क्र. आय. व आय. व्ही. हे दिनांक १५–४–१९८७ पासून व भाग क्र.३, दिनांक १ जून १९८७ पासून संपूर्ण भारतात एकाच वेळी लागू. १९९० पासून न्यायालयात कामकाज सुरू.

इतिहास – भारतातील ग्राहक संरक्षणाबाबत

भारतातील ग्राहकसंरक्षणाबाबतचा इतिहास पाहता असे दिसून येते की, कौटिलीय अर्थशास्त्रात चौथ्या अधिकरणात कंटकांचे निर्दालन हा विषय आहे. कंटकांमध्ये गिऱ्हाइकांना (ग्राहक किंवा उपभोक्त्यांना) फसविणारे कारागीर व व्यापारी, लाचखाऊ अधिकारी, चोर व दरोडेखोर, खुनी आदींचा समावेश केला आहे. सोळाव्या अध्यायात

(प्रकरण ३४ मध्ये) पाचव्या अध्यायात व्यापाराचे नियमन करणारा व व्यापारी नियमन. एकोणिसाव्या अध्यायात (प्रकरण ३७ मध्ये) योग्य वजनेमापे, त्यांचे नियमन. पंधराव्या अध्यायात (प्रकरण ६७ मध्ये) खरेदी-विक्रीबाबत नियमन. सोळाव्या अध्यायात प्रकरण ६८, ६९ व ७० मध्ये देऊ केलेल्या देणग्या न देणे, मालकी हक्कांशिवाय केलेली विक्री आणि मालकी हक्कांबाबत नीति-नियम दिलेले आहेत. दुसऱ्या अध्यायात (प्रकरण ७७ मध्ये) ग्राहकांची फसवणूक होऊ नये तसेच ग्राहकांना संरक्षण मिळावे म्हणून व्यापाऱ्यांवर अंकुश राहावा म्हणून व्यापाऱ्यांवर देखरेख व दोषी व्यापाऱ्याला उचित दंडाबाबत तरतूद केलेली दिसून येते; परंतु खेदाची गोष्ट अशी की, कौटिलीय अर्थशास्त्र हा ग्रंथ सार्वत्रिक होऊ शकला नाही. पुढे भारतात ग्राहकसंरक्षणाबाबत काहीच झाले नाही.

कायद्याची गरज – महत्त्व

ग्राहक हा बाजारपेठेचा राजा आहे, पण आज त्याची काय अवस्था आहे? राजा तर सोडा परंतु साध्या प्रजेचेही हक्क त्याला मिळत नाहीत. अनेक प्रकारे त्याची अडवणूक, लुबाडणूक व फसवणूक होते. वस्तू अगर सेवेसाठी जादा किंमत देऊन त्याला मालकाची मनधरणी करावी लागते. एवढे सर्व करूनही जणूकाही आपण ग्राहकावर उपकार करीत आहोत, या आविर्भावात व्यापारी नको असलेली किंवा उपयुक्तता व दर्जा कमी असलेली वस्तू ग्राहकाच्या माथी चढ्याभावाने मारत असतो. ग्राहकाची लुबाडणूक येथेच संपत नाही तर वस्तू व सेवा विकत घेतल्यानंतरही त्याला विक्रीनंतरही सेवा तत्परतेने मिळत नाही. वस्तू विकत घेतल्यानंतर त्यात काही बिघाड निर्माण झाला तर त्याचे हाल बघवत नाहीत. वस्तू घेण्यापूर्वी 'हाजी हाजी' करणारा व्यापारी नंतर त्याच्याकडे संपूर्णपणे पाठ फिरवतो व अरेरावी करतो. अशाप्रकारे त्याला सेवा तर मिळत नाहीच उलट त्याचा पैसा, वेळ व श्रम फुकट जातात. वस्तूची किंमत किंवा मोबदला, तिची उपयुक्तता व दर्जा यांच्याशी निगडित असावी. तसेच व्यापारी व ग्राहक यांच्यामधील व्यवहार हे मागणी व पुरवठा या अर्थशास्त्रातील नियमांवर आधारित असावेत; परंतु प्रत्यक्षात तसे घडत नाही. ग्राहक व व्यापारी या दोन असमान घटकांतील ही लढाई आहे. व्यापारी व उद्योजक यांचा दर्जा उच्चप्रतीचा मानला जातो तर ग्राहक अथवा सेवाधारी यांचा दर्जा खालच्या प्रतीचा मानला जातो. त्यामुळे पहिला दुसऱ्याचे शोषण करीत असतो; म्हणूनच जागतिक चळवळीचा विचार करून व लोकमताच्या रेट्यामुळे ग्राहकाच्या हिताचे रक्षण व संवर्धन करण्यासाठी संपूर्ण विचाराअंती भारत सरकारने हा कायदा अस्तित्वात आणला आहे. हा कायदा पारित करण्यापूर्वी ग्राहकांच्या हिताचे संरक्षण करणारे कायदे अस्तित्वात नव्हते काय?

तर याचे उत्तर होकारार्थी द्यावे लागेल. ग्राहकांच्या हिताचे रक्षण करणारे अजूनही अनेक कायदे आहेत. त्यांची संख्या ३०-३२ च्या वर जाईल. हे कायदे यापूर्वीही होते व आजही आहेत. आतापर्यंत या कायद्यांनी थोड्याफार प्रमाणात आपली भूमिका योग्य प्रकारे पार पाडलीही आहे; परंतु बदललेल्या काळात त्यांची उपयुक्तता कमी झाली आहे. उद्योगधंद्यांच्या भरभराटीमुळे आणि गळेकापू स्पर्धेमुळे अप्रामाणिक व्यापारी आणि अपप्रवृत्तीची वाढ झाली आहे. अशा लोकांच्या स्पर्धेमुळे व अनुचित व्यापारी प्रथेमुळे ग्राहकांचे अतोनात नुकसान होत आहे. अस्तित्वात असलेल्या कायद्यांमुळे, त्यांच्या तांत्रिक क्लिष्टतेमुळे व खर्चिक पद्धतीमुळे अशा कायद्याचा उपयोग होण्याऐवजी दुरुपयोगच जास्त होऊ लागला आहे. प्रचलित व्यवस्था ग्राहकाला तातडीने न्याय मिळवून देण्यास असमर्थ ठरली आहे, म्हणून बिनाखर्च, विनाविलंब न्याय देणाऱ्या व तांत्रिकतेत अडकून न पडणाऱ्या अशा कायद्याची गरज भासत होती. ती गरज बहुतांशी या कायद्याने भागवली आहे.

भारतामध्ये ग्राहकांच्या समस्यांसंबंधी राष्ट्रीय पातळीवर परिसंवाद

जानेवारी १९८६ मध्ये नवी दिल्ली येथे ग्राहकांच्या प्रश्नांसंबंधी एक परिसंवाद आयोजित करण्यात आला होता. त्या परिसंवादात स्वयंसेवी संघटना आणि शैक्षणिक व सामाजिक क्षेत्रातील व्यक्ती आणि केंद्र तसेच राज्य शासनातील संबंधित खात्यांचे प्रतिनिधी यांनी भाग घेतला. उपस्थित प्रतिनिधी व त्या क्षेत्रातील गणमान्य व्यक्तींच्या सूचनेचा विचार करून व इतर देशांतील या विषयावरील कायद्याचा अभ्यास करून ग्राहक संरक्षण कायदा, १९८६ ची रूपरेषा तयार करण्यात आली आहे. ग्राहक संरक्षण बिल मांडण्याचा मान त्यावेळचे अन्न व पुरवठामंत्री श्री. एच. के. एल. भगत यांना मिळाला. दि.९ डिसेंबर १९८६ रोजी लोकसभेत सदरचे बिल मांडण्यात आले. लोकसभेच्या सर्वच सदस्यांनी सदर बिलाला उत्स्फूर्त पाठिंबा देऊन ते बिल एकमताने पास केले. त्यानंतर राज्यसभेतही प्रचंड मताधिक्याने हे बिल पास झाले. दि. २४ डिसेंबर १९८६ रोजी सदर बिलाला राष्ट्रपतींनी संमती दिली व तेव्हापासून सदर बिलाचे कायद्यात रूपांतर केले. लक्षात ठेवण्यासारखी गोष्ट म्हणजे दि.९ डिसेंबर १९८६ रोजी दाखल झालेल्या बिलाचे दि. २४ डिसेंबर १९८६ रोजी म्हणजे अवघ्या पंधरा दिवसांत कायद्यात रूपांतर झाले. यावरून कायद्याची गरज व महत्त्व लक्षात येते.

हा कायदा करण्यापूर्वी शासनाने सामान्य ग्राहक यावर आपले लक्ष केंद्रित केले होते व त्याला डोळ्यांसमोर ठेवूनच या कायद्याची रचना केली आहे. विनाखर्च, विनाविलंब किरकोळ स्वरूपाची दाद ग्राहकाला मिळावी याची पुरेपूर काळजी कायद्यात घेतली आहे. म्हणूनच या कायद्यात किचकट तरतुदीचे अवडंबर नाही, तांत्रिक कार्यपद्धती

नाही, अनेक टप्प्यांची क्लिष्टता नाही, वकिलांचा सहभाग आवश्यक नाही आणि कोर्ट फीची अटही नाही. न्यायदान करण्यासाठीसुद्धा ग्रामपंचायतीसारख्या भारतीय संस्कृतीशी मिळत्याजुळत्या असलेल्या यंत्रणेचा स्वीकार केला आहे. ग्राहकविवाद हे किमान तीन सदस्यांच्या मंचाकडून ऐकले जातात व त्या सर्व व्यक्ती आपापल्या क्षेत्रात अनुभवी, अभ्यासू व गणमान्य असतात. शिवाय त्यात महिलांचा वाटा अनिवार्य करण्यात आला आहे. त्यामुळे तक्रारींच्या सर्व पैलूंवर प्रकाश पाडला जातो व पक्षकारांना केवळ कागदी न्याय नाही तर खरोखरीचा न्याय दिला जातो.

लोक कोर्टाची पायरी चढायला नाखूश असतात. त्याची कारणे म्हणजेच खर्च, विलंब, जटिलता, अपूर्णता व अनेक व्यक्ती तसेच यंत्रणा यांच्यावर अवलंबून राहावे लागत असल्यामुळे कोर्टातून दाद मिळणे दिवसेंदिवस अवघड होत चालले आहे. शिवाय सर्व अडथळे पार करून हुकूमनामा मिळविला तरी त्याच्या अंमलबजावणीमध्ये अनेक अडचणी येतात, त्यामुळे सामान्य माणसाचा प्रचलित न्यायपद्धतीवरील विश्वास कमी होत चालला आहे. ग्राहक संरक्षण कायद्याखालील वाद हे स्थानिक व किरकोळ स्वरूपाचे असतात. अशा वादात तातडीने दाद मिळाली नाही तर त्याचा काहीही उपयोग होत नाही; म्हणून अवाढव्य खर्च करून व प्रचलित कायद्यातील दोष कमी करून ग्राहक संरक्षण कायद्याची रचना केली आहे.

हा कायदा ज्याप्रमाणे ग्राहकांच्या हिताचे रक्षण करतो त्याचप्रमाणे आदेशाचे अनुपालन न करणाऱ्याला शिक्षाही करतो. त्यामुळे काहीवेळा या कायद्याच्या तरतुदीबद्दल व्यापारी व उद्योजक यांचा गैरसमज होतो. त्यांना तसे वाटते की, हा कायदा व्यापारी व उद्योजकांविरुद्ध आहे आणि या कायद्यामुळे अप्रामाणिक ग्राहकांना उत्तेजन मिळते; परंतु या आरोपात काहीही तथ्य नाही. कायद्याचा सरनामा वाचल्यानंतरच आपल्या लक्षात येईल, की ग्राहकांच्या हिताचे संरक्षण व संवर्धन हा या कायद्याचा मुख्य उद्देश आहे व त्याभोवतीच या कायद्याची गुंफण केली आहे. ग्राहकांच्या हितरक्षणासाठी जे जे काही करणे आवश्यक आहे ते ते या कायद्यात केले आहे. केवळ मूळ उद्देश साध्य होण्यासाठी आनुषंगिक बाब किंवा शेवटचा उपाय म्हणून कलम २७ मध्ये शिक्षेची तरतूद करण्यात आली आहे. या कायद्याचा उद्देश व्यापारी अगर उद्योजक यांना शिक्षा करणे असा मुळीच नसून ग्राहकांची होणारी अडवणूक, पिळवणूक व फसवणूक थांबवावी हा आहे. कलम २७ नुसार शिक्षा करण्यापूर्वी संबंधितांचे म्हणणे ऐकून नंतरच निर्णय दिला जातो. अंमलबजावणीशिवाय कायद्याला अर्थ नाही म्हणून ही तरतूद योग्य व आवश्यकच आहे. त्याचप्रमाणे दंड शक्तीचा दुरुपयोग होऊ नये म्हणूनही कायद्यात पुरेशी काळजी घेतली आहे. दंड अथवा शिक्षा देताना किमान दंड व

शिक्षेबरोबर योग्य कारणांसाठी आवश्यक वाटल्यास किमान शिक्षा व दंड यापेक्षाही कमी शिक्षा अगर दंड करण्याची सोय केली आहे. यावरूनही संबंधितांना शिक्षा अगर दंड करताना अन्याय होऊ नये व गुन्ह्यापेक्षा शिक्षा जास्त होऊ नये याची पुरेशी काळजी घेण्यात आली आहे, हे स्पष्ट होते. शिवाय आता खोटी व द्वेषमूलक तक्रार करणाऱ्याविरुद्ध शिक्षेची तरतूद करण्यात आली आहे. त्यामुळे हा कायदा व्यापारी अथवा उद्योजक यांचेविरुद्ध आहे किंवा तो अप्रामाणिक ग्राहकांना उत्तेजन देणारा आहे असे म्हणता येणार नाही.

ग्राहक संरक्षक कायद्याची ठळक वैशिष्ट्ये

१) हा कायदा अंशतः अथवा पूर्ण मोबदला देऊन किंवा मोबदला देण्याचा करार करून अथवा भाडे कराराने घेतलेल्या सर्व वस्तू व सेवा यांना लागू होतो.

२) हा कायदा शासकीय, निमशासकीय, सहकारी संस्था, भागीदारी संस्था, प्रतिष्ठान, कंपनी या सर्वांना लागू होतो.

३) अधिसूचना प्रसिद्ध करून स्पष्टपणे वगळलेल्या वस्तू व सेवा यांना हा कायदा लागू होत नाही. तसेच विनामोबदला किंवा नाममात्र मोबदला देऊन घेतलेल्या वस्तू अगर सेवा आणि तसेच वैयक्तिक स्वरूपाच्या सेवा यांना हा कायदा लागू होत नाही.

४) फेरविक्रीसाठी घेतलेल्या व व्यापारी कारणाकरिता वापरण्यात येणाऱ्या वस्तूंना हा कायदा लागू होत नाही; परंतु स्वयंरोजगारासाठी वस्तू विकत घेतली व त्यावर व्यक्तीची उपजीविका अवलंबून असली तर त्यांना हा कायदा लागू होतो.

५) तक्रार अर्जाला किंवा अपीलनाम्याला स्टॅम्प ड्युटी, कोर्ट फी, प्रोसेस फी लागत नाही.

६) तक्रार अर्ज अर्जदाराला स्वतः अगर प्रतिनिधींमार्फत दाखल करता येतो किंवा काम चालविता येते.

७) पोस्टानेही तक्रार अर्ज दाखल करता येतात.

८) वकील लावण्याची सक्ती नाही.

९) कायदा कलम १४ प्रमाणे नमूद केलेली दादच या कायद्याप्रमाणे तक्रारकर्त्याला देता येते. याशिवाय कोणतीही अन्य दाद देता येत नाही.

१०) हा कायदा इतर कायद्याच्या विरोधी नसून पूरक आहे म्हणजे दुसऱ्या कायद्याप्रमाणे दाद मिळण्याची सोय असली तरीही तक्रारकर्त्याला याही कायद्याप्रमाणे दाद मागता येते. अर्थात, कोणत्या प्रकारे दाद मागावी हे ठरविण्याचा अधिकार तक्रारकर्त्याचा आहे.

११) तक्रार अर्ज अथवा अपीलनामा कायदा कलम २४ (अ) मध्ये नमूद केलेल्या मुदतीतच दाखल करणे आवश्यक आहे. योग्य व पुरेशा कारणांसाठी ग्राहकसंरक्षण यंत्रणेला विलंब माफ करण्याचा अधिकार आहे.

१२) पक्षकाराला वस्तू वा सेवा खरेदी करण्यासाठी जी रक्कम खर्च करावी लागली त्याशिवाय शारीरिक व मानसिक त्रास किंवा असुविधा यांचेसाठीसुद्धा नुकसान-भरपाई मिळू शकते तसेच पक्षकाराला अर्जाचा खर्च मिळण्याचीही सोय आहे.

१३) मुदतीत आदेशाची अंमलबजावणी न झाल्यास कलम २७ प्रमाणे रु.१०,००० पर्यंत दंड किंवा ३ महिन्यांपर्यंत साध्या कैदेची शिक्षा देता येते. जरी किमान दंड रु.२,००० व किमान शिक्षा १ महिना असली तरी योग्य व पुरेशा कारणांसाठी किमान शिक्षा व दंडापेक्षाही कमी दंड व शिक्षा करता येईल.

१४) खोटी व द्वेषमूलक तक्रार करणाऱ्याविरुद्ध शिक्षेची तरतूद करण्यात आली आहे.

ग्राहक संरक्षण कायद्याचा कलमवार सारांश

हा कायदा ३१ कलमांचा असून त्याची चार प्रमुख भागांत विभागणी केली आहे.

भाग १ – प्रारंभिक, कलम १ ते ३

भाग २ – ग्राहक संरक्षण परिषदा – कलम ४ ते ८ ब

भाग ३ – ग्राहक तक्रार निवारण अभिकरणे, माध्यमे किंवा यंत्रणा कलम ९ ते २७ अ

भाग ४ – संकीर्ण – कलम २८ ते ३१

कलम १ ते ३१ यांचा थोडक्यात सारांश पुढीलप्रमाणे आहे –

कलम १ : कायद्याचे संक्षिप्त नाव, तो कोणकोणत्या भागावर प्रभावी राहील व कधी अमलात येईल, त्यासंबंधी माहिती.

कलम २ : व्याख्या देणारे कलम, कायद्याचा अभ्यास करण्याच्या दृष्टीने अतिशय महत्त्वपूर्ण कलम. या कायद्यात वापरण्यात आलेले विविध शब्द वा संज्ञांचा अर्थ व स्पष्टीकरणे या कलमात देण्यात आली आहेत.

कलम ३ : या कायद्याच्या तरतुदी या संबंधात करण्यात आलेल्या इतर कायद्यांना कमी लेखणाऱ्या नसून त्या व्यतिरिक्त म्हणजेच त्यांना पूरक अशा आहेत.

कलम ४ : मध्यवर्ती ग्राहक संरक्षण परिषद स्थापन करण्यासंबंधीची तरतूद व तदनुषंगिक बाबींची या कलमात तरतूद आहे.

कलम ५ : मध्यवर्ती ग्राहक संरक्षण परिषदेच्या बैठकींच्या संबंधातल्या कायद्याच्या तरतुदी या कलमात अंतर्भूत आहेत.

कलम ६	:	मध्यवर्ती परिषदेची उद्दिष्टे या कलमात सूचित करण्यात आली आहेत.
कलम ७	:	हे कलम राज्य ग्राहक संरक्षण परिषदेच्या स्थापनेसंबंधी आहे.
कलम ८	:	राज्य ग्राहक संरक्षण परिषदेची उद्दिष्टे या कलमात सूचित करण्यात आलेली आहेत.
कलम ८ अ	:	जिल्हा ग्राहक संरक्षण परिषदेची स्थापना व रचना यासंबंधीची माहिती देणारे कलम.
कलम ८ ब	:	जिल्हा ग्राहक संरक्षण परिषदेची उद्दिष्टे सांगणारे कलम.
कलम ९	:	राज्यातील प्रत्येक जिल्ह्यात स्थापन करावयाच्या ग्राहक विवाद निवारण– मंचाच्या स्थापनेशी संबंधित असे हे कलम आहे.
कलम १०	:	यामध्ये जिल्हा मंचाच्या स्थापनेसंबंधीच्या तरतुदी आहेत.
कलम ११	:	जिल्हा मंचाची अधिकारिता कोठवर आहे, त्यात कोणत्या मर्यादेपर्यंत काम करता येते, यासंबंधीच्या तरतुदींचे हे कलम आहे.
कलम १२	:	तक्रारदार किंवा फिर्यादी जिल्हा मंचाकडे ज्या पद्धतीने आपली फिर्याद दाखल करू शकेल ती रीत, यामध्ये सूचित करण्यात आली आहे.
कलम १३	:	तक्रार दाखल करण्यात आल्यावर जिल्हा मंचाने अनुसरावयाची कार्यपद्धती या कलमामध्ये सांगण्यात आली आहे.
कलम १४	:	वस्तू किंवा सेवेमधील दोषांचे निवारण करण्यासाठी किंवा भरपाई इत्यादी देण्याबाबतचे आदेश देण्याविषयीच्या जिल्हा आयोगाच्या अधिकारांची चर्चा या कलमात करण्यात आली आहे.
कलम १५	:	जिल्हा मंचाच्या निर्णयाविरुद्ध अपील करण्याबाबतची तरतूद या कलमात आहे.
कलम १६	:	राज्य आयोगाची रचना या कलमात सांगण्यात आली आहे.
कलम १७	:	राज्य आयोगाची अधिकारिता या कलमात सांगण्यात आली आहे.
कलम १८	:	राज्य आयोगानुसार तक्रार दाखल करण्याची रीत आणि त्याविषयी या इतर तरतुदी या कलमामध्ये अंतर्भूत आहेत.
कलम १९	:	राज्य आयोगाच्या आदेशाविरुद्धचे अपील करण्याविषयीच्या तरतुदी या कलमात आढळून येतात.
कलम १९ अ	:	अपिलाच्या सुनावणीबाबतचे कलम.
कलम २०	:	राष्ट्रीय आयोगाची रचना कशी असावी, हे या कलमात सांगितले आहे.
कलम २१	:	राष्ट्रीय आयोगाचे अधिकारक्षेत्र कोणते असेल, ते या कलमात सांगितले आहे.

कलम २२ : राष्ट्रीय आयोगाकडे तक्रारी स्वीकारण्याबाबतच्या अधिकारांच्या व त्याच्या कार्यवाहीसंबंधीच्या तरतुदी या कलमात दिलेल्या आहेत.

कलम २२ अ : एकतर्फी निर्णय रद्द ठरविण्याच्या बाबतीत असलेले अधिकार सांगणारे कलम.

कलम २२ ब: प्रकरणे हस्तांतरित करण्याच्या संबंधातील माहिती.

कलम २२ क : फिरती खंडपीठे - राष्ट्रीय आयोगाची.

कलम २२ ड: राष्ट्रीय आयोगाचे पद रिक्त झाले असता अनुसरावयाची कार्यरीत.

कलम २३ : राष्ट्रीय आयोगाच्या आदेशांविरुद्ध अपील करण्याबाबतच्या तरतुदी या कलमात आहेत.

कलम २४ : आदेशांच्या अंतिमतेसंबंधीचे कलम.

कलम २४ अ : मुदत मर्यादा दर्शविणारे कलम.

कलम २५ : जिल्हा मंच, राज्य आयोग किंवा राष्ट्रीय आयोग यांच्या आदेशांच्या अंमलबजावणीविषयी तरतूद सांगणारे कलम.

कलम २६ : ग्राहकांनी केलेल्या खोडसाळ किंवा तापदायक तक्रारी धुडकावून लावण्यासंबंधीच्या तरतुदी या कलमात आहेत.

कलम २७ : या बाबतीतील अपराधी व्यक्तीने जिल्हा मंच, राज्य आयोग व राष्ट्रीय आयोग यांच्या आदेशांचे पालन केले नाही तर त्यासाठी करावयाच्या शिक्षेसंबंधी तरतूद या कलमात करण्यात आली आहे.

कलम २७ अ : कलम २७ खालील आदेशाच्या विरुद्ध करावयाच्या अपिलाच्या बाबतीतील कलम.

कलम २८ : जिल्हा मंच, राज्य आयोग किंवा राष्ट्रीय आयोग यांच्या सदस्यांनी, अधिकाऱ्यांनी चांगल्या उद्देशाने केलेल्या कृतीबद्दल त्यांना संरक्षण देणारी तरतूद या कलमात आहे.

कलम २८ अ : नोटीस इ. गोष्टी कशा प्रकारे बजावावयाच्या, त्याबाबतची रीत सांगणारे कलम.

कलम २९ : या कायद्याच्या अंमलबजावणीत येणाऱ्या अडचणी दूर करण्याबाबतचे अधिकार केंद्र शासनाला देणारे हे कलम आहे.

कलम २९ अ : पदे रिक्त झाल्यामुळे किंवा नेमणुका सदोष ठरल्यामुळे आदेशावर परिणाम नाही, याबाबतचे कलम.

कलम ३० : या कायद्याद्वारे करण्यात आलेल्या विविध तरतुदी अमलात आणण्यासाठी नियम करण्याबाबतचे अधिकार केंद्र व राज्य शासनाला या कलमाद्वारे देण्यात आले आहेत.

कलम ३० अ : राष्ट्रीय आयोगाचा विनियम करण्याच्या अधिकारांच्या संबंधातल्या तरतुदी दर्शविणारे कलम.

कलम ३१ : या अधिकनियमान्वये केंद्र शासनाने केलेला प्रत्येक नियम संसदेच्या प्रत्येक सभागृहात आणि राज्य शासनाने केलेले नियम राज्य विधान– मंडळांच्या प्रत्येक सभागृहात मांडण्यात आले पाहिजेत, अशी तरतूद या कलमात करण्यात आली आहे.

व्याख्या : कलम –१

१. या कायद्याला ग्राहक संरक्षण कायदा, १९८६ असे म्हणावे.

२. जम्मू व काश्मीर राज्य वगळून सबंध भारताला हा कायदा लागू होईल.

३. केंद्र शासन, शासकीय राजपत्रात अधिसूचना प्रसिद्ध करून अधिसूचनेत नमूद केलेल्या तारखेपासून हा कायदा लागू करील. केंद्र शासन वेगवेगळ्या राज्यांसाठी या कायद्याच्या सर्व किंवा विशिष्ट तरतुदी लागू करील.

४. केंद्र शासनाने अधिसूचना प्रसिद्ध करून स्पष्टपणे नमूद केलेल्या सेवा व वस्तू यांना वगळून हा कायदा लागू होईल.

१) संक्षिप्त सरनामा

या कायद्याचे नाव ग्राहक संरक्षण कायदा – १९८६ असे ठेवले आहे. सरनामा म्हणजे कायद्याने ठेवलेले त्या कायद्याचे नाव होय. कायद्याच्या नावावरून त्याची उद्देश व वैशिष्ट्ये यांचा बोध होतो. व्यापारी, उद्योजक किंवा सेवा पुरविणाऱ्या संस्था यांनी विक्रीसाठी ठेवलेल्या वस्तू अगर उपलब्ध करून दिलेली सेवा या बाबतीत त्यांच्याकडून होणारी पिळवणूक, फसवणूक किंवा अडवणूक यापासून ग्राहकांच्या हिताचे रक्षण करणे हा या कायद्याचा मुख्य उद्देश आहे.

२) कायद्याची व्याप्ती

कायद्यात जम्मू व काश्मीर राज्य वगळून सबंध भारतात वेगवेगळ्या राज्याने वेगवेगळ्या भागात हा कायदा लागू करण्याची तरतूद करण्यात आली आहे. भारत सरकारचा अधिनियम क्रमांक एस.ओ.३९० (इ) दिनांक १५-४-१९८७ ने केंद्र शासनाच्या विशेष राजपत्र क्रमांक १८२ मध्ये दुसऱ्या भागात या कायद्याचा भाग क्रमांक आय. व आय. व्ही. हे दिनांक १५-४-१९८७ पासून व भाग क्रमांक ३, १-७-१९८७ पासून सबंध भारतात एकाच वेळी लागू केले आहेत.

३) कायद्याची अंमलबजावणी

जरी संसदेने हा कायदा दिनांक २४-१२-१९८६ रोजी पारित केला असला

तरी त्याचा अंमल मात्र दिनांक १५-४-१९८७ पासून करण्यात आला आहे. हा कायदा अस्तित्वात येण्यासाठी अनेक देशांत अनेक पातळ्यांवर लढे देण्यात आले. ग्राहकांच्या हिताचे रक्षण करण्यासाठी वेगवेगळे ३० पेक्षा जास्त कायदे अस्तित्वात आहेत; परंतु ग्राहकांच्या हिताचे रक्षणाच्या दृष्टीने त्यांचा अनुभव हा तितकासा सुखावह नाही. केवळ कायदे करून ग्राहकांच्या हिताचे रक्षण होत नसते, तर त्यासाठी त्याला कृतीची जोड असणे आवश्यक आहे.

सर्वसाधारणपणे या देशातील ग्राहक हा असंघटित, अशिक्षित, असहाय्य व गरीब आहे. त्यामुळे तुलनेने संघटित श्रीमंत व प्रभावशाली व्यापारी व उद्योजक यांच्याशी समर्थपणे तोंड देऊ शकत नाही. शिवाय अस्तित्वात असलेले कायदे हे एकांगी, खर्चिक, वेळकाढूपणाचे व तांत्रिकतेने क्लिष्ट आहेत. त्यामुळे अशा कायद्याकडून ग्राहकांच्या हिताचे कार्य प्रभावीपणे होत नव्हते. विनाविलंब, विनाखर्च व तांत्रिकतेच्या जंजाळापासून मुक्त अशा कायद्याची आवश्यकता होती. जागतिक लोकमताच्या दबावामुळे भारतात व इतरत्र ग्राहक संरक्षण कायदा अस्तित्वात आला.

४) कार्यक्षेत्र

शासनाने अधिसूचनेद्वारे वगळलेल्या सेवा व वस्तू यांना हा कायदा लागू होत नाही. अद्यापपावेतो केंद्र शासनाने अधिसूचना प्रसिद्ध करून विशिष्ट सेवा व वस्तू यांना वगळले नाही. तेव्हा प्रस्तुत कायद्यात स्पष्टपणे वगळलेल्या सेवा व वस्तू यांच्याखेरीज अस्तित्वात असलेल्या सर्व सेवा व वस्तू यांना हा कायदा लागू होतो. हा कायदा जसा खासगी वस्तू व सेवा यांना लागू होतो, तसाच तो शासकीय, निमशासकीय महामंडळे, संस्था अगर कंपन्या यांनाही लागू होतो. यात कायद्याने अगर नोंदणी न केलेल्या व्यापारी संस्था, वित्तीय संस्था, पतपेढ्या, न्यास, बँका, विमा मंडळे, वीज मंडळे, पोस्ट व तार कार्यालये, एस. टी. महामंडळे, शैक्षणिक संस्था, रेल्वे, टेलिफोन, गृहनिर्माण संस्था, शेतकी संस्था यांचाही समावेश होतो.

परंतु या कायद्यात नमूद केल्याप्रमाणे विनामोबदला दिलेल्या वस्तू अगर सेवा किंवा वैयक्तिक स्वरूपाच्या सेवा यांना हा कायदा लागू होत नाही. तसेच वस्तूची फेरविक्री होत असेल किंवा त्याचा व्यापारी कारणाकरिता वापर होत असेल तरीही अशा वस्तू व सेवा यांना हा कायदा लागू होणार नाही. व्यापारी कारणाकरिता घेतलेली सेवा व वस्तू यांना कायद्यातून वगळल्यामुळे छोटे उद्योजक व स्वयंरोजगार करणाऱ्या व्यक्ती यांचे फार नुकतान होत होते व हा महत्त्वाचा घटक कायद्याच्या लाभापासून वंचित राहिला होता म्हणून कायद्यात सुधारणा करून स्वतःच्या उपजीविकेसाठी अथवा स्वयंरोजगारासाठी वस्तू व सेवेचा वापर करणारी व्यक्ती यांचाही या कायद्यात

समावेश करून शासनाने अशा घटकांना मोठा दिलासा दिला आहे. कायद्याचा मुख्य उद्देश म्हणजे ग्राहकांचे संरक्षण.

ही बाब खऱ्या अर्थाने साध्य होण्यासाठी व खऱ्याखुऱ्या प्रामाणिक व्यक्ती व स्वयंरोजगार करणाऱ्या व्यक्तींच्या हिताचे रक्षण होण्यासाठी अशा सुधारणेची अत्यंत आवश्यकता होती.

या कायद्याची व्याप्ती सर्वंकष व व्यापक आहे. करारामुळे उत्पन्न होणाऱ्या जबाबदारीसंबंधीही हा कायदा ग्राहकांना दिलासा देतो.

५) वस्तू

सर्व वस्तूंना हा कायदा लागू होतो; परंतु या कायद्यात वस्तूंची स्पष्ट व्याख्या केलेली नाही. कलम-२ पोट कलम - (१) प्रमाणे वस्तू म्हणजे : वस्तू विक्री कायदा १९३० मध्ये केलेल्या वस्तूच्या व्याख्येप्रमाणे असलेली वस्तू होय. वस्तू विक्री कायदा, १९३० मध्ये वस्तूची व्याख्या खालीलप्रमाणे केली आहे. वस्तू : म्हणजे सर्व प्रकारची स्थावर मिळकत. मात्र हक्क व चलन (पैसा) यांचा समावेश होणार नाही, परंतु दुकानातील शिल्लक माल, शेअर्स, उभे पीक, गवत आणि जमिनीला कायमपणे जोडलेल्या अथवा जमिनीचा भाग असलेल्या वस्तू, ज्या विक्रीचा व्यवहार पूर्ण होण्यासाठी अथवा त्या संबंधात करण्यात येणाऱ्या करारापूर्वी जमिनीपासून विभक्त करण्यात येणार आहेत अशा वस्तूंचाही समावेश होतो.

थोडक्यात सांगावयाचे म्हणजे जी वस्तू एका ठिकाणाहून दुसऱ्या ठिकाणी नेता येते अथवा हस्तांतर करता येते व ज्यांच्यासंबंधी मोबदला घेऊन अगर घेण्याचा करार करून विक्रीचा व्यवहार अगर करार करता येतो अशा वस्तूंचाही कायद्यात समावेश होतो. कपडेलत्ते, दागदागिने, सोने, चांदी, धातू, सर्व प्रकारचे धान्य, वाहने, यंत्रे, फर्निचर, कागद, पुस्तके, वह्या, ग्रंथ, संगणक इत्यादींचा वस्तू या संज्ञेत समावेश होतो.

६) सेवा

याची व्याख्या कायदा कलम -२ (१) (ओ) मध्ये केली आहे, ती अशी : सेवा म्हणजे कोणतीही अशी सेवा की, जी वापरणाऱ्याला उपलब्ध करून देता येते. अशा सेवेत पतपेढी (बँक), आर्थिक व्यवहार, विमा, वाहतूक, प्रोसेसिंग, विद्युत अगर उर्जेचे उत्पादन अगर वितरण, निवास व भोजन किंवा दोन्ही, घरबांधणी, मनोरंजन, करमणूक किंवा इतर बातम्यांचे किंवा माहितीचे संकलन इत्यादी बाबींचा समावेश होतो; परंतु यात विनामोबदला देण्यात येत असलेली सेवा किंवा कराराप्रमाणे देय असलेल्या वैयक्तिक सेवा यांचा समावेश होत नाही.

सेवा या व्याख्येत समावेश होत असलेल्या बाबींची अनेक उदाहरणे देता येतील. एखाद्या वस्तूची विक्री केल्यानंतर हमी काळात त्याची दुरुस्ती अगर अदलाबदल करून न देणे, बिघडलेल्या वस्तू अगर त्याच्या सुट्या भागांची दुरुस्ती न करणे, ठरलेल्या मुदतीत वाहन, यंत्र, प्लॉट, घर यांचा ताबा न देणे, मोबदला देऊनही पोस्ट, रेल्वे, एस.टी., विमान कंपनी, जहाज कंपनी यांच्याकडून प्रवासी अगर वस्तूंची वेळेवर योग्य प्रकारे वाहतूक न करणे, दूरध्वनीची सोय देणे अथवा त्यातील दोष दूर न करणे, वैद्यकीय, शैक्षणिक सेवेत त्रुटी अथवा न्यूनता असणे, एल.पी.जी. (स्वयंपाकाचा) गॅसचे वेळेवर वितरण न करणे, दावेदारांना विम्याची रक्कम न देणे किंवा त्यात अडथळा उत्पन्न करणे, पैसे शिल्लक नसताना बँकेने चेक न देणे वगैरे वगैरे.

७) कायद्याचा अर्थ लावणे

कायद्यातील तरतुदींचा अर्थ लावताना कायद्याची वैशिष्ट्ये विचारात घेऊन त्याच्या उद्दिष्टाशी विसंगत नाही असा तर्कसंगत अर्थ लावावा. त्यासाठी अस्तित्वात असलेल्या कायद्याचा किंवा आतापर्यंत दिलेल्या निवाड्यांचा आधार घ्यावा. प्रसंगी कायदा पारित करण्यापूर्वी संसदेत अगर संसदेने नेमलेल्या प्रवर समितीत त्यासंबंधी झालेली चर्चा याचाही आधार घेता येईल, परंतु हे सर्व करीत असताना कायद्यात दिलेल्या शब्दाच्या व्याख्या या प्रमाणभूत मानाव्यात.

८) मुदतीचा कायदा

यापूर्वी अर्ज दाखल करण्यासाठी मुदतीच्या कायद्याचे बंधन नव्हते. त्यामुळे तक्रार अर्ज केव्हाही दाखल करता येईल असा समज होता, अर्थात राज्य आयोग व राष्ट्रीय आयोगांनी दिलेल्या वेगवेगळ्या निवाड्याने ही गोष्ट स्पष्ट झाली होती की, सर्वसाधारण मुदतीच्या कायद्याने बाद झालेले तक्रार अर्ज जिल्हा मंच, राज्य आयोग किंवा राष्ट्रीय आयोग यांच्याकडे दाखल करता येणार नाहीत. मुदतीचा कायदा – १९८६ हा केंद्रीय कायदा आहे व तो जम्मू व काश्मीरखेरीज सबंध भारताला लागू आहे. त्यामुळे त्या कायद्याने मुदत बाद झालेल्या तक्रारी या ग्राहक संरक्षण कायद्याखाली जिल्हा मंच, राज्य आयोग किंवा राष्ट्रीय आयोग यांनी स्वीकारणे योग्य व न्यायाचे होणार नाही.

सुधारणा कायदा क्रमांक ५०, १९९३ कायद्याने आता कलम–२४ (अ) हे स्वतंत्र कलम घालून तक्रार अर्ज दाखल करण्यासाठी मुदतीचे बंधन घातले आहे. कलम – २४ (३) प्रमाणे अर्जास कारण घडल्यापासून २ वर्षांच्या आत जिल्हा मंच, राज्य आयोग, अगर राष्ट्रीय आयोग यांच्याकडे तक्रार अर्ज दाखल करता येईल. अर्थात योग्य व पुरेशा कारणांसाठी ही अट शिथिल करता येईल. कायद्यात स्पष्टपणे

मुदतीचे बंधन घातल्यामुळे वेगवेगळ्या राज्य आयोगांच्या नियमांत असलेली तफावत दूर होऊन सर्व स्तरावर एकच तत्त्व अवलंबणे शक्य झाले आहे. अशाप्रकारे कायद्याची अनिश्चितता संपली आहे.

९) संकीर्ण

या कायद्याखाली सार्वजनिक हित साधणारे तक्रार अर्ज दाखल करता येणार नाहीत. तक्रार अर्ज दाखल करावयाचे झाल्यास कायदा कलम -२ (ब) प्रमाणे ते फक्त तक्रारकर्त्यालाच दाखल करता येतील. त्यात ग्राहक नोंदणी केलेली स्वयंसेवी संस्था, राज्य किंवा केंद्र शासन उद्देश असलेले एक किंवा अनेक ग्राहक मिळून संयुक्तपणे तक्रार अर्ज दाखल करू शकतील. समान उद्देश असलेल्या ग्राहकांचा समावेश या सुधारणा कायदा क्र. ५०, १९९३ मध्ये करण्यात आला आहे. थोडक्यात सांगावयाचे म्हणजे समाजसेवा करण्याच्या उद्देशाने एखाद्याला सार्वजनिक हिताचा तक्रार अर्ज दाखल करता येणार नाही. सार्वजनिक असुविधा किंवा सुधारणेची शक्यता आहे. अशा अनेक बाबी नेहमी आपल्या पाहण्यात येतात. उदा. एस.टी.तील गैरसोयी, रेल्वेतील गैरसोयी, स्थानिक स्वराज्य संस्थांतील सेवेच्या त्रुटी, आरोग्याच्या दृष्टीने घ्यावयाची काळजी अशी अनेक उदाहरणे सांगता येतील. त्यांतील दोष दूर करण्यासाठी किंवा सुधारणा घडवून आणण्यासाठी कायद्यातील व्याख्येप्रमाणे संबंधित ग्राहक असल्याशिवाय जिल्हा मंच, राज्य आयोग अथवा राष्ट्रीय आयोग यांच्याकडे तक्रार अर्ज दाखल करता येणार आहे.

तसेच कायदा कलम - २ (ड)(१) प्रमाणे जी व्यक्ती वस्तूची फेरविक्री करते किंवा वस्तूचा उपयोग व्यापारी कारणांकरिता करते त्यांनाही तक्रार अर्ज दाखल करता येणार नाही; परंतु नुकत्याच केलेल्या सुधारणेमुळे जी व्यक्ती आपल्या उपजीविकेसाठी किवा स्वयंरोजगारासाठी एखादा धंदा अगर व्यवसाय करते तिलाही या कायद्याखाली तक्रार अर्ज दाखल करता येईल. शिवणयंत्र घेऊन दुसऱ्याचे कपडे शिवून देणारी व्यक्ती, झेरॉक्स मशीनवर दस्तऐवजाच्या प्रती काढून देणारी व्यक्ती, पिठाची गिरणी चालवून आपला उदरनिर्वाह चालविणारी व्यक्ती यांना या सुधारणेमुळे आपल्या हितसंरक्षणासाठी तक्रार दाखल करता येईल. या सुधारणेमुळे स्वयंरोजगारी करणाऱ्या छोट्या उद्योजकांना मोठा दिलासा मिळाला आहे; कारण अशा व्यक्तींचा उद्देश व्यापार करून नफा कमावणे हा नसून उपजीविकेसाठी रोजीरोटी कमावणे हा असतो.

अनुचित व्यापारी प्रथेपासून ग्राहकांचे संरक्षण करणे हाही या कायद्याचा उद्देश आहे. बक्षीस, लॉटरी, कोडे, फुकट वस्तूंचे आमिष व भडक जाहिरातीने ग्राहकांचे शोषण, फसवणूक, अडवणूक हल्लीच्या काळात फार मोठ्या प्रमाणात होत आहे.

त्याला प्रभावीपणे आळा घातल्याशिवाय खऱ्या अर्थाने ग्राहकांच्या हिताचे रक्षण होणार नाही. यापूर्वी या कायद्यात अनुचित व्यापारी प्रथा किंवा प्रतिबंधात्मक व्यापारी प्रथा याची स्पष्टपणे व्याख्या करण्यात आली नव्हती; परंतु सुधारणा कायदा क्रमांक-५०, १९९३ मुळे या शब्दांची स्पष्ट व्याख्या करून कायद्यात सुधारणा केली आहे. अनुचित व्यापारी प्रथा व प्रतिबंधित व्यापारी प्रथा यांचे विस्तृत विवेचन पुढील कामात केले आहे. त्याची पुनरुक्ती न करता असे म्हणता येईल की, अनुचित व्यापारी प्रथा व प्रतिबंधित व्यापारी प्रथा यांचे विस्तृत विवेचन पुढील कलमात केले आहे. अनुचित व्यापारी प्रथा याची स्पष्ट व्याख्या करून शासनाने कायद्याच्या उद्देशपूर्तीसाठी एक पाऊल पुढे टाकले आहे. अनुचित व्यापारी प्रथा व प्रतिबंधित व्यापारी प्रथा म्हणजे निश्चित काय आहे, याची माहिती ग्राहक व व्यापारी यांना झाल्यामुळे त्यांना त्यांचे हक्क, अधिकारमर्यादा व जबाबदारी यांची जाणीव झाली आहे. परिणामी या कायद्याखाली दाद मागणे सोपे झाले आहे. दिवाणी न्यायालयात वाद प्रलंबित असल्यास, त्या कायद्याखाली तक्रार अर्ज चालणार नाही. त्याच विषयासंबंधी दिवाणी न्यायालयात प्रकरण प्रलंबित असेल तर या कायद्याखाली जिल्हा मंच, राज्य आयोग अथवा राष्ट्रीय आयोग यांच्याकडे तक्रार अर्ज दाखल करता येणार नाही.

त्याचप्रमाणे जेथे संपूर्ण कायद्यालाच किंवा कायद्याच्या एखाद्या तरतुदीला आव्हान दिले जाते किंवा घटनेप्रमाणे ते वैध नाही असा युक्तिवाद केला जातो अथवा जेथे मूलभूत व गुंतागुंतीच्या कायद्याचा व वस्तुस्थितीचा मुद्दा उपस्थित होतो व ज्या प्रकरणात दीर्घ, किचकट व गुंतागुंतीच्या पुराव्याची आवश्यकता असते अशा वेळी ग्राहक संरक्षण कायद्याखाली तक्रार अर्ज दाखल करता येत नाहीत.

व्याख्या : कलम २

या कायद्यात अन्य संदर्भ आवश्यक नसेल, तर

ए) उचित प्रयोगशाळा म्हणजे अशी प्रयोगशाळा किंवा संस्था की, जिला

अ) केंद्र शासनाने मान्यता दिली आहे.

ब) केंद्र शासनाने घालून दिलेल्या मार्गदर्शक तत्त्वांच्या अधीन राहून राज्य शासनाने मान्यता दिली आहे किंवा

क) अस्तित्वात असलेल्या कोणत्याही केंद्रीय कायद्याप्रमाणे नोंदणी केलेली प्रयोगशाळा अथवा संस्था, जिला वस्तूंचे पृथक्करण व परीक्षण करून त्यातील दोष हुडकून काढण्यासाठी केंद्र अगर राज्य शासनाकडून वित्तीय सहाय्यता वा अनुदान मिळते अगर त्या संस्थेचे नियमन केले जाते.

एए) शाखा कार्यालय म्हणजे

अ) विरुद्ध पक्षकाराने ज्याचे वर्णन शाखा कार्यालय असे केले आहे अशी संस्था किंवा

ब) मुख्य कार्यालय करीत असलेले अथवा त्याच प्रकारची कामे करीत असलेले कोणतेही शाखा कार्यालय.

बी) तक्रारकर्ता – फिर्यादी – अर्जदार म्हणजे

अ) ग्राहक अथवा,

ब) कंपनी कायदा, १९८६ (१९८६ चा पहिला) अथवा अस्तित्वात असलेल्या कोणत्याही कायद्याच्या तरतुदीप्रमाणे नोंदणी केलेली कोणतीही स्वयंसेवी ग्राहक संस्था किंवा

क) तक्रार अर्ज दाखल करणारे केंद्र अथवा राज्य शासन.

ड) समान हितसंबंध असलेले एक किंवा अनेक ग्राहक.

सी) तक्रार अर्ज – फिर्याद म्हणजे

तक्रारकर्त्याचे लेखी निवेदन ज्यात खाली नमूद केलेले एक अथवा अनेक आरोप केले आहेत.

अ) व्यापाऱ्याने कोणत्या अनुचित व्यापारी प्रथेचे अथवा निर्बंधित व्यापारी प्रथेचे आचरण केले आहे.

ब) त्यांनी खरेदी केलेल्या व खरेदी करावयाचा करार केलेल्या वस्तूत एक किंवा अनेक दोष आहेत.

क) त्यांनी भाडेतत्त्वावर सेवा घेतली असेल अगर घेण्याचा करार केला असेल किंवा सेवा उपलब्ध करून दिली असेल तर त्यात असलेल्या कोणत्याही न्यूनता, उणिवा अथवा त्रुटी.

ड) जर व्यापाऱ्याने अस्तित्वात असलेल्या कायद्याने निर्धारित केलेल्या किमतीपेक्षा जास्त किंमत वसूल केली असेल किंवा दरपत्रकावर किंवा वस्तूच्या वेष्टणावर नमूद केलेल्या किमतीपेक्षा जास्त किंमत वसूल केली असेल व त्या बाबतीत या कायद्याखाली तक्रारकर्त्याने कोणतीही दाद मागितली असल्यास.

इ) ज्या वस्तूसंबंधी व्यापाऱ्याला अस्तित्वात असलेल्या कायद्याच्या तरतुदीप्रमाणे वस्तूंचे घटक, प्रकार व त्याच्या वापरापासून होणारे परिणाम याबाबत माहिती प्रदर्शित करणे आवश्यक आहे व अशा वस्तूंच्या वापरापासून मनुष्याच्या जीवितास धोका अगर असुरक्षितता संभवते अशा वस्तू कायद्याचे उल्लंघन करून जनतेच्या वापरासाठी उपलब्ध करून दिल्यास.

डी) ग्राहक म्हणजे अशी व्यक्ती जी

अ) अंशतः अगर पूर्णतः मोबदला देऊन किंवा देण्याचा करार करून वस्तू विकत घेते किंवा अस्तित्वात असलेल्या प्रथेप्रमाणे भावी काळात मोबदला देण्याचा करार करून वस्तूचा ताबा घेते किंवा मोबदला दिलेल्या व्यक्तीच्या संमतीने वापर करते ; परंतु यात वस्तूची फेरविक्री करणारी किंवा व्यापारी कारणाकरिता वस्तूचा वापर करणाऱ्या व्यक्तींचा समावेश होणार नाही.

ब) भाडे करार तत्त्वावर अंशतः अगर पूर्णतः मोबदला देऊन अथवा देण्याचा करार करून किंवा प्रचलित प्रथेनुसार भावी काळात मोबदला देण्याचा करार करून कोणतीही सेवा उपलब्ध करून घेतल्यास ; यामध्ये ज्याच्यासाठी सेवा घेतली आहे अशा व्यक्तीने प्रत्यक्ष मोबदला दिलेला नसला तरी त्याचाही यात समावेश होतो ; परंतु त्यासाठी त्याला अंशतः अगर पूर्णतः मोबदला दिलेल्या अथवा भावी काळात मोबदला देण्याचा करार केलेल्या किंवा त्याबाबत आश्वासन दिलेल्या व्यक्तींची संमती असणे आवश्यक आहे.

उपकलम

अ) मधील व्यापारी कारणाकरिता या तरतुदीत एखाद्याने उदरनिर्वाहासाठी स्वयंरोजगारासाठी, वस्तूची खरेदी केली असेल व ती तो स्वतः वापरीत असेल तर अशा वस्तूंचा समावेश होणार नाही.

ई) ग्राहक विवाद किंवा तक्रार

म्हणजे ज्याच्याविरुद्ध तक्रार करण्यात आली आहे अशा व्यक्तीने तक्रार-अर्जातील विधानांचा इन्कार केला असेल किंवा त्याबाबतीत वाद उपस्थित केला असेल तर.

एफ) दोष म्हणजे वस्तूत असलेले कोणत्याही प्रकारचे दोष

जे प्रचलित कायद्याने घालून दिलेल्या मानकाप्रमाणे अथवा परिमाणानुसार वस्तूचा दर्जा, प्रमाण, क्षमता, शुद्धता अथवा परिणामकारकता यासंबंधीचा आहे किंवा व्यापाऱ्याने लेखी अथवा तोंडी कराराने वस्तू एवंगुणवैशिष्ट्य असल्याचे भासविले आहे.

जी) उणीव

त्रुटी अथवा न्यूनता म्हणजे सेवेच्या संदर्भात प्रचलित कायद्याने व्यक्तीवर टाकण्यात आलेल्या जबाबदारीसंबंधीचा दोष, अपूर्णता, न्यूनता मग ती त्याचा दर्जा, प्रकार, कामकाजाची पद्धती याबद्दल असो किंवा एका व्यक्तीने दुसऱ्या व्यक्तीबरोबर अशा प्रकारची सेवा देण्याचा करार केल्याबद्दल असो.

एच) जिल्हा मंच कायद्याचे कलम-९ पोटकलम-९(अ) प्रमाणे स्थापन करण्यात आलेले ग्राहक तक्रार निवारण मंच होय.

आय) वस्तू म्हणजे वस्तू विक्री कायदा, १९३० (१९३० चा ३ रा) मधील वस्तूच्या व्याख्येप्रमाणे असलेली वस्तू.

जे) उत्पादक म्हणजे अशी व्यक्ती जी :-

अ) संपूर्ण वस्तूची किंवा त्याच्या काही भागांची निर्मिती किंवा उत्पादन करते ती.

ब) जी व्यक्ती स्वतः वस्तूची निर्मिती अथवा उत्पादन करीत नाही परंतु दुसऱ्याने केलेल्या वस्तूची जुळणी करून अंतिम स्वरूपातील वस्तूची स्वतः उत्पादक म्हणवून घेते ती, किंवा

क) दुसऱ्याने तयार केलेल्या अथवा उत्पादित केलेल्या वस्तूवर आपला स्वतःचा शिक्का उमटविते अथवा उमटवून घेते व अशी वस्तू स्वतः तयार केली अथवा तिचे उत्पादन केले आहे असे दर्शविते अशी कोणतीही व्यक्ती.

जर उत्पादकाने आपल्या शाखेला अगर उपकेंद्राला अशी वस्तू पूर्णपणे अथवा काही भागांमध्ये पाठविली असेल आणि त्या शाखेने अगर उपकेंद्राने त्या वस्तूची अंतिम स्वरूपात जुळणी करून अशा वस्तुंची विक्री अथवा वितरण केले असेल तर अशा शाखेला किंवा वितरणकेंद्राला उत्पादक म्हणता येणार नाही.

जेजे) सदस्य या संज्ञेत राष्ट्रीय आयोग अथवा राज्य आयोग किंवा जिल्हा मंचाचे अध्यक्ष आणि सदस्य जे कोणी असतील ते, यांचाही समावेश होतो.

के) राष्ट्रीय आयोग म्हणजे कायद्याचे कलम-९ पोट कलम (सी) प्रमाणे स्थापन करण्यात आलेले राष्ट्रीय ग्राहक निवारण आयोग होय.

एल) अधिसूचना म्हणजे शासकीय राजपत्रात प्रसिद्ध केलेली अधिसूचना होय.

एम) व्यक्ती या संज्ञेत खालील घटकांचा समावेश होते.

अ) नोंदणी केलेली किंवा न केलेली व्यापारी संस्था.

ब) हिंदू अविभक्त कुटुंब.

क) सहकारी संस्था.

ड) सहकारी नोंदणी कायदा, १९६० (१९६० चा २१ वा) खाली नोंदणी केलेल्या अथवा न केलेल्या अनेक व्यक्ती एकत्र येऊन स्थापन करण्यात आलेली संस्था.

एन) विहित म्हणजे केंद्र शासन अथवा राज्य शासन यांनी या कायद्याखाली केलेले नियम.

एनएन) निर्बंधित व्यापारी प्रथा म्हणजे अशी व्यापारपद्धत की, ज्यात ग्राहकाला एखादी वस्तू खरेदी करण्यापूर्वी, भाडे तत्त्वावर घेण्यापूर्वी खरीदणे किंवा सेवा अगर वस्तू उपलब्ध करून घेण्यापूर्वी दुसरी एखादी सेवा अगर वस्तू विकत घेण्याचा, भाडेकरार तत्त्वावर घेण्याचे बाध्य करण्यात येते.

ओ) सेवा म्हणजे कोणतीही अशी सेवा की जी संभाव्य ग्राहकाला उपलब्ध करून देता येते. अशा सेवेत पतपेढी, (बँक) आर्थिक व्यवहार, विमा, वाहतूक, विविध प्रक्रिया, विद्युत अगर इतर ऊर्जेचे उत्पादन अगर वितरण, निवास व भोजन व्यवस्था किंवा दोन्ही, गृहनिर्माण, मनोरंजन, करमणूक किंवा बातम्यांचे अथवा इतर माहितीचे संकलन इत्यादी बाबींचा समावेश होतो; परंतु यात विनामोबदला देण्यात येत असलेली सेवा किंवा कराराप्रमाणे देय असलेली वैयक्तिक सेवा यांचा समावेश होत नाही.

पी) राज्य आयोग म्हणजे कायद्याचे कलम-९ पोटकलम (बी) प्रमाणे स्थापन करण्यात आलेले ग्राहक निवारण आयोग होय.

क्यू) व्यापारी म्हणजे वस्तूंच्या संबंधात ज्याने वस्तूची विक्री अगर वितरण केले आहे अशी व्यक्ती. यात वस्तूंचे उत्पादन केलेल्या उत्पादकाचाही समावेश होतो आणि जर अशा वस्तूंची विक्री अगर वितरण वेष्टणाच्या स्वरूपात केले असेल तर वेष्टण तयार करणाऱ्या व्यक्तीचाही यात समावेश होतो.

आर) अनुचित व्यापारी प्रथा म्हणजे अशी व्यापारी पद्धत की ज्यात वस्तूची विक्री, व्यापार किंवा पुरवठा वाढविण्यासाठी किंवा एखादी सेवा पुरविण्यासाठी कोणत्याही अनुचित पद्धतीचा किंवा फसवणुकीच्या मार्गाचा अवलंब केला जात, जसे :

अ) असे खोटे भासविले जाते की, सदर वस्तू ठराविक मानक, दर्जा, क्षमता, प्रत, घटक, वर्णन किंवा पद्धतीची आहे.

ब) असे खोटे दर्शविले जाते की, सदर सेवा ही ठराविक मानक, दर्जा किंवा प्रतीची आहे.

क) असे खोटेच दर्शविले जाते की, पुनर्बांधणी केलेली, दुसऱ्याने वापरलेली, सुधारणा किंवा दुरुस्त केलेली जुनी वस्तू ही नवीन आहे.

ड) प्रत्यक्षात संमती नसलेल्या वस्तू व सेवा यांना विशिष्ट प्रयोजन, मान्यता, उपयुक्तता, गुणधर्म, साहाय्यक उपकरणे, उपयोग किंवा फायदे आहेत असे (खोटेच) भासविले जाते.

इ) असे (खोटे) दर्शविले जाते की, विक्रेता किंवा वितरक याला (एखाद्याचे) प्रयोजन, मान्यता किंवा संलग्नता आहे.

ई) वस्तू किंवा सेवा याचे बाबतीत तिची गरज किंवा उपयुक्तता यासंबंधी खोटी व दिशाभूलकारक माहिती दिली जाते.

व) योग्य व पुरेशा परीक्षणाशिवाय एखाद्या वस्तूची उपयुक्तता, शक्ती (प्रभाव) अथवा आयुर्मान यांबाबत जनतेला खोटे आश्वासन अगर हमी दिली जाते.

परंतु ज्या वेळी असा दावा केला जातो की, वस्तूबाबत दिलेले आश्वासन अगर हमी योग्य व पुरेशा परीक्षणावर आधारित आहे तर अशा वेळी त्या गोष्टी सिद्ध करण्याची जबाबदारी असा दावा करणाऱ्या व्यक्तीवर राहील.

र) आम जनतेला असे भासविले जाते, की -

१) सेवा किंवा वस्तू यासंबंधित दिलेले आश्वासन किंवा हमीबाबत किंवा

२) अशा प्रकारे वचन देण्यात आले आहे की, ती वस्तू बदलून देण्यात येईल किंवा त्या वस्तूची अगर त्याच्या सुट्या भागांची दुरुस्ती करून देण्यात येईल अथवा अपेक्षित परिणाम साध्य होईपर्यंत सेवा चालूच ठेवण्यात येईल किंवा पुन्हा सुरू करण्यात येईल.

परंतु प्रत्यक्षात तथाकथित आश्वासन, हमी अगर वचन दिशाभूल करणारे किंवा सदर आश्वासन, हमी अगर वचन पूर्ण होण्याची शक्यता नसते.

ल) जनतेची स्पष्टपणे दिशाभूल करण्यात येते की, एखादी वस्तू अगर सेवा किंवा त्या प्रकारच्या वस्तू अगर सेवा या सर्वसाधारणपणे एका विशिष्ट दराने विकल्या जातील किंवा उपलब्ध करून दिल्या जातील आणि या कारणाकरिता दराबाबत केलेले निवेदन हे संबंधित बाजारात विकल्या जाणाऱ्या अगर वितरित करण्यात येत असलेल्या वस्तू अगर सेवेच्या दरासंबंधीच आहे, असे समजण्यात यावे; परंतु निवेदन करणाऱ्या व्यक्तीने अगर त्याच्या वतीने असे स्पष्ट निवेदन केले आहे की, वस्तूची विक्री अथवा सेवा एका विशिष्ट दराने उपलब्ध करून देण्यात येईल, तर त्या बाबी यातून वगळाव्यात. अन्य व्यक्तींच्या वस्तू, सेवा अगर व्यवहार यांना कमी लेखणारी व दिशाभूल करणारी माहिती प्रसृत करणे.

अनुचित व्यापारी प्रथा – कलम ३

उपकलम (१) च्या प्रयोजनासाठी असे निवेदन जे,

अ) विक्रीसाठी ठेवलेल्या अगर उपलब्ध करून दिलेल्या वस्तूवर किंवा तिच्या वेष्टणावर अगर कुपीवर किंवा

ब) विक्रीसाठी ठेवलेल्या अगर उपलब्ध करून दिलेल्या वस्तूसोबत जोडलेल्या, त्यात समाविष्ट केलेल्या अगर त्याच्या बरोबरीने विक्रीसाठी ठेवलेल्या वस्तूला किंवा

क) ज्या दुसऱ्या वस्तूवर सदर वस्तू विक्रीसाठी मांडली आहे ती वस्तू किंवा आमजनतेला विक्रीसाठी ठेवलेली, पाठविलेली किंवा प्रदान केलेली अथवा हस्तांतर केलेली कोणत्याही प्रकारची वस्तू.

या बाबतीत जनतेसाठी प्रसृत केलेले निवेदन हे ज्या व्यक्तीने सदर निवेदन प्रसृत केले अथवा करविले त्यानेच ते केले आहे, असे समजण्यात यावे.

ग्राहक संरक्षण परिषदा

केंद्रीय ग्राहक संरक्षण परिषद

१) केंद्र शासन राजपत्रात अधिसूचना प्रसिद्ध करून अधिसूचनेत नमूद केलेल्या तारखेपासून केंद्रीय ग्राहक संरक्षण परिषदेची स्थापना करील. (याउपर याचा उल्लेख केंद्रीय परिषद म्हणून करण्यात येईल.)

२) केंद्रीय परिषदेत खालील सदस्यांचा समावेश राहील.

अ) केंद्र शासनातील ग्राहक व्यवहार खात्याचे काम पाहणारे मंत्री, हे परिषदेचे अध्यक्ष म्हणून राहतील.

ब) आणि विहित केलेल्या घटकांचे प्रतिनिधित्व करणारे कोणतेही शासकीय अथवा अशासकीय सदस्य.

ग्राहक हा या कायद्याचा केंद्रबिंदू आहे. त्यांच्या हिताचे रक्षण, संवर्धन, प्रशिक्षण व नुकसानभरपाई हे या कायद्याचे ध्येय व उद्दिष्ट आहे. कायदा पारित केल्यानंतर शासनाचे काम संपले असे नाही तर ही एक अखंड प्रक्रिया आहे. अधिकात अधिक लोक शिक्षित होत आहेत, परंतु त्यांच्यातील नैतिक मूल्यांचा झपाट्याने ऱ्हास होत आहे. कमी वेळात जास्त पैसे मिळविण्याची प्रवृत्ती वाढीस लागली आहे. त्यामुळे जितके कायदे जास्त तितक्या जास्त पळवाटा शोधण्याचा प्रयत्न होतो. असे होऊ नये व ग्राहकांच्या हिताचे काम अव्याहतपणे चालावे म्हणून काही उपक्रमांची आवश्यकता होती. केंद्रीय ग्राहक तक्रार निवारण परिषदेची स्थापना हा त्यांपैकी एक उपक्रम होय. संसदेचे किंवा विधी मंडळाचे सदस्य ही प्रक्रिया सातत्याने चालू ठेवू शकणार नाहीत किंवा ते आवश्यकही नाही. शिवाय कायद्याची व्यापकता व सर्वसमावेशकता लक्षात घेता हे काम शक्यही नाही; म्हणून ते काम सातत्याने चालू राहण्यासाठी समाजातील सर्व घटकांचे म्हणजे शासन, व्यापारी, ग्राहक, विधायक, महिला, उद्योजक यांचा समावेश होतो. समाजातील सर्व स्तरांतील

घटकांचे मत समजल्यानंतर हे काम जागरूकतेने व प्रभावीपणे करता येणे शक्य आहे.

१) शासनाचे ग्राहकांच्या हिताच्या दृष्टीने ध्येयधोरण ठरविण्यासाठी.

२) कायद्याचा व्यापक दृष्टीने आढावा घेण्यासाठी व त्यात उत्पन्न झालेल्या अडचणी सोडवण्यासाठी.

३) कायद्याच्या सुलभीकरणाची प्रक्रिया पुढे चालू ठेवण्यासाठी.

अधिसूचना प्रसिद्ध करून केंद्र शासनाने केंद्रीय ग्राहक तक्रार निवारण परिषदेची पुनर्रचना केली आहे.

केंद्रीय परिषदेच्या बैठकीची कार्यपद्धती (कलम ५)

१) आवश्यकतेनुसार वेळोवेळी केंद्रीय परिषदेची बैठक बोलाविण्यात येईल, परंतु वर्षातून किमान एकदातरी परिषदेची बैठक बोलवावी.

२) अध्यक्ष ठरवतील त्या ठिकाणी व त्या वेळी परिषदेची बैठक बोलविता येईल आणि बैठकीतील कामकाज पार पाडण्यासाठी विहित केलेली कार्यपद्धती अमलात आणावी.

नियम – ४ : ग्राहक संरक्षण नियम १९९७ चे कलम ४ प्रमाणे केंद्रीय परिषदेच्या बैठकीसाठी खालील पद्धत निश्चित केली आहे.

१) केंद्रीय परिषदेच्या बैठकीच्या अध्यक्षस्थानी परिषदेचे अध्यक्ष राहतील. त्यांच्या गैरहजेरीत बैठकीच्या अध्यक्षस्थानी केंद्रीय परिषदेचे उपाध्यक्ष राहतील आणि उपाध्यक्षांच्या गैरहजेरीत केंद्रीय परिषदेने आपल्या सदस्यांतील निवडलेली व्यक्ती ही बैठकीचे अध्यक्षस्थान स्वीकारील.

२) परिषदेची बैठक भरण्यापूर्वी सर्व सदस्यांना १० दिवसांची सूचना देऊन भरविण्यात यावी.

३) सूचनेमध्ये केंद्रीय परिषदेच्या बैठकीचे ठिकाण, दिनांक, वेळ व बैठकीत घेण्यात येणाऱ्या कामकाजाच्या बाबी अथवा नियम याचा स्पष्ट उल्लेख करावा.

४) परिषदेतील कोणतेही पद रिक्त आहे किंवा तिच्या रचनेत काही दोष आहेत म्हणून केंद्रीय परिषदेची बैठक बेकायदेशीर ठरणार नाही.

५) केंद्रीय परिषदेला आपले कामकाज चालविण्यासाठी व केंद्रीय परिषदेने टाकलेली जबाबदारी पार पाडण्यासाठी आपल्या सदस्यांचा कार्यकारी गट बनविता येईल, अशा कार्यकारी गटाने आपले निष्कर्ष हे केंद्रीय समितीसमोर विचारार्थ मांडावेत.

सुधारणेपूर्वी सदर परिषदेच्या वर्षातून ३ बैठकी व्हाव्यात, अशी तरतूद आहे. परंतु १९९३ चा सुधारणा कायदा क्रमांक–५० प्रमाणे आता फक्त वर्षातून एकाच बैठकीची तरतूद करण्यात आली आहे.

केंद्रीय परिषदेची उद्दिष्टे (कलम ६)

ग्राहकांच्या अधिकारांचे रक्षण व संवर्धन करणे हे केंद्रीय परिषदेचे उद्दिष्ट राहील. यात खालील बाबींचा समावेश होईल–

अ) व्यक्तीच्या जीवितास अगर मालमत्तेस हानी पोहोचेल अशा वस्तू अगर सेवा बाजारात आणण्यास प्रतिबंध करण्याचा अधिकार.

ब) अनुचित व्यापारी प्रथेपासून ग्राहकांचे रक्षण होण्यासाठी त्यांना वस्तू अगर सेवेचा दर्जा, संख्या, परिणामकारकता, शुद्धता, मानक आणि किंमत या बाबतीत माहिती मिळविण्याचा अधिकार.

क) आवश्यक तेथे ग्राहकांना विविध वस्तू वा सेवा पुरेशा प्रमाणात स्पर्धात्मक किमतीला मिळण्याचा अधिकार.

ड) योग्य त्या यंत्रणेमार्फत ग्राहकांच्या हिताला प्राधान्य देण्याबाबत व त्यांच्या तक्रारी ऐकण्याबाबतचा अधिकार. अनुचित व्यापारी प्रथा, प्रतिबंधित व्यापारी प्रथा किंवा अनीतीने ग्राहकांचे होणारे शोषण यांविरुद्ध दाद मिळविण्याचा अधिकार. ग्राहकांना शिक्षित करण्याचा अधिकार.

ई) अनुचित व्यापारी प्रथा, निर्बंधित व्यापारी प्रथा किंवा अनीतीने ग्राहकांचे होणारे शोषण यांविरुद्ध दाद मिळविण्याचा अधिकार.

फ) ग्राहकांना शिक्षित करण्याचा अधिकार.

राज्य ग्राहक संरक्षण परिषद (कलम ७)

१) राज्य शासन राजपत्रात अधिसूचना प्रसिद्ध करून अधिसूचनेत नमूद केलेल्या तारखेपासून एखाद्या राज्यासाठी राज्य ग्राहक संरक्षण परिषदेची स्थापना करील. (याउपर ती राज्य परिषद म्हणून ओळखली जाते.)

२) राज्य परिषदेमध्ये खालील सदस्यांचा समावेश राहील.

अ) राज्य शासनातील ग्राहक व्यवहार खात्याचे मंत्री जे या परिषदेचे अध्यक्ष राहतील.

ब) राज्य शासनात विविध घटकांचे प्रतिनिधित्व करणारे विहित पद्धतीप्रमाणे नेमलेले अशासकीय सदस्य.

३) राज्य परिषदेची बैठक आवश्यक त्या वेळी बोलावण्यात येईल; परंतु तिच्या वर्षातून किमान २ तरी बैठका बोलवाव्यात.

४) अध्यक्ष ठरवतील त्या ठिकाणी व वेळी राज्य परिषदेची बैठक बोलावण्यात यावी आणि बैठकीतील कामकाज पार पाडण्यासाठी विहित केलेली कार्यपद्धती अनुसरावी.

जसे केंद्राचे काही प्रश्न असतात तसेच राज्याचेही काही वेगळे प्रश्न असू शकतात. केंद्र सरकारच्या प्रश्नांहून वेगळे प्रश्न, विशेषतः दुर्गम किंवा डोंगराळ भागाचे असतात, शिवाय हा जरी केंद्राचा कायदा असला तरी त्याची अंमलबजावणी राज्य शासनाकडून होत असेल म्हणून प्रत्येक राज्यासाठी स्वतंत्र राज्य ग्राहक संरक्षण परिषद स्थापन करण्याची व्यवस्था करण्यात आली आहे. कलम ७ प्रमाणे राजपत्रात अधिसूचना प्रसिद्ध करून त्या राज्यासाठी राज्य ग्राहक संरक्षण परिषदेची स्थापना करता येईल. महाराष्ट्र शासनानेही अशा प्रकारच्या परिषदेची स्थापना केली आहे.

राज्य परिषदेचे अध्यक्ष : (राज्य शासनाने दिनांक १४ जून १९९४ रोजी राज-पत्रात अधिसूचना प्रसिद्ध करून राज्य ग्राहक संरक्षण परिषदेची पुनर्गठना केली आहे.)

राज्य ग्राहक परिषदेची उद्दिष्टे (कलम ८)

प्रत्येक राज्य परिषदेची उद्दिष्टे ही कायद्यात नमूद केलेल्या कलम-६ पोट-कलम (ए) ते (एफ) मध्ये नमूद केल्याप्रमाणे ग्राहकांच्या हिताचे संरक्षण व संवर्धन करणे असे राहील.

राज्य ग्राहक संरक्षण परिषदेची उद्दिष्टे ही थोड्याफार फरकाने केंद्रीय ग्राहक संरक्षण परिषदेप्रमाणेच आहे. त्यात मूलभूत असे फरक नाहीत.

जिल्हा ग्राहक संरक्षण परिषदा

कलम ८ ए नुसार राज्य सरकार प्रत्येक जिल्ह्यासाठी राजपत्रात अधिसूचना प्रसिद्ध करून जिल्हा ग्राहक संरक्षण परिषदेची स्थापना करते. जिल्ह्यातील ग्राहकांच्या अधिकारांचे संवर्धन आणि संरक्षण करण्याचे प्रमुख उद्दिष्ट या परिषदेचे असते. परिषदेची रचना, सदस्य व बैठका पुढीलप्रमाणे आहेत-

अ) जिल्हाधिकारी हे अध्यक्ष असतील तर अतिरिक्त जिल्हाधिकारी कार्याध्यक्ष म्हणून काम करतील.

ब) अन्न-औषध प्रशासन, वजनमाप, नागरी पुरवठा, आरोग्य, पोलीस, टेलिफोन, वीज महामंडळ, महानगरपालिका, नगरपालिका, एस. टी. महामंडळ, अग्रणी बँक, आर.टी.ओ., जिल्हा प्रसिद्धी अधिकारी इ. विविध खात्यांचे वरिष्ठ शासकीय अधिकारी या परिषदेचे सदस्य असतील.

क) नोंदणीकृत ग्राहक संघटनांचे दहा प्रतिनिधी सदस्य असतील.

ड) घरगुती गॅस कंपन्यांचे जिल्हा समन्वय अधिकारी व गॅस डिलर्सचे दोन प्रतिनिधी.

इ) पेट्रोल डीलर्स व व्यापारी संघटनेचे प्रत्येकी दोन प्रतिनिधी याप्रमाणे विविध घटकांचे प्रतिनिधित्व जिल्हा ग्राहक संरक्षण परिषदेमध्ये असते. अशासकीय सदस्यांची मुदत दोन वर्षांची असते.

कलम ८ ए ३) नुसार जिल्हा ग्राहक संरक्षण परिषदेच्या बैठका वर्षातून किमान दोन वेळेस घेण्यात याव्यात. महाराष्ट्रात मात्र कक्षाच्या बैठका दर महिन्यात होतात. अध्यक्ष सुरुवातीलाच बैठकीचा वार व वेळ निश्चित करतात. जिल्ह्यातील ग्राहकांच्या सामूहिक, प्रातिनिधिक व वैयक्तिक स्वरूपांच्या तक्रारींचा विचार या बैठकीत केला जातो. तक्रार निर्माण झाल्यावर तक्रार निवारण करण्यापेक्षा तक्रार निर्माण होऊ नये म्हणून जिल्हा ग्राहक संरक्षण कक्ष प्रयत्न करीत असते.

ग्राहक संरक्षण कायद्यातील महत्त्वाचे बदल व कलमे

भारतातील ग्राहक चळवळीला गतिमान व शक्तिशाली बनविण्यासाठी १९८६ मध्ये करण्यात आलेल्या ग्राहक संरक्षण कायद्याचा खूपच उपयोग झाला. भारतातील राज्य आयोग न्यायमूर्तींच्या परिषदेत सर्वोच्च न्यायालयाचे सेवानिवृत्त सरन्यायाधीश आणि त्यावेळचे राष्ट्रीय ग्राहक न्यायमंचाचे पहिले अध्यक्ष न्या. व्ही. बालकृष्ण इराडी यांनी उद्घाटनपर भाषणात म्हटले होते की, ग्राहक संरक्षण कायदा हा एक असाधारण व अतिशय प्रगतिशील सामान्य ग्राहकांच्या कल्याणासाठी दिलेली ही अलौकिक भेट आहे. ग्राहक संरक्षण कायद्याची प्रत्यक्ष अंमलबजावणी सुरू झाल्यानंतर येणाऱ्या समस्यांचा विचार करून केंद्र सरकारने अधिसूचना प्रसिद्ध करून १९९१, १९९३ व २००२ मध्ये आवश्यक असे बदल केले. शेवटचा बदल १७ डिसेंबर २००२ मध्ये केला असून त्याची अंमलबजावणी १५ मार्च २००३ पासून झालेली आहे. कायदा अधिक व्यापक व ग्राहकांना अनुकूल करण्याच्या दृष्टीने ३१ कलमांच्या या कायद्यामध्ये ४२ बदल केलेले आहेत. त्यांपैकी महत्त्वाचे बदल पुढीलप्रमाणे आहेत –

१) नुकसानभरपाईची मर्यादा

वस्तू व सेवांच्या दोषांबाबत नुकसानभरपाईची मर्यादा जुन्या तरतुदीनुसार व नवीन सुधारणेनुसार पुढीलप्रमाणे आहे –

	१५ मार्च २००३ च्या अगोदर	१५ मार्च २००३ पासून
जिल्हा मंच	५ लाखांपर्यंत	२० लाखांपर्यंत (कलम ११ मध्ये सुधारणा)
राज्य आयोग	५ लाखांपेक्षा जास्त ते २० लाखांपर्यंत	२० लाखांपेक्षा अधिक ते १ कोटी रुपयांपर्यंत (कलम १७ मध्ये सुधारणा)
राष्ट्रीय आयोग	२० लाखांपेक्षा जास्त रकमेच्या तक्रारी	१ कोटी रुपयांपेक्षा अधिक (कलम २१ मध्ये सुधारणा)

२) तक्रार दाखल करताना विहित फी

या कायद्यानुसार तक्रार दाखल करताना अर्जासोबत प्रोसेस फी लावण्याची तरतूद नव्हती. तथापि, जिल्हा मंचात तक्रार दाखल करताना प्रत्येक तक्रारीबरोबर विहित फी भरणे आवश्यक असल्याची तरतूद कलम १२ (२) (१) मध्ये सुधारणा करून करण्यात आली आहे. कलम १८ नुसार राज्य आयोगाच्या बाबतीत व कलम २२ नुसार राष्ट्रीय आयोगाच्या बाबतीत याच प्रकारची तरतूद करण्यात आली.

दि. ५ मार्च २००४ च्या अधिसूचनेनुसार जिल्हा मंचात तक्रार दाखल करतेवेळी तक्रारीसोबत खालीलप्रमाणे फी भरावी लागेल.

	वस्तू किंवा सेवा यासाठी तक्रारीचे मूल्य	देय फी रक्कम रु.
१.	रु. १ लाखांपर्यंत, परंतु पाच लाखांपेक्षा कमी	रु.१००
२.	रु. ५ लाखांपेक्षा जास्त, परंतु दहा लाखांपेक्षा कमी	रु.२००
३.	रु. ५ लाखांपेक्षा जास्त, परंतु दहा लाखांपेक्षा कमी	रु.४००
४.	रु. १० लाखांपेक्षा जास्त, परंतु वीस लाखांपर्यंत	रु.५००

वरीलप्रमाणे आवश्यक फीची रक्कम प्रबंध, राज्य आयोग, मुंबई यांचे नावे देय असणारा राष्ट्रीयकृत बँकेतील क्रॉस डिमांड ड्राफ्ट किंवा भारतीय पोस्टल ऑर्डरच्या स्वरूपात द्यावी लागते.

३) तक्रार अर्जाची स्वीकारण्याची किंवा नाकारण्याची तरतूद

कलम १२ (३) (१) नुसार जिल्हा मंचामध्ये तक्रार अर्ज दाखल झाल्यानंतर २१ दिवसांच्या आत त्याच्या स्वीकृतीबाबतचा निर्णय द्यावा. तथापि, तक्रार नाकारण्याची असेल तर संबंधित फिर्यादीला त्याची बाजू मांडण्याची संधी दिली पाहिजे. तक्रारकर्त्याचे म्हणणे ऐकून घेतल्याशिवाय तक्रार अर्ज एकतर्फी फेटाळण्यात येऊ नये. जिल्हा मंचाची नोटीस मिळूनसुद्धा विरुद्ध पक्षकाराने विहित कालावधीत कोणतीही कार्यवाही केली नाही तर तक्रार एकतर्फी निकालात काढण्याचा अधिकार कलम १३ (२) नुसार न्याय मंचाला आहे. अशाच प्रकारची तरतूद राज्य आयोग (कलम १८) व राष्ट्रीय आयोगाच्या (कलम २२) बाबतीत करण्यात आली आहे.

४) तक्रारअर्जावर न्यायदान

कलम १३ (ए) नुसार तक्रार अर्ज स्वीकृत झाल्यानंतर २१ दिवसांच्या आत तक्रारअर्जाची नक्कल विरुद्ध पक्षकारांना देण्यात यावी, तसेच त्यांना तीस दिवसांचे आत किंवा जिल्हा मंचाने वाढवून दिलेल्या पंधरा दिवसांपेक्षा जास्त नाही अशा मुदतीत लेखी स्वरूपात म्हणणे सादर करण्यास सांगावे. तसेच कलम १३ (३ए) नुसार

न्यायदान प्रक्रिया जलद गतीने व्हावी. विरुद्ध पक्षकाराला तक्रार अर्जाची नोटीस मिळाल्यापासून तीन महिन्यांत तक्रारीवर निकाल द्यावा. पृथक्करण किंवा तपासणी आवश्यक असेल तर पाच महिन्यांच्या आत निर्णय देण्यात यावा. विहित कालावधीत न्यायदान झाले नाही तर निकाल घोषित करताना विलंबाची कारणे देण्यात यावी.

५) अपील

जिल्हा मंच, राज्य आयोग, राष्ट्रीय आयोग या न्यायदानाच्या त्रिस्तरीय यंत्रणेत अपील दाखल करण्याची तरतूद ग्राहक संरक्षण कायद्यामध्ये आहे; परंतु अशा अपिलांची संख्या जास्त होत चालल्याने लवकर न्याय मिळण्याच्या उद्देशालाच बाधा येत होती. अपिलावर निर्बंध यावेत म्हणून २००२ मध्ये कायद्यात सुधारणा करण्यात आली. कलम १५ नुसार जिल्हा मंचाच्या आदेशाविरुद्ध राज्य आयोगाकडे अपील करावयाचे असेल तर अपीलकर्त्याला निकालातील रकमेच्या पन्नास टक्के किंवा रु.२५,००० यापेक्षा जी कमी असेल अशी रक्कम जमा करणे बंधनकारक आहे. तसेच राज्य-आयोगाच्या निर्णयाविरुद्ध राष्ट्रीय आयोगाकडे अपील करावयाचे असल्यास निकालातील रकमेच्या पन्नास टक्के किंवा रु.३५,००० यापैकी जी कमी असेल ती रक्कम जमा करण्याची अट आहे (कलम १९). राष्ट्रीय आयोगाच्या निर्णयाविरुद्ध सर्वोच्च न्यायालयात अपील दाखल करण्यासाठी निकालातील रकमेच्या पन्नास टक्के किंवा ५०,००० यापैकी जी कमी असेल अशी रक्कम जमा करण्याची तरतूद आहे (कलम २३).

६) आदेशाची अंमलबजावणी

जिल्हा मंच, राज्य आयोग व राष्ट्रीय आयोग यांच्या आदेशाचे पालन होण्यात अडचणी येत होत्या. आपल्या आदेशाचे पालन करण्याचे अधिक अधिकार कायद्यातील त्रिस्तरीय यंत्रणेला असावेत यासाठी कलम २५ मध्ये दुरुस्ती करण्यात आली आहे. कलम २५ (१) नुसार आदेशाची अंमलबजावणी न करणाऱ्या व्यक्तीची मालमत्ता जप्त करण्याचा अधिकार संबंधित यंत्रणेला दिला आहे. (जिल्हा मंच, राज्य आयोग आणि राष्ट्रीय आयोग) कलम २५ (२)(१) नुसार असा जप्ती आदेश जास्तीत जास्त तीन महिन्यांपर्यंत अंमलात राहील. या कालावधीत संबंधित व्यक्तीने आदेशाची अंमलबजावणी केली नाही तर सदर मालमत्तेची विक्री करून तक्रारकर्त्याला (ज्याला रक्कम द्यावयाची आहे) रक्कम देण्यात यावी आणि यातून काही रक्कम शिल्लक राहिली तरी योग्य हक्कदार व्यक्ती देण्यात यावी.

त्रिस्तरीय ग्राहक तक्रार निवारण यंत्रणा :

ग्राहक तक्रार निवारण माध्यमांची स्थापना (कलम ९)

या कायद्याच्या उद्दिष्टपूर्तीसाठी खालील माध्यमांची (यंत्रणांची) स्थापना करण्यात यावी.

ए) राज्यशासन अधिसूचना प्रसिद्ध करून प्रत्येक जिल्ह्यासाठी ग्राहक तक्रार निवारण मंचाची स्थापना करील व अशा मंचाला जिल्हा मंच असे म्हणावे.

योग्य वाटल्यास राज्य शासन एखाद्या जिल्ह्यात एकापेक्षा जास्त जिल्हा मंचाची स्थापना करील.

बी) राज्यशासन अधिसूचना प्रसिद्ध करून राज्यासाठी ग्राहक तक्रार निवारण-आयोगाची स्थापना करील, अशा आयोगाला राज्य आयोग असे म्हणावे.

सी) केंद्र शासन अधिसूचना प्रसिद्ध करून राष्ट्रीय तक्रार निवारण आयोगाची स्थापना करील.

कोणताही कायदा राबविण्यासाठी एका विशेष यंत्रणेची आवश्यकता असते. सर्वसाधारण कायदे हे न्याययंत्रणेकडून राबविले जातात; परंतु आता त्यात बदल होत आहेत. दिवसेंदिवस प्रकरणांची संख्या, कामाचे स्वरूप, कामाची योग्य विभागणी इत्यादी कारणांमुळे न्याययंत्रणेशिवाय वेगवेगळ्या कायद्याखाली स्वतंत्र यंत्रणेची स्थापना करण्यात आली आहे.

जिल्हा मंचाची संरचना (कलम - १०)

१) प्रत्येक जिल्हा मंचात खालील व्यक्तींचा समावेश राहील.

अ) जी व्यक्ती जिल्हा न्यायाधीश या पदावर आहे किंवा होती अथवा त्या पदाची पात्रता धारण केली आहे, अशी व्यक्ती जिल्हा मंचाची अध्यक्ष राहील.

बी) अर्थशास्त्र, कायदा, व्यापार, हिशेब, कारखानदारी, सार्वजनिक व्यवहार अथवा प्रशासन या विषयात पात्रता, गुणवत्ता, ज्ञान व अनुभव असलेल्या व्यक्तींपैकी एक व्यक्ती महिला असेल.

त्रिस्तरीय ग्राहक तक्रार निवारण यंत्रणा

ग्राहक तक्रार निवारणाची त्रिस्तरीय यंत्रणा/माध्यमे आणि अपील

१)	राष्ट्रीय आयोग एक कोटी रुपयांवरील तक्रारी तसेच राज्य आयोगाचे अपील	राज्य आयोगाचे अपील सर्वोच्च न्यायालयात

२)	राज्य आयोग (देशासाठी एक, दिल्ली येथे) रु.२० लाख ते १ कोटी रुपये, २० लाखांवरील ते १ कोटींपर्यंत तसेच जिल्हा मंचाचे अपील	राज्य आयोगाचे अपील राष्ट्रीय आयोगाकडे
३)	जिल्हा मंच (रु.२० लाखांपर्यंत तक्रारी) (प्रत्येक जिल्ह्यासाठी एक किंवा अधिक)	जिल्हा मंचाचे अपील

टीप : ग्राहक तक्रार निवारण यंत्रणेत

१) राष्ट्रीय आयोग म्हणजे राष्ट्रीय ग्राहक तक्रार निवारण मंच.

२) राज्य आयोग म्हणजे राज्यातील ग्राहक तक्रार निवारण मंच आणि

३) जिल्हा मंच म्हणजे जिल्हा ग्राहक तक्रार निवारण मंच किंवा जिल्हा न्यायालय.

कोठेही अपील करताना खालील मंचाने किंवा आयोगाने आदेश पारित केल्याच्या तीस दिवसांचे आत अपील करावे. उचित कारणासाठी ३० दिवसांपेक्षा जास्त काळ चालू शकतो.

१ ए) खालील नमूद केलेल्या निवड समितीच्या शिफारशीप्रमाणे राज्यशासन पोटकलम (१) मधील सदस्यांची नेमणूक करील.

अ) राज्यआयोगाचे अध्यक्ष : (समितीचे अध्यक्ष)

ब) राज्यशासनातील कायदा खात्याचे सचिव (समितीचे सदस्य)

क) राज्यशासनातील ग्राहक व्यवहार खात्याचे काम पाहणारे सचिव (समितीचे सदस्य)

२) जिल्हा मंचावरील प्रत्येक सदस्याचा कालावधी पाच वर्षांचा किंवा वयाची ६५ वर्षे पूर्ण होईपर्यंत, जी कोणती घटना अगोदर घडेल तोपर्यंत असेल आणि अशी व्यक्ती फेरनियुक्तीसाठी मात्र राहणार नाही.

परंतु सदस्याला आपल्या हस्ताक्षरात राज्यशासनाकडे राजीनामा पत्र पाठवून आपल्या पदाचा राजीनामा देता येईल व राजीनामा मान्य झालेल्या तारखेपासून त्याचे पद रिक्त समजण्यात येईल आणि असे रिक्त झालेले पद राजीनामा दिलेल्या घटकातील पात्रता धारण करणाऱ्या व्यक्तीच्या पोटकलम १ मध्ये नमूद केलेल्या तरतुदीप्रमाणे भरून काढता येईल.

३) जिल्हा मंचावरील सदस्याचे वेतन, मानधन आणि इतर भत्ते अथवा सेवा-शर्ती या राज्यशासन विहित करील, त्याप्रमाणे राहतील.

जिल्हा मंच म्हणजे राज्य शासनाने राजपत्रात अधिसूचना प्रसिद्ध करून जिल्ह्यासाठी स्थापन केलेले ग्राहक तक्रार निवारण मंच होय; यात तीन सदस्य असतात, पैकी एक अध्यक्ष व दोन सामान्य सदस्य. अध्यक्ष हे विद्यमान किंवा निवृत्त झालेले जिल्हा न्यायाधीश किंवा त्या पदाची पात्रता धारण केलेली व्यक्ती असते तर सदस्य हे अर्थशास्त्र, कायदा, व्यापार, हिशेब, उद्योगधंदे, सार्वजनिक व्यवहार आणि प्रशासन या क्षेत्रातील ज्ञान व अनुभव असलेली गणमान्य व्यक्ती असते. त्यांपैकी एक सदस्य महिला असते. पूर्वी राज्यशासनाकडून सदस्यांची नेमणूक होत असे; परंतु आता त्यासाठी विशेष निवड मंडळाची स्थापना करण्यात आली आहे. अर्थात, पूर्वीच्या तरतुदीनुसार नेमलेले सदस्य त्यांचा कालावधी पूर्ण होईपर्यंत आपापल्या पदावर कायम राहतील. अध्यक्ष यांचाही समावेश कायद्यात वर नमूद केलेल्या कारणांकरिता सदस्यांमध्येच केलेला आहे. त्यामुळे त्यांच्या सेवा, शर्ती, मानधन, इतर भत्ते हे राज्यशासन विहित केल्याप्रमाणे राहतील. वयाची ६५ वर्षे पूर्ण होईपर्यंत किंवा त्यांचा कालावधी पूर्ण होईपर्यंत जी गोष्ट अगोदर घडेल तोपर्यंत ते आपल्या पदाचा कार्यभार सांभाळतील.

जिल्हा मंचाची स्थापना कायद्याने करण्यात आली असल्यामुळे राज्यशासन ते प्रलंबित करू शकणार नाही. मागील कलमात नमूद केल्याप्रमाणे जिल्हा मंच स्थापण्यासाठी आता केंद्र शासनाच्या पूर्व संमतीची आवश्यकता नाही. तसेच आवश्यक वाटल्यास राज्य शासन एका जिल्ह्यासाठी एका जिल्हा मंचापेक्षा जास्त जिल्हामंचांची स्थापना करू शकेल. कर्मचाऱ्यांची व्यवस्था करण्याची जबाबदारी राज्य शासनावर आहे; परंतु इतर लवाद मंडळाप्रमाणे जिल्हा मंचाचे काम हे न्यायिक स्वरूपाचे असल्यामुळे भारतीय राज्यघटनेप्रमाणे त्याच्या कारभारावर उच्च न्यायालयाचे नियंत्रण असते, म्हणूनच उच्च न्यायालयाची संमती असल्याशिवाय जिल्हा न्यायाधीश अगर न्याय खात्यातील त्या पदाची पात्रता धारण केलेल्या व्यक्तीची अध्यक्ष म्हणून नेमणूक करता येत नाही तसेच राज्य आयोगावरील विद्यमान न्यायमूर्तींची अध्यक्ष म्हणून नेमणूक करताना उच्च न्यायालयाच्या मुख्य न्यायमूर्तींशी सल्लामसलत करणे आवश्यक आहे.

१९९३ च्या सुधारणा कायदा क्र.५० ने ही सुधारणा केली आहे.

पूर्वीच्या तरतुदीप्रमाणे राज्य आयोग अथवा जिल्हा मंच स्थापन करण्यासाठी राज्यशासनाला केंद्र शासनाची पूर्वसंमती घ्यावी लागत असे; परंतु त्यात बदल करून केंद्र शासनाच्या पूर्व संमतीची अट काढून टाकण्यात आली आहे. आता जिल्हा मंच किंवा आयोगाची स्थापना करण्यासाठी केंद्र शासनाच्या पूर्व संमतीची आवश्यकता

नाही. राज्य शासनाला आवश्यक वाटल्यास जिल्ह्यात एक अगर अनेक जिल्हा मंच स्थापन करता येतील. त्यामुळे विनाकारण होणारा अनावश्यक विलंब टाळता येईल व वाढत्या गरजा त्वरेने पूर्ण करता येतील.

जिल्हा मंचाचे अधिकारक्षेत्र

१) या कायद्यातील अन्य तरतुदीस अधीन राहून जिल्हा मंचाला असे तक्रार अर्ज स्वीकारता येतील की, ज्यात वस्तू अगर सेवेचे मूल्य अथवा मागितलेल्या नुकसानभरपाईची रक्कम रुपये ५ लाखांपेक्षा जास्त नाही.

२) तक्रार अर्ज अधिकारक्षेत्रातील संबंधित जिल्हा मंचाकडे दाखल करता येतील ते असे –

ए) विरुद्ध पक्षकारांची संख्या एकापेक्षा जास्त असल्यास सर्व विरुद्ध पक्षकार, तक्रार अर्ज दाखल करतेवेळी प्रत्यक्षात व स्वेच्छेने सदर मंचाच्या कार्यक्षेत्रात राहात असतील किंवा धंदा अगर व्यापार करीत असतील किंवा तेथे त्याचे शाखाकार्यालय असल्यास अथवा उपजीविकेसाठी कोणताही धंदा अगर व्यवसाय करीत असतील तर.

बी) जर एकापेक्षा जास्त विरुद्ध पक्षकार असतील व तक्रार अर्ज दाखल करतेवेळी त्या भागात कोणीही विरुद्ध पक्षकार प्रत्यक्ष व स्वेच्छेने त्या कार्यक्षेत्रात राहत असेल किंवा उपजीविकेसाठी कोणताही धंदा अगर व्यवसाय करीत असेल किंवा तेथे त्याचे शाखाकार्यालय असेल तर, अशा प्रकरणात एकतर जिल्हा–मंचाची संमती घ्यावी लागेल किंवा जो विरुद्ध पक्षकार त्या जिल्हा मंचाच्या कार्यक्षेत्रात राहत नाही व उपजीविकेसाठी धंदा अगर व्यवसाय करीत नाही किंवा त्याचे शाखाकार्यालय नाही अशा व्यक्तीची संमती असणे आवश्यक आहे.

सी) त्या क्षेत्रात अंशतः अगर पूर्णतः तक्रारअर्जास कारण घडले असेल तर.

अधिकार क्षेत्र म्हणजे एखाद्या स्थानिक (क्षेत्रीय) अथवा आर्थिक सीमेतील प्रकरणांचा निपटारा करण्यासाठी कोर्टास, लवाद मंडळास, मंचास किंवा आयोगास दिलेला अधिकार, संबंधित यंत्रणेला केवळ त्या त्या अधिकारक्षेत्रातील प्रकरणांची दखल घेता येते, अन्यथा नाही. अधिकारक्षेत्राची विभागणी आर्थिक, स्थानिक, वस्तू, विशिष्ट सेवा किंवा विषय अथवा व्यक्ती यासंबंधी केलेली असते, प्रस्तुत कायद्यात त्याची विभागणी आर्थिक व स्थानिक विभागात केली आहे. अधिकार क्षेत्राचा प्रश्न फार महत्त्वाचा आहे; कारण अधिकारक्षेत्राबाहेरील निकाल हे रद्दबातल समजले जातात. उदा. जर गुजरात राज्यातील व्यक्ती वा विषय यासंबंधी महाराष्ट्रातील मंचाने अगर आयोगाने निकाल दिला तर तो निकाल बेकायदेशीर समजला जाईल.

आर्थिक अधिकारक्षेत्र

वस्तू अगर सेवेची किंमत किंवा मागितलेल्या नुकसानभरपाईची रक्कम रुपये ५ लाखांपेक्षा जास्त नसेल तर संबंधित जिल्हा मंचाला असे तक्रार अर्ज चालवता येतील, तसेच रुपये पाच लाखांपेक्षा जास्त व वीस लाखांपेक्षा कमी रक्कम असेल तर अशी प्रकरणे राज्य आयोगाला चालविता येतील व त्यावरील रकमेची प्रकरणे केवळ राष्ट्रीय आयोगालाच चालविता येतील. पक्षकाराला स्वतःलाच अर्जातील प्रकरणाची आर्थिक मर्यादा किती आहे, हे ठरवावे लागेल. त्यासाठी दावा मूल्य कायदा किंवा कोर्ट फी लागू होणार नाही. यापूर्वी कायद्यात रुपये एक लाखांपेक्षा कमी असा शब्दप्रयोग होता त्यामुळे रुपये १ लाखाचे दावे जिल्हा मंचाला चालविता येतील की नाही असा प्रश्न निर्माण झाला होता, म्हणून या कायद्यात 'रुपये पाच लाखांपेक्षा जास्त नाही' असे शब्दप्रयोग योजिले आहेत. त्यामुळे रुपये पाच लाखांपर्यंतची प्रकरणे जिल्हा मंचाला चालविता येतील. अशाप्रकारे कायद्यातील सुधारणेमुळे संदिग्धता काढून टाकण्यात आली आहे.

स्थानिक किंवा क्षेत्रीय अधिकारक्षेत्र

ज्या जिल्ह्यासाठी जिल्हा मंचाची स्थापना करण्यात आली, त्या जिल्हा मंचाला त्या जिल्ह्याच्या महसूल हद्दीतील सर्व प्रकरणे चालविण्याचा अधिकार आहे. पोटकलम-२ मध्ये या संबंधीची तरतूद करण्यात आली आहे ती अशी :

१) तक्रारअर्ज दाखल करतेवेळी विरुद्ध पक्षकार-

    अ) प्रत्यक्ष व स्वेच्छेने तेथे वास्तव्य करीत असेल किंवा

    ब) धंदा अगर व्यवसाय करत असेल किंवा

    क) उपजीविकेसाठी कोणतेही काम करीत असेल किंवा

२) जर एकापेक्षा जास्त विरुद्ध पक्षकार असतील व त्यांपैकी कोणताही विरुद्ध पक्षकार प्रत्यक्ष स्वेच्छेने तेथे वास्तव्य करीत असेल, परंतु याखाली एक सवलत दिलेली आहे. ती म्हणजे पक्षकारांनी त्याला संमती देणे आवश्यक आहे किंवा त्यासाठी जिल्हा मंचाची स्पष्ट परवानगी घ्यावी लागेल. तसेच त्याप्रमाणे पोटकलम ३ प्रमाणे जेथे अंशतः अगर संपूर्ण अर्जास कारण घडले असेल त्या मंचाला ते प्रकरण चालविता येईल. ही तरतूद दिवाणी आचारसंहितेच्या कलम २० प्रमाणेच आहे.

संमतीने अधिकारक्षेत्र

बऱ्याच वेळा आपण असे ऐकतो, वाचतो की उपस्थित झालेला वाद एका विशिष्ट कोर्टाच्या हद्दीतच सोडविला जावा अशी अट असते. कायद्याने दिलेले अधिकार

हे कोणालाही काढून घेता येत नाहीत. असे करणे सार्वजनिक हित व नीतिमत्तेच्या विरुद्ध असल्यामुळे ते कायद्याला मान्य नाही; परंतु दोन्ही पक्षकारांनी समजून उमजून व स्पष्टपणे एखाद्या विशिष्ट कोर्टाला अधिकार बहाल केला असेल तर, त्या विशिष्ट कोर्टाला व ज्याच्या हद्दीत अर्जास कारण घडले किंवा विरुद्ध पक्षकार राहतात त्या कोर्टाला किंवा यंत्रणेला अधिकारक्षेत्र नसलेल्या कोर्टाला अगर मंचाला अधिकार क्षेत्र बहाल करता येणार नाही.

जर दोन कोर्टाच्या किंवा यंत्रणेच्या हद्दीत अर्जास कारण घडले तर दोन्हींपैकी पक्षकाराच्या इच्छेप्रमाणे कोणत्याही एका कोर्टाला अगर यंत्रणेला प्रकरण चालविता येईल. या कायद्यातील तरतुदीप्रमाणे जेथे मुख्य कार्यालय किंवा शाखाकार्यालय आहे, त्यापैकी कोणत्याही यंत्रणेच्या हद्दीत तक्रार अर्ज चालवता येईल; परंतु त्याच विषयासंबंधी दिवाणी दावा प्रलंबित असेल तर जिल्हा मंच किंवा राज्य आयोग यांना या कायद्याखाली तक्रार अर्ज चालविता येणार नाही.

पोट कलम – ए आणि बी

पोट कलम-३ ए प्रमाणे जेथे अनेक विरुद्ध पक्षकार असतील तर कोणीही विरुद्ध पक्षकार तक्रार अर्ज दाखल करतेवेळी सदर जिल्हा मंचाच्या अधिकारक्षेत्रात प्रत्यक्षात स्वेच्छेने वास्तव्य करीत असेल तर किंवा धंदा-व्यवसाय करीत असेल किंवा त्याचे शाखाकार्यालय तेथे असेल किंवा उदरनिर्वाहासाठी तेथे कोणतेही काम करीत असेल तर त्या त्या जिल्हा मंचाला अर्ज दाखल करून घेता येईल. या कलमातील प्रत्येक शब्द महत्त्वाचा आहे. वास्तव्य म्हणजे कोणाच्या तरी जुलूम–जबरदस्तीने किंवा दडपणाखाली केलेले वास्तव्य नव्हे हे लक्षात ठेवले पाहिजे. विरुद्ध पक्षकाराचे शाखाकार्यालय त्या क्षेत्रात असेल तर त्या मंचात तक्रार अर्ज दाखल करता येईल.

पोट कलम (१)(२) बी प्रमाणे व उपकलम १ मध्ये नमूद केलेल्या परिस्थितीत तक्रार अर्ज दाखल करता येतो; परंतु जेथे जास्त विरुद्ध पक्षकार असतील तेथे जिल्हा मंचाची स्पष्ट परवानगी घेणे किंवा विरुद्ध पक्षकाराची संमती घेणे आवश्यक आहे. तक्रार अर्ज दाखल केल्यानंतर वेगळे स्वतंत्र अर्ज देऊन अशी परवानगी घ्यावी. अनेक विरुद्ध पक्षकारांपैकी काही विरुद्ध पक्षकारांनी मंचाच्या अधिकारक्षेत्राला आव्हान दिले तर सर्व विरुद्ध पक्षकारांनी संमती दिली आहे असे गृहीत धरता येणार नाही. असे प्रश्न जिल्हा मंचाने त्या अर्जाच्या गुणदोषांवर निकाली काढावेत.

अनेक विरुद्ध पक्षकारांपैकी कोणीही अधिकारक्षेत्राला आव्हान दिले नाही व निमूटपणे मंचाच्या कामकाजात भाग घेतला तर मात्र सर्व विरुद्ध पक्षकारांची संमती

आहे, असे मानता येईल तसेच अपिलात पहिल्यांदाच अधिकारक्षेत्राबाबत आक्षेप घेता येणार नाही.

या कलमाची सुरुवात अन्य तरतुदीस अधीन राहून अशी केली आहे. याचा अर्थ या कायद्याच्या विरुद्ध नाही, अशा अन्य कायद्यातील तरतुदी या ग्राहक संरक्षण-कायद्याखालील तक्रार अर्जालाही लागू आहेत, परंतु अट एवढीच की ते या कायद्याशी विसंगत नसावेत.

काही प्रकरणांत तक्रारअर्ज चालविता येणार नाही

दीर्घ गुंतागुंतीच्या व किचकट पुराव्याच्या प्रकरणांत जिल्हा मंचाला तक्रारअर्ज चालविता येणार नाही. तसेच सार्वजनिक महत्त्व व हितसंबंध यांच्यासंबंधीही तक्रारअर्ज दाखल करून घेता येणार नाहीत. याशिवाय त्याच विषयासंबंधी दिवाणी न्यायालयात दावा प्रलंबित असेल तर अशाही प्रकरणात तक्रार अर्ज दाखल करून घेणे योग्य होणार नाही. याशिवाय वैयक्तिक कराराच्या सेवेसंबंधी तक्रार अर्ज दाखल करून घेणे इष्ट होणार नाही.

जिल्हा मंचाची आर्थिक अधिकारक्षेत्राची मर्यादा एक लाखांऐवजी रुपये पाच लाखांपर्यंत केली आहे. पूर्वीच्या कायद्यात कलम-२ (ए) मध्ये धंदा अगर व्यवसाय किंवा कार्यालय असे शब्दप्रयोग नव्हते तेही नव्याने घालण्यात आले आहेत. तेच शब्द उपकलम (बी) मध्येही करण्यात आले आहेत. सर्व सुधारणा १९९३ चा कायदा क्र.५० ने करण्यात आल्या आहेत.

ग्राहक न्यायमंच कार्यपद्धती मार्गदर्शक सूचना (कलम १५)

१) तक्रार दाखल करताना ती पूर्ण कोऱ्या कागदावर समास सोडून टंकलिखित करून पाठवावी. टंकलिखित करणे शक्य नसेल तर सुवाच्य अक्षरात तक्रार पूर्ण कागदावर लिहून पाठवावी.

२) पोस्टामार्फत तक्रारी-अर्ज आल्यास ते स्वीकारून दाखल करण्यास काही हरकत नाही; परंतु तक्रार करणाऱ्याने तक्रार दाखल करण्यासंबंधीच्या सर्व सूचनांचे पालन करणे आवश्यक आहे. तसे पालन केले नसेल तर त्या तक्रारी रद्दबातल ठरवाव्यात. तक्रारी रद्दबातल कराव्यात की नाही हे ठरविण्याचा अधिकार न्यायमंचाच्या सदस्यांचा आहे. प्रबंधकाचा नाही. ज्यांना पोस्टामार्फत तक्रार दाखल करावयाच्या आहेत त्यांनी आपल्या तक्रारीसोबत एक पोस्टकार्ड स्वतःच्या पूर्ण पत्त्यासह पाठविणे गरजेचे आहे; तसे न केल्यास तक्रार रद्दबातल करता येईल. पोस्टकार्ड स्वतःच्या पूर्ण पत्त्यासह पाठविणे (तक्रारी व

कागदपत्रासोबत) गरजेचे आहे, याची सूचना कार्यालयाच्या सूचनाफलकावर ठळकपणे द्यावी.

३) जितके विरुद्ध बाजूचे पक्षकार असतील तेवढ्या तक्रारींची व त्यासोबत जोडलेल्या कागदपत्रांच्या प्रती तक्रारीसोबत जोडणे आवश्यक करावे. याशिवाय तक्रारीच्या व कागदपत्रांच्या एकूण तीन प्रती आवश्यक आहेत. (उदा. दोन पक्षकार विरुद्ध बाजू म्हणून दाखविले असतील तर २ अधिक ३ = ५) तक्रारींच्या प्रती व कागदपत्रांच्या तेवढ्याच ५ प्रती दाखल करणे तक्रारदारावर बंधनकारक ठेवावे.) या नियमांची पूर्तता न झाल्यास तोपर्यंत तक्रार दाखल करू नये. या कारणामुळे दाखल न केलेल्या तक्रारी एका स्वतंत्र फाइल रजिस्टरमध्ये तारखेवार क्रमाने लावून ठेवाव्यात.

४) तक्रार दाखल करून घेणे हे प्रबंधक व त्याच्या कार्यालयाचे कर्तव्य आहे. तक्रार सूचनांबरहुकूम दाखल झाल्यावर ती तक्रार तीन दिवसांच्या आत दाखल करून, त्यावर क्रमांक टाकून त्या तक्रारीवर योग्य तो हुकूम करण्याकरिता न्यायमंचाच्या अध्यक्षांकडे प्रबंधकाने ठेवणे भाग आहे. अशी तक्रार न्यायमंचाच्या अध्यक्षांकडे व सभासदांसमोर आल्यावर पुढील तीन दिवसांच्या आत योग्य तो हुकून (नोटिसीबद्दलचा आदेश, मुदतीसंबंधी, अधिकारक्षेत्रांसंबंधी वगैरे) न्यायमंचाने करावा. तक्रार अर्ज दाखल करून त्यांचे स्वतंत्र तक्रार रजिस्टर दर वर्षाकरिता वेगळे ठेवावे.

५) तक्रारींचे जे रजिस्टर ठेवले गेले असेल त्या तक्रारी रजिस्टरमध्ये निकालाची तारीख व निकाल काय झाला, याची नोंद करणे आवश्यक आहे. तसेच अपील झाले असल्यास अपिलाचा अंतिम आदेश थोडक्यात लिहावा.

६) दाखल झालेली तक्रार मुदतीत आहे की नाही? ग्राहक संरक्षण कायद्याच्या अधिकारक्षेत्रात ती पडते की नाही? त्या तक्रारीवर प्राथमिक सुनावणीची आवश्यकता आहे काय? वगैरे गोष्टींचा निर्णय प्रबंधकाने घ्यायचा नसून, तो न्यायमंचाच्या अध्यक्षांनी व सभासदांनी घ्यावयाचा आहे. वेगळ्या शब्दांत सांगायचे झाल्यास कोणत्याही कारणास्तव तक्रार रद्द करण्याचा अथवा विरुद्ध बाजूवर नोटीस बजावा असे सांगण्याचा अथवा तसा हुकूम करण्याचा हक्क प्रबंधकाचा नाही.

७) तारखा (कोणच्याही) देण्याचे काम न्यायमंचाच्या सभासदांनी अध्यक्षांशी विचारविनिमय करून करावे. प्रबंधकाला तारखा देण्याचा अधिकार नाही. वेळेच्या अभावी अध्यक्षांना तारखा देण्याबाबतचा फार तर प्रबंधक मार्गदर्शक सूचना देऊ शकतील.

८) विरुद्ध बाजूकडून त्यांचे तक्रारीला उत्तर देण्यास वेळ मागितला तर तो वेळ देताना अथवा तारीख देताना ग्राहक संरक्षण कायद्याच्या कलम १३ (१)(अ) मधील तरतुदींचा अगदी काटेकोरपणे अवलंब करणे गरजेचे आहे.

९) विरुद्ध बाजूला त्यांचा जबाब (तक्रारीला उत्तर) चार प्रतींमध्ये (त्यात दस्तऐवजाच्यासुद्धा चार प्रती आल्यात) द्यावा अशी सूचना नोटीस पाठवितानाच नोटिसीमध्ये ठळक अक्षरांत द्यावी.

१०) पुराव्यात दाखल केलेले कागदपत्र अस्सल आहेत की नाही हे न पाहता त्यांच्या झेरॉक्स प्रतीने काम भागू शकते की नाही, या प्रश्नाकडे जास्त लक्ष द्यावे. झेरॉक्स प्रती पुराव्यात वाचून घेण्याकडे कल जास्त असावा.

११) पुरावा नोंदविताना प्रतिज्ञापत्राची खरोखरच गरज आहे का, याचा निर्णय न्यायमंचाच्या अध्यक्षांनी आणि सभासदांनी घ्यावा. शपथेवरची सरतपासणी, उलट तपासणी कमीत कमी वेळात कशी घेता येईल याकडे न्यायमंचाने लक्ष देणे गरजेचे आहे.

१२) न्यायदानाची प्रक्रिया झटपट अपेक्षित असल्याने प्रक्रियेमधील विलंब टाळता येण्यासारखा आहे. नैसर्गिक न्याय देण्याच्या तत्त्वांना फक्त कलम १३(१) व १३(२) मधील प्रक्रियेला बाधा येत असली तरी चालेल; परंतु झटपट न्याय अपेक्षित आहे. कायद्याच्या कलम १३ (३) मधील तरतूद या ठिकाणी मर्यादित क्षेत्रात लाभदायक ठरू शकते.

१३) ग्राहकांची तक्रार सोडविली जाण्यासंबंधीचा हुकूम कायद्याचे कलम १३ (२) मधील प्रक्रिया पूर्ण झाल्यावर त्वरित देणे आवश्यक आहे. हुकूम देण्यास जास्तीत जास्त दहा दिवसांचा कालावधी पुरेसा आहे.

१४) न्यायमंचाने दिलेला हुकूम कायद्याच्या कलम १४(१)(अ) ते (आय) या तरतुदींमध्येच बसावयास हवा व त्याकडे काटेकोरपणे पाहणे गरजेचे आहे.

१५) विरुद्ध बाजूने कबूल केलेली सेवा अर्जदारास दिली आहे की नाही? किंवा सेवा दिली असल्यास ती पुरी होती की नव्हती? या दोन प्रश्नांच्या उत्तरांवरच नुकसानभरपाईची रक्कम ठरवता येईल. उत्तरे होकारार्थी असल्यास नुकसानभरपाई देता येणार नाही.

१६) कायद्यातील कलम २७ चा अवलंब करायचा असेल तर विरुद्ध बाजूला पुनः त्यासंबंधी नोटीस देणे भाग आहे व विरुद्ध बाजूचे म्हणणे ऐकून घेण्यास पुरेसा अवधी द्यावयास हवा. विरुद्ध बाजूने तारीख मागितल्यावर एक तारीख देणे योग्य ठरेल; कारण कायद्यातील कलम १३ (३) ची तरतूद कलम २७ ला उपयोगी ठरणार नाही.

१७) कायद्याच्या कलम २७ प्रमाणे अर्ज तक्रारदाराने केला असल्यास तो स्वतंत्र रजिस्टर करून पंजीबद्ध करावा.

१८) कलम २७ प्रमाणे सुनावणी झाल्यानंतर गैरअर्जदारास जर तुरुंगात पाठवून त्याला शिक्षा ठराविक मुदतीची देणे असल्यास तसे पकड वॉरंट काढून संबंधित पोलीस स्टेशनच्या मुख्याधिकाऱ्यांकडे पाठवावे व गैरअर्जदारास पकडून न्यायमंचासमोर ठराविक दिवशी व दिलेल्या वेळेस आणण्याचा हुकूम करावा.

१९) न्यायमंचाने दिलेल्या हुकमाची टाळाटाळ होत आहे असे दिसून आल्यास जिल्हा पोलीस प्रमुखांकडे तक्रार करण्यास टाळाटाळ करू नये.

२०) प्रत्येक सुनावणीच्या वेळेस न्यायमंचाचे अध्यक्ष हजर राहणे गरजेचे आहे. (कलम १४(२) या नियमाला अपवाद म्हणून कलम १८-अ मधील तरतुदींकडे वळता येईल; परंतु त्या तरतुदीलासुद्धा एक अडसर आहे. अध्यक्षांशिवाय काम चालविता येईल, परंतु त्या ठिकाणी न्यायमंचाच्या दोन सभासदांपैकी किमान एक सभासद जिल्हा न्यायमंचाच्या अध्यक्षांचे पदावर नेमणूक होण्यास पात्र असणे आवश्यक आहे. (म्हणजेच किमान ९ वर्षे वकिली करीत असणारा) तसे नसल्यास कामकाज अध्यक्षांच्या अनुपस्थितीत चालविता येणार नाही.

२१) तक्रारदाराच्या बाजूने हुकूम झाल्यानंतर त्या हुकमाची तामिली करण्याकरिता जर दिवाणी न्यायालयात कागदपत्र पाठवावे असा अर्ज तक्रारदाराने केल्यास...

अ) तक्रारदाराने आपल्या अर्जात त्यांच्या केसचा क्रमांक - निकाल - तारीख - दोन्ही पक्षकारांची नावे - झालेला हुकमाची माहिती द्यावी.

ब) अर्जासोबत दिवाणी न्यायालयात दरखास्त दाखल करण्याचा अर्ज द्यावा व कोणत्या प्रकारे दिवाणी न्यायालयाने साहाय्य करावे, याबद्दल स्पष्ट लिहावे व निकालाची प्रत जोडावी.

क) हा अर्ज आल्यावर जिल्हा न्यायमंचाकडे स्वतंत्र रजिस्टरमध्ये क्रमांक टाकून पंजीबद्ध करावा.

ड) न्यायमंचाच्या अध्यक्षांनी मुख्य दिवाणी न्यायालयाकडे ते कागद पाठवून मंचाचा हुकूम ही डिक्री समजून त्यांची अंमलबजावणी (तामिली) करण्याचे पत्र पाठवावे आणि त्या पत्राची प्रत तक्रारदारास द्यावी.

२२) तक्रारीची सुनावणी संपल्यानंतर विनाविलंब निकालाची तारीख दोन्ही बाजूंना कळवावी. निकालाच्या दिवशी जे पक्षकार हजर असतील त्यांना निकालपत्राच्या अधिकृत प्रती द्याव्यात व पोच घ्यावी आणि जे पत्रकार हजर नसतील त्यांना डाक नोंद पद्धतीने निकालाची अधिकृत प्रत पाठवावी.

२३) प्रकरणांच्या फाइल निकालानंतर (अपिलाच्या) तीन वर्षांनी नष्ट केल्या जातात.

राज्य आयोगाची रचना (कलम १६)

१) प्रत्येक राज्य आयोगामध्ये खालील घटकांचा समावेश राहील.

अ) राज्य आयोगाचे अध्यक्ष : समितीचे अध्यक्ष.

ब) राज्यशासनातील विधी खात्याचे सचिव : समितीचे सदस्य.

क) राज्यशासनातील ग्राहक व्यवहार खात्याचे काम पाहणारे सचिव : समितीचे सदस्य.

ए) राज्यशासनाने नियुक्त केलेल्या उच्च न्यायालयातील विद्यमान अगर माजी न्यायमूर्ती व सदर व्यक्ती ही आयोगाची अध्यक्ष राहील; परंतु अुच्च न्यायालयाच्या मा. मुख्य न्यायमूर्तींच्या सल्ल्याखेरीज या कलमाखाली कोणाचीही नियुक्ती करण्यात येऊ नये.

बी) क्षमता, सचोटी व विद्वत्ता असलेल्या अर्थशास्त्र, कायदा, वाणिज्य, हिशेब, उद्योग, सामाजिक व्यवहार अथवा प्रशासन या शाखेत भरीव कार्य केलेल्या अथवा त्यांचे पुरेसे ज्ञान व अनुभव असलेल्या दोन व्यक्ती, त्यांपैकी एक व्यक्ती महिला असेल; परंतु राज्यशासनाने या कलमाखाली करावयाची नियुक्ती ही खाली नमूद केलेल्या निवड समितीच्या शिफारशीशिवाय करू नये.

२) राज्य आयोगावर नियुक्त केलेल्या सदस्यांची कार्यकालासह सेवेच्या शर्ती, त्यांचे वेतन, मानधन आणि इतर भत्ते हे राज्य शासनाने विहित केल्याप्रमाणे राहतील.

३) राज्य आयोगावरील सदस्यांचा कार्यकाल हा पाच वर्षांचा किंवा वयाची ६५ वर्षे पूर्ण होईपर्यंत किंवा जी गोष्ट आधी घडेल तोपावेतो राहील व असे सदस्य फेरनियुक्तीसाठी पात्र राहणार नाहीत.

४) उपकलम (३) मध्ये काहीही नमूद केले असले तरी ती व्यक्ती अध्यक्ष व सदस्य म्हणून ग्राहक संरक्षण (सुधारणा) अध्यादेश १९९३ पूर्वी नियुक्ती केली गेली आहे त्या व्यक्तीस अध्यक्ष किंवा सदस्य म्हणून कालावधी हा त्याचा कार्यकाल पूर्ण होईपर्यंत राहील.

जिल्हा मंचाच्या आदेशाविरुद्ध झालेले अपील ऐकण्यासाठी व ज्या प्रकरणांत रुपये पाच लाखांपेक्षा जास्त, परंतु रुपये वीस लाखांपेक्षा कमी दाद देण्याची आवश्यकता आहे. अशा वेळी राज्य आयोगाची आवश्यकता असते. त्याचे कार्यक्षेत्र सबंध राज्यभर पसरलेले असून, त्याशिवाय त्याला आणखी एक महत्त्वाचे कार्य करावयाचे आहे. ते म्हणजे राज्यातील जिल्हा मंचाच्या कामकाजावर देखरेख व प्रशासकीय नियंत्रण ठेवणे हे होय. याशिवाय जिल्हा मंचाकडून योग्य प्रकारे काम होते की नाही

एवढेच नव्हे तर त्यांच्याकडून कायद्याच्या चौकटीप्रमाणे कामकाज चालविले जाते की नाही हे पाहण्यासाठी राज्य आयोगांना फेरतपासणीचेही अधिकार देण्यात आले आहेत. त्यामुळे कामात सुसूत्रता व शिस्त आणणे शक्य होते. राज्य आयोग तीन सदस्यांचा मिळून होतो. त्यातील पहिले सदस्य म्हणजे राज्य आयोगाचे अध्यक्ष, जे उच्च न्यायालयाचे विद्यमान न्यायमूर्ती आहेत किंवा माजी न्यायमूर्ती आहेत. याशिवाय त्या पदाची अर्हता प्राप्त केलेल्या व्यक्तीलाही राज्य आयोगाचे अध्यक्ष म्हणून नियुक्त करता येते; परंतु विद्यमान न्यायमूर्तींची नियुक्ती करावयाची झाल्यास राज्यशासनाला उच्च न्यायालयाच्या मुख्य न्यायमूर्तींशी सल्लामसलत करणे आवश्यक आहे. बाकीचे इतर दोन सदस्य हे राज्य, शास्त्र, कायदा, वाणिज्य, हिशेब, उद्योग, सार्वजनिक व्यवहार किंवा प्रशासन या क्षेत्रातील गणमान्य व सचोटी आणि अनुभव असलेल्या व्यक्ती किंवा त्या क्षेत्रातील तज्ज्ञ व अनुभवी व्यक्ती असतील.

राज्य आयोगाचे अधिकारक्षेत्र

या कायद्याच्या इतर तरतुदींशी अधीन राहून राज्य आयोगाचे अधिकारक्षेत्र खालीलप्रमाणे राहील.

ए) असे तक्रारअर्ज दाखल करून घेता येतील की,

१) ज्यात वस्तू अगर सेवेचे मूल्य किंवा मागितलेल्या नुकसानभरपाईची रक्कम ही रुपये पाच लाखांपेक्षा जास्त परंतु वीस लाखांपेक्षा कमी आहे
आणि

२) राज्यातील कोणत्याही जिल्हा मंचाच्या आदेशाविरुद्ध करण्यात आलेले अपील दाखल करून घेता येईल.

बी) राज्यातील कोणत्याही जिल्हा मंचासमोर प्रलंबित असलेले प्रकरण किंवा निकाली काढण्यात आलेल्या प्रकरणाची कागदपत्रे मागवून जर राज्य आयोगाला असे आढळून आले की, जेव्हा मंचाने त्याला कायद्याने न दिलेल्या अधिकाराचा वापर केला आहे किंवा कायद्याने दिलेल्या अधिकाराचा वापर केला नाही किंवा बेकायदेशीरपणे अधिकाराचा वापर केला आहे अथवा लक्षणीय अनियमितता केली आहे तर अशा प्रकरणात यथायोग्य आदेश पारित करता येईल.

राज्य आयोग ही राज्याची सर्वोच्च यंत्रणा असून या कायद्याच्या उद्दिष्टपूर्तीसाठी त्यांना फारच महत्त्वाची कामगिरी करावी लागते.

राज्य आयोगाचे अध्यक्ष व सदस्य यांचे वेतन, मानधन आणि इतर सोयी याबद्दल महाराष्ट्र राज्य ग्राहक संरक्षण नियम १९८७ चे नियम-६ मध्ये स्पष्ट तरतूद केली आहे. या पोटकलमाप्रमाणे राज्य आयोगावरील सदस्यांची नेमणूक ही पाच

वर्षांकरिता किंवा सदस्यांच्या वयाची ६५ वर्षे पूर्ण होईपर्यंत व जी गोष्ट अगोदर घडेल तोपावेतो राहणार आहे आणि अशा व्यक्ती या फेरनेमणुकीस पात्र राहणार नाहीत. अद्याप निवडमंडळाचे कामकाज चालू झाले नाही. निवडमंडळाच्या शिफारशीप्रमाणे सदस्यांची नेमणूक होण्यासाठी अजून बराच कालावधी लागणार आहे; म्हणून नियम ३ प्रमाणे स्पष्ट तरतूद करून यापूर्वी झालेल्या सदस्यांची नेमणूक त्यांची कालमर्यादा संपेपर्यंत चालूच राहणार आहे. (आता निवड मंडळ गठित झाले असून त्यांनी अनेक जिल्हा मंचांवरील अध्यक्ष व सदस्य यांच्या नेमणुका केल्या आहेत.)

आर्थिक अधिकारक्षेत्र

ज्या प्रकरणात वस्तू अगर सेवेबाबत किंवा नुकसानभरपाईची रक्कम ही रुपये पाच लाखांपेक्षा जास्त परंतु वीस लाखांपेक्षा कमी आहे अशा प्रकरणात राज्य आयोगाला तक्रार अर्ज दाखल करून घेऊन त्यावर त्यांचा न्यायनिवाडा करता येईल.

स्थानिक अधिकारक्षेत्र

पोटकलम – अ मध्ये २ भाग आहेत. दोन प्रकारची कामे राज्य आयोगाला चालविता येतात. पैकी एक मूळ तक्रार अर्ज ज्यात वस्तू अगर सेवेची किंमत किंवा नुकसानभरपाईची रक्कम रुपये पाच लाखांपेक्षा जास्त व वीस लाखांपेक्षा कमी आहे आणि दुसरे काम म्हणजे जिल्हा मंचाच्या आदेशाविरुद्ध दाखल झालेल्या अपिलाची सुनावणी करणे, म्हणजेच कायद्याच्या भाषेत मूळ व अपिलेट काम होय. राज्य आयोगाने आपल्या पुढील प्रकरणांचा निपटारा कोणत्या पद्धतीने करावा याबाबत महाराष्ट्र ग्राहक संरक्षण नियम १९८७ च्या कलम ७ व ८ मध्ये पद्धती विहित केली आहे.

वरील प्रकरणात मुदतीत दाखल न केलेल्या अपिलातील विलंब माफीच्या अर्जाच्या सुनावणीचाही समावेश आहे.

पोटकलम (बी)

अन्वये राज्य आयोगाला फेरतपासणीचे विशेष अधिकार दिले आहेत. राज्य आयोगाला एकूण चार प्रकारची कामे करावी लागतात.

१) जिल्हा मंचाच्या आदेशाविरुद्ध करण्यात आलेल्या अपिलांची सुनावणी करणे.
२) रु. पाच लाखांपेक्षा जास्त व वीस लाखांपेक्षा कमी रकमेबद्दल दाद मागितली असल्यास त्या तक्रारअर्जाची सुनावणी करणे.
३) राज्य आयोगाने केलेल्या चुकीची व अनियमित प्रकरणांची फेरतपासणी करून योग्य ते आदेश देणे आणि

४) राज्यातील सर्व जिल्हा मंचांच्या कामकाजावर देखरेख (ठेवणे) व त्यांच्यावर प्रशासकीय नियंत्रण (ठेवणे)

राज्य आयोगाच्या बैठकीचे ठिकाण, कामकाजाची वेळ यासंबंधी महाराष्ट्र राज्य, ग्राहक संरक्षण नियम १९८७ च्या नियम-६ मध्ये सविस्तर तरतूद केलेली आहे. त्याचप्रमाणे अपील सुनावणीची पद्धत कशी असावी याबाबत महाराष्ट्र ग्राहक संरक्षण नियम १९८७ च्या कलम-८ प्रमाणे तरतूद करण्यात आली आहे. राज्य आयोग ही राज्य पातळीवरील एक स्वयंपूर्ण यंत्रणा आहे. वरील सदस्यांचा कार्यकाल, वेतन, भत्ते व इतर सोयी-सवलती यांबद्दल महाराष्ट्र ग्राहक संरक्षण नियम १९८६ मधील नियम-६ मध्ये तरतूद केली आहे.

रचना व आवश्यक बाबी

वर नमूद केल्याप्रमाणे अध्यक्ष व दोन सदस्यांचा मिळून राज्य आयोग बनतो. राज्य आयोगाचे अध्यक्ष हे विद्यमान किंवा माजी न्यायमूर्ती असतात किंवा त्या पदाची अर्हता प्राप्त केलेली व्यक्ती असते तर अर्थशास्त्र, कायदा, हिशेब, वाणिज्य, उद्योग, व्यवहार, प्रशासन या क्षेत्रांतील अभ्यासू, अनुभव असलेल्या गणमान्य व्यक्ती सदस्य असतात. त्यांपैकी एक सदस्य ही महिला असते. अशा प्रकारे समाजातील सर्व घटकांचे मिळून राज्य आयोगाची रचना होते. त्यामुळे या सदस्यांचा विविध क्षेत्रांतील ज्ञान व अनुभव याचा राज्य आयोगाला लाभ होतो.

राज्य आयोगाची कामकाज पद्धती

ही पद्धती प्रचलित कायदा व नैसर्गिक न्यायतत्त्वे यांच्या आधारावर चालत असल्यामुळे व त्यांच्या सदसद्विवेकबुद्धीला भरपूर वाव असल्यामुळे ही बाब आवश्यकच आहे. पूर्वी राज्यशासनाकडून सदस्यांची नियुक्ती होत असे, परंतु आता त्यात आयोगाचे अध्यक्ष, राज्यशासनाचे कायदा खात्याचे सचिव आणि शासनातील ग्राहक व्यवहार खात्याचे काम पाहणारे सचिव यांचा समावेश आहे. निवड मंडळाच्या तरतुदींमुळे योग्य व लायक व्यक्तींची सदस्य म्हणून निवड होणार असल्यामुळे राज्य-आयोगाचे कामकाज प्रभावीपणे चालेल अशी आशा करण्यास हरकत नाही.

राज्य आयोगाने अनुसरावयाची कार्यपद्धती (कलम १८)

राज्य आयोगाने आपल्यासमोरील वाद निकाली काढण्यासाठी, जिल्हा मंचाला आपल्यासमोरील वाद निकाली काढण्यासाठी करण्यात आलेल्या कलम १२, १३ आणि १४ मधील तरतुदी व त्याखालील करण्यात आलेले नियम यांत आवश्यक ते फेरबदल करून योग्य ती कार्यपद्धती अनुसरावी.

१९९३ चा सुधारणा कायदा क्रमांक-५० ने या कायद्यात एका नवीन कलमाची भर टाकण्यात आली आहे. ते कलम म्हणजे कलम-२४ (ब) होय. या सुधारणेमुळे पोटकलम-२ प्रमाणे राज्य आयोगाला राज्यातील सर्व जिल्हा मंचांच्या कामकाजावर प्रशासकीय नियंत्रणाचा अधिकार दिला आहे. यापूर्वीही राज्य आयोगाला प्रशासकीय नियंत्रणाचा अधिकार नव्हता असे नाही; परंतु स्पष्ट तरतुदींमुळे कायद्यातील संदिग्धता दूर झाली आहे.

राष्ट्रीय आयोगाची रचना (कलम २०)

राष्ट्रीय आयोगात खालील घटकांचा समावेश राहील.

ए) केंद्र शासनाने नियुक्त केलेले सर्वोच्च न्यायालयाचे विद्यमान अगर माजी न्यायमूर्ती जे आयोगाचे अध्यक्ष राहतील.

बी) क्षमता, कसोटी व विद्वत्ता असलेले अर्थशास्त्र, कायदा, वाणिज्य, हिशेब, उद्योग, सार्वजनिक व्यवहार अथवा प्रशासन यात भरीव कार्य केलेल्या अथवा त्याचे भरीव ज्ञान व अनुभव, प्रश्न सोडविण्यसाठी पात्रता असलेल्या चार व्यक्ती, त्यापैकी एक व्यक्ती महिला असेल.

परंतु केंद्रशासनाने या कलमाखाली करावयाची नियुक्ती ही खाली नमूद केलेल्या निवड समितीच्या शिफारशीशिवाय करण्यात येऊ नये. त्यातील घटक म्हणजे :

अ) भारताच्या सर्वोच्च न्यायालयाच्या माननीय मुख्य न्यायमूर्तींने नाम नियुक्त केलेले सर्वोच्च न्यायालयाचे विद्यमान न्यायमूर्ती समितीचे अध्यक्ष.

ब) भारत सरकारच्या विधी व्यवहार विभागाचे काम पाहणारे सचिव, समितीचे सदस्य.

क) भारत सरकारच्या ग्राहक व्यवहार खात्याचे काम पाहणारे सचिव, समितीचे सदस्य.

२) राष्ट्रीय आयोगावर नियुक्त केलेल्या सदस्यांच्या कार्यकालासह सेवेच्या शर्ती, त्यांचे वेतन, मानधन व इतर भत्ते हे केंद्र शासनाने विहित केल्याप्रमाणे राहतील.

३) राष्ट्रीय आयोगावरील सदस्यांचा कार्यकाल हा पाच वर्षांचा किंवा वयाची ७० वर्षे पूर्ण होईपर्यंत, जी गोष्ट आधी घडेल तोपावेतो राहील आणि असे सदस्य फेरनियुक्तीस पात्र राहणार नाहीत.

४) उपकलम (३) मध्ये काहीही नमूद केले असले तरी जी व्यक्ती राष्ट्रीय आयोगाची अध्यक्ष अथवा सदस्य म्हणून ग्राहक संरक्षण (सुधारणा) अध्यादेश १९९३

पूर्वी नियुक्त केली गेली आहे, त्यांचा अध्यक्ष किंवा सदस्य म्हणून कालावधी हा त्यांचा कार्यकाल पूर्ण होईपर्यंत राहील.

सुधारणा

निवडमंडळांची स्थापना हे या कायद्यात नवीन आहे. ते १९९३ च्या सुधारणा कायदा क्रमांक ५० नुसार घालण्यात आले आहे. निवडमंडळापुढे योग्य व लायक व्यक्तींची राष्ट्रीय आयोगावर नेमणूक होणार असल्यामुळे, राष्ट्रीय आयोगाचे काम प्रभावीपणे व शिस्तीने चालेल अशी आशा करण्यास हरकत नाही.

राष्ट्रीय आयोगाचे अधिकारक्षेत्र (कलम २१)

या कायद्याच्या इतर तरतुदींशी अधीन राहून राष्ट्रीय आयोगाचे अधिकारक्षेत्र खालीलप्रमाणे राहील –

ए) असे तक्रारअर्ज दाखल करून घेता येतील की,

– ज्यात वस्तू अगर सेवेचे मूल्य किंवा नुकसानभरपाईची मागितलेली रक्कम ही रुपये वीस लाखांपेक्षा जास्त आहे, आणि

– राज्य आयोगाने पारित केलेल्या कोणत्याही आदेशाविरुद्धचे अपील आणि

बी) कोणत्याही राज्य आयोगासमोर प्रलंबित असलेले कोणतेही प्रकरण किंवा निकाली काढण्यात आलेल्या प्रकरणांची कागदपत्रे मागवून जर राष्ट्रीय आयोगाला असे आढळून आले की, राज्य आयोगाने त्याला कायद्याने दिलेल्या अधिकाराचा वापर केला नाही अथवा बेकायदेशीरपणे अधिकाराचा वापर केला आहे अथवा लक्षणीय अनियमितता केली आहे, तर अशा प्रकरणांत योग्य ते आदेश पारित करता येतील.

राष्ट्रीय आयोगाचे अधिकार व त्यांनी अनुसरावयाची कार्यपद्धती (कलम २२)

राष्ट्रीय आयोगाला आपल्यासमोर दाखल करण्यात आलेल्या कोणत्याही तक्रार-अर्जाचा किंवा न्यायिक कारवाईचा निकाल लावण्यासाठी :

ए) कलम – १३ पोट कलम (४), (५) आणि (६) मध्ये नमूद केलेल्या दिवाणी न्यायालयाचे सर्व अधिकार राहतील.

बी) कलम-१४ पोटकलम (१), उपकलम (ए) ते (आय) मध्ये नमूद केलेल्या गोष्टी करण्याकरिता विरुद्ध पक्षकाराला आदेश देऊन बाध्य करता येईल आणि केंद्र शासनाने विहित केलेली कार्यपद्धती अनुसरावी तसेच कलम १३ खालील स्पष्टीकरण वाचावे.

कामकाज पद्धती

राज्य आयोगाने आपल्या समोरील प्रकरणांचा निपटारा करण्यासाठी कोणती पद्धती अवलंबावी याबद्दल ग्राहक संरक्षण अधिनियम १९८७ चे नियम-३० मध्ये तरतूद केली आहे.

अपील (कलम २३)

जी व्यक्ती राष्ट्रीय आयोगाने कलम-२१ पोटकलम (ए) उपकलम (अ) खाली पारित केलेल्या कोणत्याही आदेशाने नाराज झाली आहे. तिला सदर आदेशाविरुद्ध, आदेश पारित केल्या दिवसांपासून तीस दिवसांच्या आत सर्वोच्च न्यायालयाकडे अपील दाखल करता येईल.

परंतु ३० दिवसांच्या मुदतीनंतर दाखल करण्यात आलेल्या अपिलासंबंधी पुरेशा कारणांमुळे मुदतीत अपील दाखल करता आले नाही, अशी सर्वोच्च न्यायालयाची खात्री पटली तर मुदतीनंतरही अपील दाखल करून घेता येईल.

ग्राहक संरक्षण कायद्यांतर्गत (१९८६) तक्रार केव्हा कराल ?

- खरेदी केलेल्या मालाच्या किंमतीपेक्षा व्यापाऱ्याने अधिक किंमत घेतली असल्यास.
- जीवितास किंवा सुरक्षिततेस घातक ठरणारा माल (वस्तू) दुकानात ठेवला असेल अथवा विक्री केला असल्यास.
- विकलेल्या वस्तूचे वजन आणि प्रत्यक्षात छापील असलेले वजन यांत फरक आढळल्यास.
- जुना अथवा खराब माल नवीन वेष्टनात आकर्षक पद्धतीने ठेवून ग्राहकांना उत्तम दर्जाचा माल असल्याचे सांगून फसवणूक केल्यास.
- मालाची विक्री करताना योग्य चाचणी न घेतलेला माल अन्य मालाच्या तुलनेत स्वस्त दरात देऊन ग्राहकांची दिशाभूल करीत असल्यास...
- मालाच्या वस्तुस्थितीसंदर्भात वेष्टनातील माहिती खाडाखोड केल्यास, चिकटपट्टी लावल्यास व त्या ठिकाणी चुकीची माहिती छापल्यास... उदा. मुदतबाह्य तारखेत खाडाखोड करणे, वजनाच्या ठिकाणी जादा वजन दर्शवणे, किमतीत खाडाखोड करणे.
- स्वतःचा माल खपविण्यासाठी ग्राहकाला खोटी आश्वासने देऊन सातत्याने प्रचार व प्रसार केल्यास...
- आपला खराब माल जास्तीत जास्त खपावा म्हणून वृत्तपत्रे, इलेक्ट्रॉनिक

माध्यमांद्वारे अथवा अन्य जाहिरात माध्यमांतून प्रसिद्ध करून ग्राहकांना विकल्यास व तसे पुरावे असल्यास...

- ग्राहकांसाठी भेटवस्तू, बक्षिसे किंवा इतर मोफत वस्तू देण्याच्या योजनेत सहभागी करून घेऊन नंतर योजनेत फेरफार केल्यास, निकाल लावण्यास टाळाटाळ केल्यास...

तक्रार कोणाविरुद्ध कराल ?

- किराणा माल विक्रेता.
- औषधविक्रेता.
- शीतपेयविक्रेता.
- ट्रॅव्हल एजंट.
- सर्व प्रकारचे व्यापारी.
- शेतीची बियाणे, औषधे तसेच अवजारे विक्रेता.
- हॉस्पिटलमधील डॉक्टर्स.
- पोस्ट खाते किंवा कुरिअर तसेच बँक सेवा.
- दूरध्वनी, पाणी, गॅससंदर्भातील कार्यालय.
- वीज कनेक्शन आणि रस्तेसंबंधित कार्यालय.
- विमा, शेअर किंवा कर्जरोख्यांची खरेदी विक्री.
- एस.टी., रेल्वे तसेच अन्य वाहनविक्रेते.
- शिक्षणसंस्था, शाळा, महाविद्यालये, विद्यापीठे.
- फ्लॅट अथवा प्लॉट विक्रेता.
- जाहिराती सादर करणाऱ्या संस्था, मॉडेल्स.
- पोस्टर्सवरील मजकूर आणि जाहिरात प्रसिद्ध करणाऱ्या संस्था.
- वृत्तपत्रे, इलेक्ट्रॉनिक माध्यमे.

तक्रार कशी कराल ?

- मालासंदर्भात काही दोष आढळून आल्यास जिल्हा ग्राहक मंचाकडे साध्या कागदावर अथवा टंकलिखित तक्रारीसह प्रतीत सादर करावी. एकापेक्षा अधिक ग्राहकांच्या तक्रारी असतील तर जिल्हा ग्राहक मंचाच्या परवानगीने एक किंवा अधिक ग्राहक तक्रार करू शकतात.
- तक्रार दाखल करताना मुद्देसूद माहिती द्यावी तसेच दोषपूर्ण मालाचे नमुने सोबत सादर करणे आवश्यक आहे. पुरावे सादर करताना माल खरेदी केल्याची पावती जोडणे आवश्यक आहे. त्या पावतीवर खरेदी केलेल्या वस्तूचे नाव,

विवरण, उत्पादक कंपनीचे नाव, हमी कालावधी आदी नोंदी घ्याव्यात.

- तक्रारदाराने प्रादेशिक भाषेतील अर्जाबरोबरच इंग्रजी भाषेत अर्ज व तपशील दिला तर ग्राहक मंच तसेच आयोगाला कार्यवाही करणे सुलभ होते.

- तक्रार दाखल करताना फक्त पीडित ग्राहकालाच नव्हे तर त्याच्या वतीने दुसऱ्यांनाही तक्रार करता येते.

तक्रार दाखल करताना करावयाची पूर्तता

- तक्रारदाराचे नाव व पत्ता :
- विरुद्ध पक्षाचे नाव व पत्ता :
- तक्रारीचा विषय :
- तक्रारीबाबतचे पुरावे, दस्तऐवज :
- तक्रारदाराने मागणी केलेली नुकसानभरपाई :
- ठिकाण, दिनांक व सही :

राज्य आयोगाकडे अपील का व कसे करावे ?

- जिल्हा न्यायालयाचा निकाल असमाधानकारक वाटल्यास संबंधित व्यक्ती राज्य आयोगाकडे ३० दिवसांच्या आत अपील करू शकते.

- जिल्हा ग्राहक मंचाच्या आदेशाने ग्राहकाला कोणतीही रक्कम भरावयाची असेल तर, अपील करणाऱ्या अशा व्यक्तीने ठरवून दिलेल्या पद्धतीने आदेशाच्या ५० टक्के रक्कम किंवा २५ हजार रुपये यांपैकी जी कमी असेल अशा रकमेचा भरणा केल्याशिवाय राज्य आयोग अशा अपिलाची दखल घेणार नाही.

- राज्य आयोगाकडे तक्रार करताना संपूर्ण तक्रारीचे स्वरूप सुस्पष्ट लिहावे. पुरावे सादर करावेत.

- अपील स्वीकार केल्याच्या दिनांकापासून राज्य आयोग ९० दिवसांच्या आत अपिलाची सुनावणी करतो.

- अपीलकर्त्याने अपील अर्जासोबत राज्य आयोगाच्या कार्यालयीन प्रयोजनासाठी तक्रार अर्जाच्या सहा प्रती जोडणे आवश्यक आहे.

- अपिलाच्या सुनावणी काळात अपीलकर्त्याला स्वतः आयोगासमोर उपस्थित राहणे बंधनकारक आहे; जर अपीलकर्ता अनुपस्थित राहिला तर आयोग एकतर्फी निकाल देतो.

- अपिलाच्या संदर्भात राष्ट्रीय आयोगाचे आदेश पक्षकारांना मोफत देण्याची तरतूद या कायद्यात आहे.

राष्ट्रीय आयोगाकडे अपील का व कसे करावे ?

- राज्य आयोगाचा निकाल असमाधानकारक वाटल्यास संबंधित व्यक्ती राष्ट्रीय आयोगाकडे ३० दिवसांच्या आत अपील करू शकते.

- राज्य आयोगाच्या आदेशान्वये कोणतीही रक्कम भरावयाची असेल तर, अपील करणाऱ्या अशा व्यक्तीने ठरवून दिलेल्या पद्धतीने आदेशाच्या ५० टक्के रक्कम किंवा ३५ हजार रुपये यांपैकी जी कमी असेल अशा रकमेचा भरणा केल्याशिवाय राज्य आयोग अशा अपिलाची दखल घेणार नाही.

- राष्ट्रीय आयोगाकडे ग्राहकाने अपील दाखल केल्यानंतर अपिलाची सुनावणी, अपील स्वीकार केल्याच्या दिनांकापासून ९० दिवसांच्या आत केली जाते.

- अपीलकर्ता किंवा पक्षकाराचे विरुद्ध राष्ट्रीय आयोगाने एकतर्फी निकाल दिल्यास बाधित पक्षकाराला आयोगाकडे आदेश रद्द ठरविण्यासाठी अर्ज करता येतो.

- अपीलकर्त्यांच्या अर्जाबाबत किंवा राष्ट्रीय आयोगाला स्वतःहून कोणत्याही वेळी, न्यायाच्या हिताच्या दृष्टीने आवश्यक असल्यास, राज्यातील कोणत्याही जिल्हा ग्राहक मंचाकडील प्रलंबित प्रकरण दुसऱ्या जिल्हा मंचाकडे किंवा एका राज्य आयोगामधून दुसऱ्या राज्य आयोगाकडे वर्ग करण्याचा अधिकार आहे.

सर्वोच्च न्यायालयाकडे अपील का ? कसे करावे ?

- राष्ट्रीय आयोगाने दिलेल्या आदेशामुळे पीडित झालेल्या व्यक्तीला असा आदेश मिळाल्याच्या तारखेपासून तीस दिवसांच्या आत सर्वोच्च न्यायालयाकडे अपील करता येते.

- राष्ट्रीय आयोगाच्या आदेशान्वये रक्कम भरणे असेल तर, अपील करणाऱ्या व्यक्तीने ठरवून दिलेल्या पद्धतीने आदेशाच्या पन्नास टक्के किंवा ५० हजार रुपये यांपैकी जी कमी असेल ती भरल्याशिवाय न्यायालयात अपील करता येणार नाही.

- जिल्हा मंच, राज्य आयोग किंवा राष्ट्रीय आयोग यांच्या आदेशाविरुद्ध संबंधिताने अपील न केल्यास आदेश अंतिम समजला जातो.

खर्च

- राज्य आयोगाकडे अपील करायचे झाल्यास ग्राहकाला २५ हजार रुपये भरावे लागतात.

- राष्ट्रीय आयोगाकडे अपील करायचे झाल्यास ३५ हजार रुपये भरावे लागतात.

- सर्वोच्च न्यायालयात दाद मागायची झाल्यास ५० हजार रुपये भरावे लागतात.

आदेशाचे अनुपालन न केल्यास दंड व कारावास.

- जिल्हा मंच, राज्य आयोग किंवा राष्ट्रीय आयोग यांच्यासमोर दाखल करण्यात आलेली तक्रार निरर्थक असल्याचे आढळल्यास मंच किंवा आयोग लेखी कारणे नोंदवून अशी तक्रार फेटाळतात तसेच पक्षकाराला १० हजार रुपयांपेक्षा अधिक नसेल एवढ्या खर्चाची रक्कम देण्याबाबत आदेश देतात.

- ज्यांच्याविरुद्ध तक्रार करण्यात आली, असा कोणताही व्यापारी किंवा राष्ट्रीय आयोग यांनी दिलेल्या कोणत्याही आदेशाचे अनुपालन करण्यात कसूर करीत असेल तर किंवा अनुपालन करण्यास चुकत असेल अशा बाबतीत संबंधितास कारावास आणि दंडाची शिक्षा करण्यात येते. त्यामध्ये एक महिन्यापेक्षा कमी नसलेल्या परंतु तीन वर्षांपर्यंत वाढवता येण्याजोग्या मुदतीच्या कारावासाची आणि दोन हजार रुपयांपेक्षा कमी नसलेल्या परंतु दहा हजार रुपयांपर्यंत वाढविता येण्याजोग्या दंडाची किंवा दोन्हींची शिक्षा दिल्या जाण्यास पात्र असेल; अशी तरतूद या कायद्यामध्ये आहे.

स्वाध्याय :

प्र. १.   २० शब्दांत उत्तर लिहा (१० पैकी कोणतेही ७)

१.   ग्राहक संरक्षण कायदा, १९८६ नुसार ग्राहकाची व्याख्या द्या.

२.   जिल्हा मंच म्हणजे काय?

३.   राज्य आयोग म्हणजे काय?

४.   राष्ट्रीय आयोग म्हणजे काय?

५.   ग्राहक तक्रार निवारणासाठी कोणती यंत्रणा आहे.

६.   सेवा म्हणजे काय?

७.   वस्तू म्हणजे काय?

८.   ग्राहकांचे कोणतेही दोन हक्क सांगा.

प्र. २.   ५० शब्दांत उत्तर लिहा. (चारपैकी कोणतेही २)

१.   ग्राहक संरक्षण कायदा, १९८६ अन्वये जिल्हा मंच म्हणजे काय?

२.   ग्राहक संरक्षण कायदा, १९८६ अन्वये राज्य आयोग म्हणजे काय?

३.   ग्राहक संरक्षण कायदा, १९८६ अन्वये राष्ट्रीय आयोग म्हणजे काय?

४.   ग्राहक संरक्षण कायदा, १९८६ नुसार १. तक्रार, २. तक्रारदार यांच्या व्याख्या द्या.

५. अनुचित व्यापारी प्रथा म्हणजे काय ?

६. केंद्रीय ग्राहक संरक्षण परिषदेची रचना थोडक्यात सांगा.

प्र. ३. १५० शब्दांत उत्तर लिहा. (पाचपैकी कोणतेही ३)

१. ग्राहक संरक्षण कायद्यानुसार पुढील व्याख्या व स्पष्टीकरण द्या.
   १. सेवा, २. वस्तू, ३. ग्राहक.

२. ग्राहक संरक्षण कायद्यानुसार पुढील व्याख्या व स्पष्टीकरण द्या.
   १. तक्रारदार, २. वस्तूमधील दोष, ३. सेवेमधील दोष.

३. जिल्हा ग्राहक मंचाबद्दल सविस्तर लिहा.

४. राज्य आयोगाबद्दल सविस्तर लिहा.

५. राष्ट्रीय आयोगाबद्दल सविस्तर लिहा.

प्र. ४. ५०० शब्दांत उत्तर लिहा. (दोनपैकी कोणतेही १)

१. ग्राहक संरक्षण कायद्यांतर्गत तक्रार निवारणाची त्रिस्तरीय रचना सविस्तर स्पष्ट करा.

२. ग्राहक परिषदेची सविस्तर माहिती द्या.

३. राज्य ग्राहक संरक्षण परिषदेची रचना, कार्य व भूमिका स्पष्ट करा.

४. ग्राहक संरक्षण कायद्यानुसार ग्राहकांचे कोणते हक्क मान्य झाले आहेत ते सविस्तर स्पष्ट करा.

५. ग्राहकांच्या तक्रारीबाबत न्याय मिळविण्यासाठी तक्रार कोठे करावी, कशी करावी याबाबत सविस्तर लिहा.

टिपा – वार्षिक परीक्षेसाठी जास्तीचा प्रश्नसंग्रह.

१) ग्राहक संरक्षण कायद्याची पार्श्वभूमी आणि उद्दिष्टे स्पष्ट करा.

२) उपभोक्ता म्हणजे काय ते सांगून ग्राहकाचे ग्राहक संरक्षण कायद्याने दिलेले हक्क सांगा.

३) ग्राहक संरक्षण कायद्यांतर्गत त्रिस्तरीय ग्राहक तक्रार निवारण यंत्रणा स्पष्ट करा.

४) ग्राहक संरक्षण कायदा १९८६ ची व्याप्ती स्पष्ट करा.

५) ग्राहक संरक्षण परिषदा सविस्तर स्पष्ट करा.

६) ग्राहक संरक्षण कायद्यांतर्गत तक्रार सादर करण्याची पद्धती स्पष्ट करा.

७) ग्राहक संरक्षण कायद्याची ठळक वैशिष्ट्ये सांगा.

८) ग्राहक संरक्षण कायद्यांतर्गत तक्रार केव्हा कराल ते सविस्तर स्पष्ट करा.

९) ग्राहक संरक्षण कायद्यांतर्गत तक्रार कोणाविरुद्ध कराल ? तक्रार कशी कराल ? तक्रारीचे स्वरूप व कार्यवाही स्पष्ट करा.

१०) ग्राहक संरक्षण कायद्यांतर्गत ग्राहक- उपभोक्ता ही संज्ञा स्पष्ट करून तक्रार दाखल करताना करावयाची पूर्तता आणि येणारा खर्च यांबद्दल सविस्तर स्पष्ट करा.

टिपा लिहा :

अ) जिल्हा मंचाची रचना.

ब) राज्य आयोगाची रचना.

क) राष्ट्रीय आयोगाची रचना.

ड) केंद्रीय ग्राहक संरक्षण परिषद.

इ) राज्य ग्राहक संरक्षण परिषद.

ई) जिल्हा ग्राहक संरक्षण परिषद.

उ) ग्राहकांचे हक्क.

ऊ) अपील ग्राहक संरक्षण कायद्याची गरज – महत्त्व.

प्रकरण ५

ग्राहक संरक्षणार्थ असलेल्या विविध कायद्यांचा आढावा

An overview of various Laws for the Protection of Consumers

५.१ ब्युरो ऑफ इंडियन स्टँडर्ड्स ॲक्ट, १९८६ (The Bureau of Indian Standards Acts) :

ब्युरो ऑफ इंडियन स्टँडर्ड्स ॲक्ट, १९८६ ची व्याप्ती कलम १ च्या आधारे १९८६ च्या ब्युरो ऑफ स्टँडर्ड्स कायद्यानुसार भारतात विविध वस्तू व सेवांच्या प्रमाणीकरणासाठी, प्रमाणित गुणधर्म असलेल्या वस्तू, सेवांना उचित गुणवत्तेचा शिक्का देण्यासाठी ब्युरो ऑफ इंडियन स्टँडर्ड्स या संस्थेची स्थापना करण्यात आली.

कलम १ : कायद्याचे संक्षिप्त नाव, व्याप्ती व प्रारंभ

१) या कायद्याला ब्युरो ऑफ स्टँडर्ड्स ॲक्ट १९८६ असे म्हणता येईल.
२) हा कायदा संपूर्ण भारतात लागू होतो.
३) भारत सरकारच्या राजपत्रात जाहीर करण्यात आलेल्या दिनांकापासून हा कायदा अमलात येईल.

ब्युरो ऑफ इंडियन स्टँडर्ड्स कायद्यांतर्गत ब्युरोची कार्ये व अधिकार

प्रस्तावना

ब्युरो ऑफ इंडियन स्टँडर्ड्स कायदा, १९८६ अंतर्गत भारतात विविध वस्तू व सेवांच्या प्रमाणीकरणासाठी, प्रमाणित गुणधर्म असलेल्या वस्तू व सेवांना उचित गुणवत्तेचा शिक्का देण्यासाठी ब्युरो ऑफ स्टँडर्ड्स या संस्थेची स्थापना करण्यात आली. केंद्रसरकारने

राजपत्रात घोषित केलेल्या तारखेपासून ब्युरो ऑफ इंडियन स्टँडर्ड्सची स्थापना करण्यात आली. ब्युरो ऑफ इंडियन स्टँडर्ड्स कायदा, १९८६ अंतर्गत कलम १० अन्वये ब्युरोची कार्ये व अधिकार नमूद करण्यात आले आहेत. ते थोडक्यात पुढीलप्रमाणे सांगता येतील.

कलम – १० : ब्युरो ऑफ इंडियन स्टँडर्ड्स कायद्याची कार्ये व अधिकार

ब्युरो ऑफ इंडियन स्टँडर्ड्सची कार्ये व अधिकार खालीलप्रमाणे स्पष्ट करता येतील.

१) भारतातील कोणत्याही वस्तू / प्रक्रियेच्या संदर्भात भारतीय मानक प्रस्थापित करून ते प्रसिद्ध करणे व त्याचा प्रसार करणे.

२) विविध वस्तू किंवा प्रक्रियांच्या बाबतीत भारतातील किंवा भारताबाहेरील मानक संस्थांनी प्रसिद्ध केलेल्या मानकांचा स्वीकार करणे.

३) प्रमाणित वस्तू म्हणून आवश्यक ते सर्व गुणधर्म व तपशील असणाऱ्या वस्तू, सेवांसाठी ब्युरो ऑफ स्टँडर्ड्सचे खास प्रमाणीकरणचिन्ह निश्चित करणे.

४) ब्युरोच्या प्रमाणशिक्क्यांच्या वापराबाबत नवीन परवाना देणे, आढावा घेणे, परवाना रद्द करणे इ.

५) लायसेन्स किंवा परवान्याच्या प्रदानासाठी, नूतनीकरणासाठी योग्य ते शुल्क आकारणे.

६) ज्या वस्तू, सेवेला ब्युरोचा शिक्का प्राप्त झाला आहे त्याचा नमुना घेणे, तपासणी करणे आणि काही त्रुटी आढळल्यास त्या उत्पादक, वितरकांना कळविणे व त्यानुसार शिक्क्याबाबत निर्णय घेणे.

७) भारतीय मानकांना इतर देशांत मागणी असेल तर संबंधित देशांशी त्या मानकांच्या वापराबाबत व्यापारी करार करणे व शर्ती ठरविणे.

८) वस्तू, सेवांच्या प्रमाणीकरण व गुणवत्तानियंत्रणासाठी देशात योग्य ठिकाणी प्रयोगशाळा स्थापन करणे व त्यामध्ये तपासणीसाठी योग्य सुविधा निर्माण करणे.

९) ग्राहक व उत्पादकांच्या हिताच्या दृष्टीने भारतीय मानके निर्माण करण्यासाठी आवश्यक त्या संशोधनाचा प्रबंध करणे.

१०) भारताबाहेर उत्तम गुणवत्तेचे शास्त्रीय प्रमाणीकरण करणाऱ्या संस्थांना मान्यता देणे.

११) ज्या ग्राहक, उत्पादकाला भारतीय मानकांबाबत सेवा हवी असेल ती ठरविलेल्या करारानुसार पुरविणे.

१२) वस्तू, सेवांच्या चाचणीसाठी / तपासणीसाठी, ब्युरोतर्फे भारतात व इतरत्र स्वत:चे प्रतिनिधी नियुक्त करणे.

१३) भारत किंवा अन्यत्र ब्युरोच्या शाखा, कार्यालये उघडणे.

१४) उत्पादक किंवा उत्पादक संस्था, तसेच प्रमाणीकरण करणाऱ्या इतर संस्था व गुणवत्ता सुधारकार्यात कार्यरत असलेल्या संस्थांमध्ये समन्वय साधणे.

ब्युरो ऑफ इंडियन स्टँडर्ड्स कायदा, १९८५ या कायद्यातील ब्युरोच्या प्रमाण-शिक्क्याविषयी कलम ११, १४ व ३३ मध्ये करण्यात आलेल्या तरतुदी.

ब्युरो ऑफ इंडियन स्टँडर्ड्स कायद्यातंर्गत ब्युरो ऑफ इंडियन स्टँडर्ड्सची स्थापना करण्यात आली. भारतातील विविध वस्तू व सेवांच्या प्रमाणीकरणासाठी प्रमाणित गुणधर्म असलेल्या वस्तू / सेवांना उचित गुणवत्तेचा शिक्का देण्याचे काम ब्युरो करते. ब्युरोने दिलेल्या शिक्क्याचा अर्थ ती वस्तू व सेवा ही प्रमाणित असून त्यांच्या दर्जाची खातरजमा करण्यात आलेली आहे असा होतो. त्यामुळे ब्युरोच्या शिक्क्याचे महत्त्व मोठे आहे. या शिक्क्याचा गैरवापर करणे कायद्याने गुन्हा आहे व शिक्क्यासंदर्भात कलम ११, १४ व ३३ ही तीन महत्त्वाची कलमे कायद्यात अंतर्भूत करण्यात आली आहेत. या कायद्यातील तरतुदी पुढीलप्रमाणे पाहता येतील-

कलम - ११ : प्रमाण शिक्क्याचा गैरवापर

१) जर ब्युरोचा परवाना नसेल तर कोणीही वस्तूच्या प्रक्रियेदरम्यान पेटंट, ट्रेडमार्क किंवा इतर चिन्हांमध्ये ब्युरोचा प्रमाणशिक्का वापरणे बेकायदेशीर ठरेल.

२) जर भारतीय मानकांशी एखादी वस्तू किंवा प्रक्रिया सुसंगत नसेल तर कोणीही ब्युरोचा परवाना असो अथवा नसो, ब्युरोचा प्रमाणशिक्का व त्याची हुबेहूब नक्कल वापरू नये.

कलम - १४ : विशिष्ट अनुसूचित उद्योगात ब्युरोच्या प्रमाणशिक्क्याचा सक्तीने वापर

जर जनतेच्या हिताच्या दृष्टीने व ब्युरोचा सल्ला घेतल्यानंतर केंद्र सरकारला असे वाटले की, एखाद्या विशिष्ट उद्योगातील वस्तू वा सेवा सक्तीने ब्युरोमार्फत प्रमाणित व्हाव्यात तर केंद्र सरकार त्याप्रमाणे त्या उद्योगासाठी तसा आदेश काढू शकते आणि त्या विशिष्ट उत्पादनांसाठी ब्युरोचा प्रमाणशिक्का सक्तीचा करू शकते.

कलम - ३३ : प्रमाण शिक्क्याच्या गैरवापरासाठी दंडात्मक कारवाई

१) या कायद्याचे कलम ११,१२,१४ किंवा १५ चा भंग करणाऱ्या कुठल्याही व्यक्तीला एक वर्षाचा कारावास किंवा ५०,००० रुपयांचा दंड किंवा दोन्ही अशा स्वरूपाची शिक्षा होऊ शकते.

२) या प्रकरणावर ज्या ठिकाणी ब्युरोतर्फे खटला चालविण्यात येत आहे, ते कोर्ट उत्पादक, वितरकाकडील विवाद्य साठा ब्युरोकडे जमा करण्याचा आदेश देऊ शकते.

५.२ व्यावसायिक स्पर्धा कायदा – २००२ (The Competition Act - 2002)

Ensuring economic justice has been the main plank of the government since independence. With the same objective in mind, the Government enacted Monopolies and Restrictive Trade Practice Act, 1969. But this small piece of legislation attracted sharp criticism on account of its 'ineffectiveness' in achieving the objectives stated in the Act. The Act was perceived to have failed in curbing concentration of economic power or in regulating the diverse monopolistic, restrictive and unfair trade practices.

However, with the onset of globalization, it was realized that it would be better to promote competition and not concentration. A high level committee was constituted in October 1999 under the chairmanship of SVS Raghavan to go into the aspects of competition policy and a related Law. The committee submitted its report in May 2000. Its recommendations formed the basis of the draft Bill, which was presented in the Parliament. The Bill got Presidential assent in January 2003, after two-and-a-half years.

The Competition Act, 2002 seeks to promote and sustain competition in markets, protect the interests of consumers, to ensure freedom of trade for all participants in markets in India and to thwart anti-competition practices. The new Act takes into account the modern issues of globalization and WTO besides the shortcomings of the now repealed MRTP Act 1969. But the success of the Act depends on the identification and determination of anti-competitive agreements.

Objective of Competition Act, 2002.

The Preamble of the Act declares the intention of the Government to press in service the provisions of the Act for the achievement of the following objectives :
  i) To prevent anti-competition practices.
  ii) To promote and sustain competition in markets.
  iii) To protect the interests of consumers; and
  iv) To ensure freedom of trade for all participants in the markets in India.

On the whole, the legislation seeks to clear all the hurdles in promoting competition business of domestic and foreign origin. In this new Act, there is no mention of concentration but whether such concentration leads to employing anti-competitive practices.

Major areas in focus

The Act focuses on the following four major areas :
1. Prohibition of anti-competitive agreements.
2. Prohibition against abuse of dominant position.
3. Regulation of combinations.
4. Advocacy of competition policy.

The new act attempts to delimit practices like cartels, bid rigging, exclusive supply and distribution agreements. Due to lack of procession in the clauses of the MRTP Act, one had to depend on the interpretations of the MRTP commission or courts. This anomaly was sought to be corrected through the Competition Act.

According to Section 4 of the Act, no enterprise shall abuse its dominant position. The power to decide on dominant position is vested in the hands of the Commission. The Section 4 of the Competition Act has defined the term dominant position.

Regulation Combinations

The Competition Commission has fixed certain norms for the acquirer company and the one being acquired in terms of assets and turnover. It means that the Commission intends to enquire into only those cases that result in substantial control of the assets or turnover.

There is takeover code prescribed by SEBI, in order to prevent hostile takeovers. Consistency or inconsistency of these provisions with the provisions of the Competition Act is required to be established soon. The ultimate raison d'etre of competition is the interest of the consumer. The consumer's right to free and fair competition cannot be denied by any other consideration. There is also a need for supportive institutions to strengthen a competitive society.

भारत देशाच्या आर्थिक प्रगतीसाठी बाजारपेठेंतर्गत निकोप व्यापारी स्पर्धा असणे आवश्यक असते. स्पर्धा प्रतिबंधक करार, मक्तेदारी पद्धती इ. गैरप्रकारांचा निकोप व्यापारी स्पर्धेवर प्रतिकूल परिणाम होतो. परिणामी, आर्थिक व्यवहारांची गती मंदावते व त्याचा अर्थव्यवस्थेवर अनिष्ट परिणाम होतो. तसेच अशा गैरप्रकारांमुळे ग्राहकांच्या हितालाही बाधा पोहोचते त्यामुळे सरकारने निकोप व्यापारी स्पर्धा टिकविण्यासाठी विविध प्रकारचे कायदे अंमलात आणले आहेत. यांतील एक महत्त्वपूर्ण कायदा म्हणजे व्यावसायिक स्पर्धा कायदा, २००२ होय.

स्मार्ट जागतिकीकरणाच्या काळात भारताने खुल्या व्यापारी धोरणांचा पुरस्कार केला. भारतीय अर्थव्यवस्था व बाजारपेठांची दारे जगभरातील व्यापार, उद्योग व गुंतवणुकीसाठी खुली झाली. त्यामुळे भारतीय बाजारपेठेत मोठ्या प्रमाणावर व्यापारी स्पर्धा निर्माण झाली. देशात आणि देशांबाहेरील बाजारपेठेत मोठ्या प्रमाणावर स्पर्धा निर्माण झाली. भारताच्या आर्थिक विकासासाठी व या वाढत्या स्पर्धेचे निकोप स्वरूप टिकविण्यासाठी, अशा स्पर्धेच्या निकोप स्वरूपावर प्रतिकूल परिणाम करणाऱ्या प्रथांना आळा घालणे आवश्यक बनले व त्यासाठी अधिक कठोर कायद्यांची आवश्यकता निर्माण झाली. या विषयांसंदर्भात पूर्वी अस्तित्वात असलेला मक्तेदारी आणि प्रतिबंधात्मक व्यापारी व्यवहार कायदा, १९६९ या जागतिकीकरणाच्या काळातील वाढत्या समस्या सोडविण्यास अपुरा ठरला. जागतिक पातळीवर विकसित झालेले व्यावसायिक स्पर्धेसंबंधीचे कायदे लक्षात घेता यासंदर्भात अधिक प्रभावी कायदा निर्माण करण्याची गरज भारतात निर्माण झाली व यातूनच निकोप व्यापारी स्पर्धा वाढविण्यासाठी व्यावसायिक स्पर्धा कायदा, २००२ अस्तित्वात आला.

भारतात व्यावसायिक स्पर्धेवर प्रतिकूल परिणाम करणाऱ्या प्रथा टाळणे, बाजारपेठेत निकोप स्पर्धा निर्माण करणे व टिकवणे, ग्राहकांच्या हिताचे रक्षण करणे व बाजारपेठेत व्यापारस्वातंत्र्य अबाधित राखणे या उद्देशाने एक राष्ट्रीय स्पर्धा आयोग स्थापन करणे हा या कायद्याचा हेतू आहे.

व्यावसायिक स्पर्धा कायदा, २००२ या कायद्यातील कलम १ मध्ये कायद्याचे संक्षिप्त नाव व व्याप्ती देण्यात आलेली आहे.

कलम – १ : संक्षिप्त नाव, व्याप्ती व प्रारंभ

१) या कायद्याचे नाव द कॉम्पिटिशन ॲक्ट २००२ असे आहे.

२) हा कायदा जम्मू व काश्मीर सोडून बाकी सर्व भारतात लागू होतो.

३) भारत सरकारने राजपत्रात जाहीर केल्याच्या तारखेपासून हा कायदा अमलात येईल.

व्यावसायिक स्पर्धा कायदा, २००२ ची वैशिष्ट्ये

१) व्यावसायिक स्पर्धा कायदा, २००२ अन्वये आधी प्रचलित असलेला मक्तेदारी आणि प्रतिबंधात्मक व्यापारी व्यवहार कायदा १९६९ या कायद्याचे अस्तित्व संपुष्टात आले. नव्या व्यावसायिक स्पर्धा कायद्यानुसार मक्तेदारी व प्रतिबंधात्मक व्यापारी व्यवहार कायद्यांतर्गत प्रलंबित असलेले खटले नव्या कायद्याद्वारे निर्माण झालेल्या आयोगाकडे हस्तांतरित करण्याची तरतूद करण्यात आली.

२) व्यावसायिक स्पर्धा कायदा, २००२ हा कायदा भारतात निकोप व्यापारी स्पर्धा निर्माण व्हावी व अयोग्य व्यापारी पद्धतींना पायबंद बसावा या हेतूने निर्माण करण्यात आला. या उद्दिष्टांच्या पूर्ततेसाठी राष्ट्रीय स्पर्धा आयोग स्थापन करण्याची तरतूद या कायद्यान्वये करण्यात आली आहे.

३) स्पर्धा आयोगाकडे कायद्याचे उल्लंघन झाल्यास त्याची दखल घेऊन योग्य ते निर्णय देण्याचे काम सोपविलेले आहे. अशा कायद्याच्या उल्लंघनाच्या तक्रारीची दखल आयोग स्वत: मिळालेल्या माहितीच्या आधारे किंवा केंद्र सरकार, राज्य सरकार किंवा कायदेशीर संस्था यांनी दिलेल्या तक्रारींवरून घेते.

४) स्पर्धा आयोग एखाद्या प्रकरणाच्या सुनावणीदरम्यान अंतरिम आदेशही देऊ शकतो. खटल्यांतर्गत नुकसानभरपाई देण्याचे वा इतर आदेश आयोग देऊ शकतो.

५) स्पर्धा आयोगामार्फत वर नमूद केलेल्या उद्दिष्टांशिवाय व्यावसायिक स्पर्धेबाबत जागृती निर्माण करणे आणि स्पर्धात्मक मुद्दयांबाबत प्रशिक्षण देणे अशीही कार्ये केली जातात.

६) आयोगाच्या निर्णयाविरोधातील याचिका भारताच्या सर्वोच्च न्यायालयात दाखल करता येते. केंद्र सरकारलाही काही विशिष्ट परिस्थितीमध्ये आयोगाचे निर्णय देण्याचे अधिकार आहेत. केंद्र सरकारला आयोगाला मार्गदर्शक सूचना करता येण्याची तरतूदही करण्यात आली आहे.

७) आयोगाच्या प्रमुखाला चौकशी करण्याचे अधिकार दिलेले आहेत; परंतु आयोग-प्रमुख केवळ आयोगाच्या परवानगीनेच एखाद्या प्रकरणाबाबत चौकशी करू शकतो. स्वत:हून चौकशी करण्याचे अधिकार आयोगप्रमुखाला नाहीत.

८) आयोगाच्या निर्णयाचे उल्लंघन करणे किंवा आयोगाच्या आदेशाचे पालन न करणे, खोटी साक्ष देणे तसेच एखादी महत्त्वपूर्ण माहिती पुरविण्यास नकार देणे इ. बाबतीत दोषी आढळल्यास आरोपीला दंड करण्याचे अधिकार आयोगाला आहेत. एखाद्या कंपनीच्या गेल्या तीन वर्षांतील वार्षिक उलाढालीच्या रकमेच्या १० टक्क्यांपेक्षा जास्त दंड आयोग करू शकत नाही. कंपन्यांचे विलीनीकरण जर निकोप व्यावसायिक स्पर्धेस हानिकारक ठरत असेल तर असे विलीनीकरण रद्द करण्याचा अधिकार आयोगाला आहे.

९) व्यावसायिक स्पर्धा निधी गोळा करण्याची तरतूदही करण्यात आली आहे. केंद्र सरकारने दिलेला निधी, आयोगाने केलेली दंडात्मक वसुली आणि दाखल होणाऱ्या विविध अर्जांवर आकारली जाणारी फी आकारणी यांचा समावेश या निधीत होतो. आयोगाचे खर्च या निधीतून भागविले जातात. भारताच्या

लेखानियंत्रक आणि महालेखापरीक्षक यांना उद्योगाच्या खर्चाचे लेखापरीक्षण करण्याचा अधिकार या कायद्याने दिला आहे. केंद्र सरकारला या आयोगाच्या आर्थिक व्यवहारांचे लेखापरीक्षण व वार्षिक अहवाल संसदेच्या दोन्ही सभागृहांपुढे मांडणे बंधनकारक आहे.

वरीलप्रमाणे व्यावसायिक स्पर्धा कायदा, २००२ ची वैशिष्ट्ये सांगता येतील. या कायद्यामध्ये काही सुधारणा करून व्यावसायिक स्पर्धा (सुधारणा) बिल २००७ संसदेने मंजूर केले.

अ) या बिलांतर्गत व्यावसायिक स्पर्धा न्यायाधिकरणाची स्थापना करण्याची तरतूद केली गेली, स्पर्धा आयोगाच्या निर्णयाला आव्हान देणाऱ्या याचिका या न्यायाधिकरणात दाखल केल्या जातील.

ब) या न्यायाधिकरणामध्ये तीन सदस्यांचा समावेश असेल. हे सदस्य सर्वोच्च न्यायालयाचे न्यायाधीश किंवा
सर्वोच्च न्यायाधीश म्हणून सध्या कार्यरत असलेले किंवा पूर्वी कार्यभार सांभाळलेले असावेत.

क) या बिलांतर्गत पूर्वी मक्तेदारी आणि प्रतिबंधात्मक व्यापारी व्यवहार कायद्यांतर्गत अस्तित्वात आलेल्या आयोगाला प्रलंबित खटल्यांचे निकाल लावण्यासाठी दोन वर्षे मुदतवाढ देण्यात आली आणि दोन वर्षांनंतरही निकाल लागू न शकलेले खटले, नव्या व्यावसायिक स्पर्धा कायद्यान्वये स्थापन झालेल्या आयोगाकडे हस्तांतरित करण्याची तरतूद करण्यात आली.

उद्योग, उद्योगधंद्याच्या प्राबल्याच्या गैरवापराविरोधातील उद्योग, उद्योगधंद्याबाबतच्या प्राबल्याबाबत गैरवापराच्या विरोधात व्यावसायिक स्पर्धा कायदा, २००२ कलम ४ मधील तरतूदी..

बाजारपेठेत विशिष्ट उद्योग किंवा उद्योगसमूह उत्पादन, पुरवठा, वितरण इ. बाबतीत वर्चस्व गाजवीत असतात. अशा उद्योगांच्या मोठ्या आर्थिक उलाढालींमुळे त्यांचे बाजारपेठेवर मोठ्या प्रमाणात नियंत्रण असते. याचा वाईट परिणाम बाजारपेठेतील निकोप व्यापारी स्पर्धेवर होतो. त्यामुळे छोटे व्यापारी, ग्राहक यांच्या हिताला बाधा पोहोचते; म्हणूनच अशा प्रबळ उद्योगांनी आपल्या वर्चस्वाचा गैरफायदा घेऊन बाजार-पेठेतील व्यवहार स्वनियंत्रणाखाली आणून त्याचा वैयक्तिक स्वार्थासाठी फायदा करून घेऊ नये यासाठी व्यावसायिक स्पर्धा कायदा मधील कलम ४ मध्ये तरतूद करण्यात आली आहे. अशाप्रकारच्या प्राबल्याच्या गैरवापराला कलम ४ द्वारे मनाई करण्यात आली आहे.

कलम – ४ : वर्चस्वाचा, प्राबल्याचा गैरवापर

१) कोणत्याही उद्योगाने व उद्योगसमूहाने, विशिष्ट गटाने आपल्या वर्चस्वकारक अस्तित्वाचा गैरवापर करू नये.

२) कोणत्याही उद्योगाने, व्यावसायिक संस्थेने आपल्या वर्चस्वाचा खालील बाबतीत फायदा करून घेतला तर तो गैरवापर ठरू शकतो.

अ) वस्तू, सेवांच्या खरेदी-विक्रीच्या व्यवहारात अनुचित शर्ती, अटी घालणे.

ब) वस्तू, सेवांची अनुचित किंमत ठरविणे.

क) वस्तू, सेवांच्या उत्पादनात, पुरवठ्यात बाधा आणणे.

ड) ग्राहकांवर विपरीत प्रभाव पडेल अशा प्रकारे वस्तु / सेवांमध्ये तांत्रिक बदल करणे.

इ) नवीन बाजारपेठ प्रवेशादरम्यान अडथळा निर्माण करणे.

ई) त्रयस्थ व्यक्ती / संस्थांशी परस्पर दुसरे करार करणे.

ऐ) एका बाजारपेठेतील वर्चस्वाचा उपयोग करून इतर बाजारपेठेत प्रवेश मिळविण्याचा प्रयत्न करणे. या कलमाच्या स्पष्टीकरणामध्ये वर्चस्वाची स्थिती याची व्याख्या दिलेली आहे. ती म्हणजे वर्चस्वाची स्थिती म्हणजे एखाद्या उद्योग / उद्योगसमूहाची भारतातील संबंधित बाजारपेठेत असलेले असे शक्तिशाली स्थान होय, ज्यायोगे तो उद्योग, उद्योगसमूह –

१) बाजारात स्पर्धा असतानादेखील आपले उत्पादन पुढे आणत असेल किंवा,

२) आपल्या स्पर्धकांना व ग्राहकांना गैरमार्गाने प्रभावित करून आपल्या बाजूने वळवीत असेल. आपल्या प्रबळस्थानाचा वापर करून कोणत्याही उद्योग, उद्योगसमूहाने बाजारपेठेत वर्चस्व प्रस्थापित करू नये व त्याद्वारे निकोप व्यापारी स्पर्धेवर विपरीत परिणाम करू नये असे कलम ४ द्वारे स्पष्ट करण्यात आले आहे.

व्यावसायिक स्पर्धा कायदा, २००२ मधील कायद्यांतर्गत कलम ५ व ६ मध्ये नमूद केलेल्या उद्योगांचे संयुक्तीकरण व त्यांच्या संयुक्तीकरणाचे नियंत्रण या तरतुदी.

देशाच्या आर्थिक प्रगतीसाठी बाजारपेठेतील निकोप स्पर्धा टिकविणे व अशा व्यावसायिक स्पर्धेवर प्रतिकूल परिणाम करणाऱ्या गैरप्रकारांना आळा घालणे यासाठी व्यावसायिक स्पर्धा कायदा, २००२ अस्तित्वात आला. या कायद्यातील विभाग २ मध्ये स्पर्धा प्रतिबंधक करार, वर्चस्वाचा गैरफायदा घेणे तसेच उद्योगांच्या संयुक्तीकरणाद्वारे व्यावसायिक स्पर्धेवर प्रतिकूल परिणाम करणे अशा काही गैरप्रकारांविरोधात तरतूद

करण्यात आली आहे. या विभागात नमूद केलेल्या बाबी जर भारतीय बाजारपेठेतील व्यावसायिक स्पर्धेवर प्रतिकूल परिणाम करत असतील तर अशा गोष्टींना अवैध ठरविले जाईल. यातीलच कलम ५ व ६ मध्ये उद्योगांचे संयुक्तीकरण व अशा संयुक्तीकरणाचे नियंत्रण या बाबी नमूद केलेल्या आहेत; जर उद्योगांचे संयुक्तीकरण हे बाजारपेठेतील व्यावसायिक स्पर्धेवर अनिष्ट परिणाम करणारे असेल तर असे संयुक्तीकरण अवैध मानले जाते.

कलम – ५ : संयुक्तीकरण

१) एक किंवा अधिक व्यक्तींनी एक किंवा एकापेक्षा जास्त उद्योगांचा ताबा घेतल्यास किंवा उद्योगांचे विलीनीकरण झाल्यास त्याला संबंधित उद्योगांचे व व्यक्तींचे किंवा उद्योगांचे संयुक्तीकरण असे म्हणता येईल, जर खालील अटींची पूर्तता झाली तर :

अ) जेव्हा एखाद्या उद्योगसंपादनात :

१) संपादनप्रक्रियेतील पक्ष म्हणजेच संपादक आणि ज्याचे संपादन करण्यात येणार आहे असा उद्योग यांची मिळून मालमत्ता भारतामध्ये एक हजार करोडपेक्षा जास्त असेल किंवा व्यवसायाची वार्षिक उलाढाल तीन हजार करोडपेक्षा जास्त असेल किंवा भारतात किंवा भारताबाहेर सरासरी मालमत्ता पाचशे मिलियन यू.एस. डॉलरपेक्षा जास्त असेल किंवा वार्षिक उलाढाल पंधराशे मिलियन यू.एस. डॉलरपेक्षा जास्त असेल.

२) एखाद्या उद्योगसमूहाचा गट व संपादित करण्यात आलेला उद्योगसमूह यांची मिळून एकत्रितरीत्या भारतातील मालमत्ता चार हजार करोडपेक्षा जास्त किंवा वार्षिक उलाढाल बारा हजार करोडपेक्षा जास्त असेल किंवा भारतातील व भारताबाहेरील सरासरी मालमत्ता २ मिलियन यू.एस. डॉलर किमतीपेक्षा जास्त असेल किंवा वार्षिक उलाढाल ६ बिलियन यू.एस. डॉलरपेक्षा जास्त असेल.

ब) एखाद्या व्यक्तीने एखाद्या उद्योगाची मालकी मिळवली आणि त्याच्याकडे आधीपासूनच असलेला उद्योग वा उद्योगसमूह हा नव्याने प्राप्त केलेल्या उद्योगांशी साम्य असलेला उत्पादन, वितरण व व्यापार करीत असेल तर अशा उद्योगांचे संयुक्तीकरण झाले असे खालील अटींची पूर्तता झाल्यास म्हणता येईल :

१) एखाद्या व्यक्तीने नव्याने संपादित केलेला उद्योगसमूह व आधीपासून त्याच्या ताब्यात असलेला उद्योगसमूह यांची एकत्रितरीत्या भारतातील मालमत्ता एक हजार करोडपेक्षा जास्त असेल किंवा वार्षिक उलाढाल तीन हजार करोडपेक्षा

अधिक असेल किंवा भारतातील व भारताबाहेरील सरासरी मालमत्ता पाचशे मिलियन यू.एस. डॉलरपेक्षा अधिक किंवा वार्षिक उलाढाल पंधराशे मिलियन यू.एस. डॉलरपेक्षा अधिक असेल.

२) एखादा उद्योगसमूहांचा गट आणि नव्याने प्राप्त केलेला उद्योग यांची संयुक्तरीत्या भारतातील मालमत्ता चार हजार करोडपेक्षा अधिक असेल किंवा वार्षिक उलाढाल बारा हजार करोडपेक्षा अधिक असेल किंवा भारतातील व भारताबाहेरील सरासरी मालमत्ता दोन बिलियन यू.एस. डॉलरपेक्षा अधिक असेल किंवा वार्षिक उलाढाल सहा बिलियन यू.एस. डॉलरपेक्षा अधिक असेल.

क) एखाद्या विलीनीकरणाच्या प्रक्रियेत संयुक्तीकरण झाले असे खालील अटींची पूर्तता झाल्यास म्हणता येईल.

१) विलीनकरणानंतर शिल्लक राहिलेला उद्योग किंवा विलीनीकरणाचा परिणाम म्हणून निर्माण झालेला उद्योग यांची भारतातील मालमत्ता एक हजार करोडपेक्षा जास्त असेल किंवा वार्षिक उलाढाल तीन हजार करोडपेक्षा जास्त असेल किंवा भारतात व भारताबाहेरील सरासरी मालमत्ता पाचशे मिलियन यू.एस. डॉलरपेक्षा अधिक किंवा वार्षिक उलाढाल पंधराशे मिलियन यू.एस. डॉलरपेक्षा अधिक असेल.

२) एखाद्या उद्योगसमूहाचा गट, ज्याच्याशी विलीनीकरणानंतर शिल्लक राहिलेला उद्योग किंवा विलीनीकरणानंतर नव्याने तयार झालेला उद्योग संबंधित आहे. त्याची भारतातील मालमत्ता चार हजार करोडपेक्षा अधिक किंवा वार्षिक उलाढाल बारा हजार करोडपेक्षा अधिक असेल किंवा भारतात आणि भारताबाहेरील सरासरी मालमत्ता दोन बिलियन यू.एस. डॉलरपेक्षा अधिक किंवा वार्षिक उलाढाल सहा बिलियन डॉलरपेक्षा अधिक असेल.

वरीलप्रमाणे उद्योगांच्या संयुक्तीकरणासाठी आवश्यक अशा अटी कलम ५ मध्ये नमूद करण्यात आल्या आहेत. अशा अटींची पूर्तता करणऱ्या उद्योगांचे संयुक्तीकरण झाले असे मानण्यात येईल.

कलम – ६ : उद्योग संयुक्तीकरणाचे नियंत्रण

१) कोणतीही व्यक्ती वा उद्योग यांनी बाजारपेठेतील संबंधित व्यावसायिक स्पर्धेवर अनिष्ट परिणाम करेल अशा संयुक्तीकरणात सहभागी होऊ नये. अशाप्रकारचे संयुक्तीकरण झाल्यास ते अवैध मानले जाईल.

२) वरील उपकलम १ चा संदर्भ लक्षात घेऊन ज्या व्यक्ती वा उद्योग यांना संयुक्तीकरणात सहभागी व्हायचे असेल त्यांनी स्पर्धाआयोगाला त्यासंदर्भात

नोटीस देणे आणि नमूद केलेली फी भरणे आवश्यक आहे. ही नोटीस उद्योगांच्या विलीनीकरण वा संपादनानंतरच्या तीस दिवसांत देणे आवश्यक आहे. आयोगाने परवानगी दिल्याशिवाय किंवा नोटीस दिल्यापासूनच्या २१० दिवसांच्या आत (दोन्हींपैकी जे लवकर घडेल ते) संयुक्तीकरण अस्तित्वात येणार नाही.

३) स्पर्धा आयोग संयुक्तीकरणाची नोटीस मिळाल्यानंतर कलम २९,३०,३१ प्रमाणे पुढील कार्यवाही करेल.

४) या कलमातील तरतुदी भागभांडवलधारक किंवा आर्थिक सुविधा पुरविणारी कंपनी तसेच सार्वजनिक आर्थिक संस्था, परदेशी संस्थात्मक गुंतवणूकदार, बँका यांनी एखाद्या कर्जाच्या कराराप्रमाणे किंवा गुंतवणूक कराराला अनुसरून केलेल्या संपादनाला लागू होत नाहीत.

५) सार्वजनिक आर्थिक संस्था, परदेशी संस्थात्मक गुंतवणूकदार किंवा बँका यांनी अशा संपादनानंतर ७ दिवसांच्या आत आयोगाला संपादनाबाबतची माहिती द्यावी.

वरील प्रकारे व्यावसायिक स्पर्धा कायद्यातील कलम ५ व ६ मध्ये नमूद केलेल्या संयुक्तीकरणाच्या संकल्पनेचा व निकोप व्यापारी स्पर्धेसाठी ते हानिकारक ठरू नये म्हणून ठेवण्यात आलेले नियंत्रण यांचा थोडक्यात आढावा घेता येतो.

व्यावसायिक स्पर्धा कायदा, २००२ मधील स्पर्धाप्रतिबंधक कराराविरोधातील तरतूद

बाजारपेठेत निकोप व्यावसायिक स्पर्धा टिकविणे व अशा स्पर्धेवर प्रतिकूल परिणाम करणाऱ्या गैरप्रकारांना आळा घालणे आणि या उद्दिष्टांच्या पूर्ततेसाठी स्पर्धा-कायदा, २००२ अस्तित्वात आला. या कायद्यान्वये स्पर्धाप्रतिबंधक करारांना बंदी घालण्यात आली आहे. स्पर्धाप्रतिबंधक करार म्हणजे बाजारपेठेतील निकोप व्यापारी स्पर्धेवर प्रतिकूल परिणाम करून वैयक्तिक आर्थिक हित साधण्याच्या उद्देशाने केलेले करार होत. यामध्ये वस्तूंचा पुरवठा कमी करून किमती वाढविण्यासाठी केलेला करार, विशिष्ट गुंतवणुंकीचे करार, लिलावाच्या वेळेस बोली कमी करण्याच्या हेतूने केलेले करार इत्यादींचा समावेश होतो. अशा स्पर्धा प्रतिबंधक कराराविषयी व्यावसायिक स्पर्धा कायद्यात कलम ३ अंतर्गत तरतूद करण्यात आली आहे. या कलमात स्पर्धा-प्रतिबंधक करार म्हणजे काय? ते सांगून अशा विशेष करारांना मनाई करण्यात आलेली आहे. असे करार करण्यात आले तर ते अवैध मानले जातील अशी तरतूद करून ठेवण्यात आली आहे.

कलम – ३ : स्पर्धाप्रतिबंधक करार

१) उत्पादन, पुरवठा, वितरण, साठवण, व्यवसाय-संपादन करण्याच्या संदर्भात कोणतीही व्यक्ती, व्यक्तिसमूह अथवा संस्था, संघटना यांनी भारतामध्ये स्पर्धेवर विपरीत परिणाम होईल अशा प्रकारचा करार कोणाशीही करू नये.

२) वरील उपकलम १ मधील तरतुदींचा भंग करणारा कुठलाही करार अवैध मानता येईल.

३) ज्या करारांमुळे –

अ) वस्तू, सेवांच्या खरेदी-विक्रीच्या किमतीवर प्रत्यक्ष, अप्रत्यक्ष परिणाम होऊ शकतो.

ब) वस्तू, सेवांचे उत्पादन, पुरवठा बाजारपेठ, तांत्रिक विकास, गुंतवणूक, सेवांवर नियंत्रण येऊ शकते.

क) बाजारपेठेचे क्षेत्र, वस्तू, सेवांचा प्रकार, ग्राहकांचे विभाग वगैरे घटकांचे असंतुलित विभाजन होऊ शकते, असे करार स्पर्धेवर विपरीत परिणाम करतात असे समजले जाईल.

४) वस्तू, सेवांच्या उत्पादन, वितरणाच्या विविध अवस्थांमध्ये किंवा बाजारपेठेतील व्यवस्थेच्या संदर्भामध्ये जर संबंधित व्यापारी, उद्योजकांनी १) आपसात बंधक करार केला २) मक्तेदारी वितरण करार केला ३) मक्तेदारी वाटप करार केला ४) व्यापार करण्यास नकार दिला ५) पुनर्विक्रीची किंमत आपसात निश्चित केली तर तो स्पर्धा कायदा कलम १ चा भंग ठरेल.

५) या कलमातील कोणत्याही तरतुदीमुळे खालील कायद्यांचा भंग थांबविण्याचा कोणाही व्यक्तीचा अधिकार थोपविता येत नाही.

अ) कॉपीराइट कायदा

ब) पेटंट कायदा

क) ट्रेड ॲण्ड मर्कंडाइज ॲक्ट

ड) द जिओग्राफिकल इंडिकेशन्स ऑफ गुड्स ॲक्ट.

इ) द सेमी कन्डक्टर इंटिग्रेटेड सर्किट्स लेआउट (डिझाइन ॲक्ट)

अशाप्रकारे कलम ३ मधील तरतुदींचा थोडक्यात आढावा घेता येतो. या कलमान्वये कोणत्याही स्पर्धा प्रतिबंधक करारात प्रवेश करण्याची मनाई करण्यात आली आहे. तसेच जो कोणी या तरतुदींचा भंग करून असा करार करेल, त्याचा करार अवैध मानला जाईल अशी तरतूद या कायद्यात करण्यात आली आहे.

५.३ माहितीचा अधिकार कायदा – २००५ (Right of Information Act - 2005) :

प्रास्ताविक

भारतीय प्रजासत्ताक अस्तित्वात आले असे भारताच्या संविधानाच्या प्रास्ताविकात म्हटले आहे, 'राष्ट्र' आणि 'राज्य' या संकल्पनेत 'स्वातंत्र्याला' अधिक महत्त्व असते. 'स्वातंत्र्यानंतर' स्वातंत्र्याच्या 'परिवर्तनाला' महत्त्व असते. त्यातल्या त्यात सामाजिक परिवर्तनाला आणि विकासाला अधिक महत्त्व असते. एकूणच राष्ट्र म्हणजे देशाच्या विकासाला महत्त्व असते. त्यासाठी प्रजासत्ताक भारताच्या संविधानात मूलभूत अधिकारांत (सर्वसाधारण)

अनुच्छेद	१४ ते १८	समानतेचा अधिकार
अनुच्छेद	१९ ते २२	स्वातंत्र्याचा अधिकार
अनुच्छेद	२३ ते २४	शोषणाविरुद्ध अधिकार
अनुच्छेद	२५ ते २८	धर्मस्वातंत्र्याचा अधिकार
अनुच्छेद	२९ ते ३०	सांस्कृतिक व शैक्षणिक अधिकार

(अनुसूचित जाती, अनुसूचित जमाती, भटक्या जाती – जमाती इतर मागासवर्ग, अल्पसंख्याक वगैरेंबाबत) विशेष उपबंधाच्या तरतुदींमुळे मागासवर्गीयांच्या विकासाला वाव व चालना मिळण्यास महत्त्वपूर्ण बाब ठरली.

संविधानातील तरतुदींमुळे मागासवर्गीयांच्या आर्थिक, सामाजिक, शैक्षणिक, सांस्कृतिक, राजकीय आणि इतर सर्वांगीण विकासासाठी केंद्रशासनाने आणि प्रत्येक राज्य सरकारने विकासाच्या योजना आखल्या.

प्रजासत्ताक भारताचा सर्वांगांनी विकास करता यावा म्हणून पंचवार्षिक योजना आखून नियोजनबद्ध विकासाचा प्रयत्न भारतात सुरू झाला. भारतात पंचवार्षिक योजनेकरिता १९५० मध्ये पावले उचलली गेली. १ एप्रिल १९५१ मध्ये पंचवार्षिक योजनेची प्रक्रिया पहिल्या पंचवार्षिक योजनेने सुरू झाली.

राज्याची उपयुक्तता सामान्य माणसाच्या कल्याणाच्या परिमाणाने मोजावी अशी संकल्पना जगाने मान्य केली आहे. २६ जानेवारी १९५० पासून आपण 'प्रजासत्ताक' भारत म्हणून देशाकडे पाहतो. या दिवसापासून 'प्रजा' हीच सर्वस्व; प्रजेच्या हाती सत्ता म्हणजेच प्रजेच्या लोकांच्या हितसंरक्षण आणि विकासासाठी लोकशाही राज्यकारभार कार्यरत आहे. संविधानाने प्रजेला मूलभूत आणि अभिव्यक्ती स्वातंत्र्याचे हक्क बहाल केलेले आहेत. हे मूलभूत हक्क आणि त्यांची प्रत्यक्ष अंमलबजावणी करण्यासाठी

प्रतिनिधी निवडून देऊन देशाचा कारभार व्हावा आणि तो सर्वांच्या विकासासाठी आणि पारदर्शकतेने व्हावा ही संविधानाची अपेक्षा आहे.

प्रजासत्ताक लोकशाही राज्यकारभारात नागरिकांना केवळ मतदानाचा हक्क आहे, केवळ आपले प्रतिनिधी निवडून देण्याचा हक्क आहे, हा संकुचित विचार उदयास आला, या हक्काबरोबरच देशाचा कारभार नीट व्हावा. सर्वांचा सर्वांगांनी विकास व्हावा, कोणावरही अन्याय होऊ नये. कोणाचीही अडवणूक, फसवणूक होऊ नये, शोषण होऊ नये केवळ आर्थिक व्यवहाराबाबतच नाही तर सामाजिक, शैक्षणिक, सांस्कृतिक आणि राजकीय विकास अपेक्षित आहे. यासाठी राज्यकारभार पारदर्शक असावा. सर्वसाधारण गावपातळीपासून तर संसदेपर्यंत योग्य व उचित निर्णय घेऊन त्या निर्णयांची अंमलबजावणी योग्य व्हावी ही अपेक्षा असताना सद्य:स्थितीत अनेक अपप्रवृत्ती अनेक प्रकारचा भ्रष्ट कारभार करताना दिसून येत आहेत. या 'भ्रष्ट' प्रवृत्ती अनेक पातळ्यांवर आहेत; त्या नष्ट व्हाव्यात. सर्व प्रकारचा कारभार पारदर्शकतेने व्हावा. या कारभाराची माहिती सर्वसाधारण व्यक्तीला मिळावी, ही काळाची गरज असतानाच 'माहितीचा अधिकार कायदा' संमत करण्यात आला. लोकजागृती आणि लोकशिक्षणाच्या माध्यमातून कारभार जाणून घेऊन, अंमलबजावणीतील दोष, त्रुटी, उणिवा तसेच भ्रष्टाचार दूर करता येतो हे अनुभवाच्या आणि अंकुश ठेवण्याच्या जागृत भूमिकेतून शक्य आहे; हे दिसून आले आहे. त्यासाठी उचित माहिती मिळणे अपेक्षित आहे आणि अशी उचित माहिती या माहितीच्या अधिकाराच्या कायद्याने सर्वसाधारण व्यक्तीला मिळण्याची तरतूद करण्यात आली आहे. माहितीच्या अधिकाराचा कायदा म्हणजे आम जनतेला मिळालेले विकासाचे साधन आहे. शस्त्रक्रिया करण्यासाठी मिळालेले शस्त्र आहे. भ्रष्ट कारभार नष्ट करण्यासाठी मिळालेले अस्त्र आहे.

माहितीचा अधिकार कायदा—व्याप्ती

भारताने लोकशाही पद्धतीचा स्वीकार केलेला असल्याने लोकशाहीमध्ये खऱ्या अर्थाने जनतेचे राज्य असते; परंतु गोपनीयतेच्या नावाखाली शासनयंत्रणा जनतेला माहिती देण्याची टाळाटाळ करीत असते. त्यामुळे नागरिकांना घटनेने बहाल केलेल्या माहितीच्या अधिकारांचा वापर करता येत नाही. त्यासाठी नागरिकांना माहितीचा अधिकार असावा यासाठी आलेल्या मागणीचा विचार होऊन भारत सरकारने २००२ साली 'माहितीचे स्वातंत्र्य अधिनियम, २०००' हा कायदा संमत केला. मात्र, जनतेला प्रभावीपणे माहिती मिळण्याच्या दृष्टीने यामध्ये असलेल्या त्रुटी भरून काढण्यासाठी माहितीचा अधिकार अधिनियम, २००५ हा कायदा संमत करण्यात आला. कायद्यानुसार

जनतेला माहितीचा अधिकार मिळाल्याने गोपनीयतेची कवचकुंडले गळून पडली आहेत. शासनयंत्रणा अधिकाधिक पारदर्शक, प्रतिसादक्षम आणि कार्यक्षम करावी अशी अपेक्षा आहे. त्यादृष्टीने या कायद्याची व्याप्ती वाढविण्यात आलेली आहे.

यामध्ये इतर गोष्टींबरोबरच शासकीय माहिती अधिकाऱ्यांच्या निर्णयांचे पुनर्विलोकन करण्याच्या अधिकारांबरोबरच एखादी अपेलेट यंत्रणा स्थापन करणे, या कायद्यानुसार माहिती पुरविण्यास कसूर केल्याबद्दल दंडात्मक कारवाईची तरतूद करणे, घटनात्मक तरतुदींची सुसंगत अधिकाधिक माहिती उघड करण्याच्या व त्यात कमीतकमी सूट देण्याच्या आणि माहिती मिळण्यासाठी ती प्राधिकरणांकडून उघड करण्यासाठी प्रभावी यंत्रणा तयार करण्याच्या तरतुदींचा समावेश होतो; हा कायदा जम्मू व काश्मीर राज्यांखेरीज संपूर्ण भारतास लागू आहे. ज्यांना माहिती हवी आहे अशा नागरिकांना ती माहिती उपलब्ध करून देण्यासाठी तरतुदी करण्याच्या उद्देशाने हा कायदा संमत झालेला आहे.

माहितीचा अधिकार अधिनियम, २००५ ची ठळक वैशिष्ट्ये

१) माहितीच्या अधिकारासाठी संविधानिक तरतुदी केल्या आहेत.
२) सर्व नागरिक माहितीचा अधिकार धारण करतील.
३) माहितीमध्ये अभिलेख, दस्तऐवज, ई-मेल, प्रेस प्रकाशने, करार, नमुने, किंवा इलेक्ट्रॉनिक डाटा (माहिती) अशा कोणत्याही स्वरूपातील माहितीच्या कोणत्याही प्रकाराचा समावेश होतो.
४) माहितीच्या अधिकारामध्ये कामाचे, दस्तऐवजाचे, अभिलेखांचे निरीक्षण करण्याच्या आणि त्यांचे उतारे, टिपण्या व त्यांच्या प्रमाणित प्रती घेण्याच्या तसेच संगणकात किंवा कोणत्याही साधनात साठवलेली माहिती डिस्केट, फ्लॉपी, टेप्स, व्हिडिओ कॅसेट या स्वरूपात घेण्याच्या अधिकारांचा समावेश होतो.
५) सर्वसाधारण प्रकरणी, माहिती तिची मागणी केल्यापासून ३० दिवसांच्या आत मिळू शकते.
६) एखाद्या व्यक्तीचे जीवित व स्वातंत्र्य यासंबंधातील माहिती तिची मागणी केल्यापासून ४८ तासांत पुरविण्यात येते.
७) लेखी मागणी केल्यावर किंवा इलेक्ट्रॉनिक्स साधानांद्वारे मागणी केल्यावर माहिती देणे हे प्रत्येक शासकीय अधिकाऱ्यांवर बंधनकारक आहे.
८) काही माहिती मिळण्यास मनाई आहे.
९) त्रयस्थ पक्षाकडील माहितीसाठी निर्बंध घातले आहेत.

१०) केंद्रीय शासकीय माहिती अधिकाऱ्याच्या किंवा राज्य शासकीय माहितीच्या अधिकाऱ्याच्या निर्णयाविरुद्ध त्याच्या वरिष्ठ दर्जाच्या अधिकाऱ्याकडे अपील दाखल करता येऊ शकते.

११) माहिती मिळण्याचा अर्ज स्वीकारण्यास नकार दिल्याबद्दल किंवा माहिती न दिल्याबद्दल प्रत्येक दिवसासाठी रुपये २५०/- इतका दंड करण्यात येईल; परंतु दंडाची एकूण रक्कम २५,०००/- रुपयांपेक्षा अधिक असणार नाही.

१२) कोणत्याही कारणाने माहिती न मिळालेल्या, माहिती मिळण्यास नकार देण्यात आलेल्या, वेळेत माहिती न मिळालेल्या, माहिती मिळण्यास जादा शुल्क भरण्यास भाग पाडलेल्या, अपूर्ण, खोटी व दिशाभूल करणारी माहिती मिळालेल्या व्यक्तीने केलेल्या तक्रारींचा स्वीकार करून त्याची न्याय्य चौकशी करण्यासाठी दिवाणी न्यायालयाप्रमाणे अधिकार असणाऱ्या केंद्रीय माहिती आयोगाची व राज्य माहिती आयोगाची स्थापना करण्याची महत्त्वपूर्ण तरतूद केलेली आहे.

१३) कोणतेही न्यायालय या अधिनियमान्वये दिलेल्या कोणत्याही आदेशाच्या संबंधात कोणताही दावा, अर्ज किंवा अन्य कार्यवाही दाखल करून घेणार नाही.

१४) केंद्रीय माहिती आयोगाचा किंवा राज्य माहिती आयोगाचा निर्णय बंधनकारक असेल.

१५) केंद्र सरकारने या अधिनियमाच्या दुसऱ्या अनुसूचित विनिर्दिष्ट केलेल्या गुप्तवार्ता व सुरक्षा संघटनांना किंवा त्यांनी सरकारला पाठविलेल्या माहितीसाठी या अधिनियमाच्या तरतुदी लागू असणार नाहीत. मात्र, भ्रष्टाचार व मानवी हक्कांचे उल्लंघन करणाऱ्या गुप्तवार्तेशी संबंधित असणाऱ्या माहितीस यातून वगळले असल्याने त्यांना या अधिनियमाच्या तरतुदी लागू आहेत.

१६) केंद्रीय माहिती आयोग, किंवा राज्य माहिती आयोग या अधिनियमाच्या अंमलबजावणी करण्याबाबतचा वार्षिक अहवाल तयार करून संबंधित केंद्र व राज्य सरकारला पाठवून ते सदर अहवाल संसदेस किंवा राज्य विधानमंडळास सादर केले जातात.

१७) या अधिनियमाची अधिक प्रभावीपणे अंमलबजावणी करण्यासाठी केंद्र सरकार, लोकजागृतीसाठी लोकशिक्षणाचा व अधिकाऱ्यांच्या प्रशिक्षणासाठी प्रशिक्षणाचा कार्यक्रम तयार करून त्यांच्यासाठी प्रशिक्षण साहित्य व मार्गदर्शक पुस्तिका तयार करते.

माहिती उघड करण्यातून सूट – कायद्याच्या कलम ८ आणि ९ यांमध्ये जी माहिती उघड करता येत नाही त्याबाबतची माहिती दिलेली आहे.

त्या तरतुदी खालीलप्रमाणे सांगता येतील :

१) जी माहिती उघड केल्याने भारताचे सार्वभौमत्व व अखंडत्व, राष्ट्राची सुरक्षितता, व्यूहरचनात्मकता, वैज्ञानिक आणि आर्थिक हितसंबंध, विदेशी राष्ट्रांशी असलेले संबंध यांच्यावर विपरीत परिणाम होईल किंवा एखाद्या अपराधास चिथावणी मिळेल अशी माहिती उघड करता येत नाही.

२) जी माहिती प्रसिद्ध करण्यास कोणत्याही न्यायालयाकडून किंवा न्यायाधि-करणाकडून स्पष्टपणे मनाई करण्यात आली असेल किंवा जी माहिती उघड केल्याने न्यायालयाचा अवमान होईल अशी माहिती.

३) जी माहिती उघड केल्याने संसदेच्या किंवा राज्य विधानमंडळाच्या विशेष अधिकारांचा भंग होईल अशी माहिती.

४) जी माहिती उघड केल्याने अधिकाधिक लोकहिताची हमी मिळेल अशी सक्षम प्राधिकरणाची खात्री पटली नसेल तर अशी वाणिज्यिक क्षेत्रातील विश्वास, व्यापारविषयक गुपिते किंवा बौद्धिक संपदा यासह जी माहिती उघड केल्याने त्रयस्थ पक्षाच्या स्पर्धात्मक स्थानाला हमी पोहोचेल अशी माहिती.

५) एखाद्या व्यक्तीवरील विश्वासामुळे त्याच्याकडे असलेली माहिती जी अधिकाधिक लोकहिताच्या दृष्टीने उघड करणे आवश्यक आहे अशी सक्षम प्राधिकरणाची खात्री नसेल तर.

६) विदेशी सरकारकडून गुप्त स्वरूपात मिळालेली माहिती.

७) जी माहिती उघड केल्याने कोणत्याही व्यक्तीचे जीवन व शारीरिक सुरक्षितता धोक्यात येईल अथवा कायद्याची अंमलबजावणी करण्यासाठी किंवा सुरक्षेच्या दृष्टीने, गुप्त स्वरूपात दिलेल्या माहितीचा स्रोत किंवा ती माहिती कोठून मिळाली हे उघड होणार असेल तर अशी माहिती.

८) जिच्यामुळे गुन्ह्याचा तपास करणे किंवा गुन्हेगारास अटकाव करण्यास अथवा त्यावर खटला दाखल करण्यास अडथळा निर्माण होईल अशी माहिती.

९) मंत्रिपरिषदेच्या सचिवांच्या व इतर अधिकाऱ्यांच्या सल्लामसलतींच्या अभिलेखास मंत्रिमंडळाची कागदपत्रे; परंतु मंत्रिपरिषदांचे निर्णय, त्यांची कारणे व ज्या आधारे निर्णय घेण्यात आले होते त्यांची माहिती निर्णय घेण्यात आल्यानंतर आणि विषय पूर्ण झाल्यानंतर किंवा समाप्त झाल्यानंतर जनतेस देण्यात येईल. यामध्ये जे विषय या कलमान्वये वरील माहिती उघड करण्यातून सूट देण्यात येतील अशा विषयांची माहिती उघड करण्यात येणार नाही.

१०) जी माहिती उघड करण्याचा कोणत्याही सार्वजनिक कार्यक्रमाशी किंवा हितसंबंधाशी कोणताही संबंध नसेल किंवा जी माहिती उघड केल्याने व्यक्तीच्या खासगी बाबींचे विनाकारण उल्लंघन होईल अशा वैयक्तिक माहितीशी संबंध असलेली माहिती व्यापक लोकहिताच्या दृष्टीने उघड करणे समर्थनीय आहे; अशी अधिकाऱ्यांची खात्री पटल्याशिवाय अशी माहिती उघड केली जाणार नाही.

माहिती घेण्याची कार्यपद्धती

ज्या नागरिकाला माहिती घ्यावयाची आहे. त्यांनी दहा रुपयांचे कोर्ट फी स्टॅम्प अर्जावर लावून रोख रक्कम भरून अर्ज करावा. त्यासाठी अर्जाचा नमुना केलेला असून या पुस्तिकेमध्ये तो दिलेला आहे. अर्ज करताना त्यातील वाक्यरचना व शब्दरचना अचूक असणे आवश्यक आहे. अन्यथा तांत्रिक त्रुटीचा फायदा घेऊन, संबंधित अधिकारी विलंब करतील किंवा नकार देतील.

आपण अर्ज दिल्यानंतर तीस दिवसांच्या आत सर्व माहिती संकलित करून माहिती अधिकाऱ्याने आपणास द्यावयाची आहे. तीस दिवसांत माहिती न मिळाल्यास किंवा माहिती अधिकाऱ्याने माहिती नाकारल्यास तुम्ही पुढील ३० दिवसांत अपील अधिकाऱ्याकडे अपील करू शकता. अपील केल्यानंतर जास्तीत जास्त ४५ दिवसांत अपील अधिकाऱ्याने निकाल दिला पाहिजे; जर या वेळेत निकाल न मिळाल्यास किंवा दिलेल्या निकालामुळे तुमचे समाधान न झाल्यास तुम्ही ९० दिवसांत राज्य जन-माहिती आयुक्तांकडे दुसरे अपील करू शकता.

या कायद्यामध्ये माहिती घेण्यासाठी फी निश्चित केलेली आहे. एखाद्या माहिती-अधिकाऱ्याने आकारण्यात येणारी फी नियमापेक्षा अवाजवी आकारली आहे असे आपणास वाटल्यास आपण राज्य माहिती आयुक्तांकडे अर्ज करू शकता.

माहितीचा अधिकार कायदा २००५

Right of Information Act 2005

आमजनता / नागरिक

जनमाहिती अधिकारी

अर्जदार जनमाहिती अधिकाऱ्यांकडे अर्ज करतो. ३० दिवसांत माहिती मिळते.

अपिलीय अधिकारी

जनमाहिती अधिकाऱ्याने माहिती नाकारल्यास किंवा समाधान न झाल्यास अपिलीय अधिकाऱ्याकडे ३० दिवसांत प्रथम अपील करता येते.

अपीलिय अधिकाऱ्याकडून माहिती न मिळाल्यास किंवा समाधान न झाल्यास अर्जदार राज्य माहिती आयुक्तांकडे ९० दिवसांच्या आत द्वितीय अपिल करू शकतो.

राज्य माहिती आयुक्त (मुंबई व मुंबई उपनगर विभाग)   राज्य माहिती आयुक्त (कोकण विभाग)

राज्य माहिती आयुक्त (पुणे विभाग)   राज्य माहिती आयुक्त (औरंगाबाद विभाग)   राज्य माहिती आयुक्त (नागपूर विभाग)

मुख्य माहिती आयुक्त मुंबई

शासकीय माहिती अधिकाऱ्यांची नियुक्ती आणि त्यांची कर्तव्ये

कायद्याच्या कलम ५ मध्ये शासकीय माहिती अधिकाऱ्यांची आणि त्यांची कर्तव्ये यांबाबतची तरतूद केलेली आहे.

नियुक्ती /पदनिर्देशन

कायदा कलम ५ च्या १ ते ५ या उपनियमात अशा प्रकारे माहिती अधिकाऱ्याच्या नियुक्तीबाबत तरतुदी केलेल्या आहेत. हा अधिनियम लागू झाल्यापासून शंभर दिवसांच्या आत प्रत्येक शासकीय प्राधिकरण या अधिनियमाखाली माहिती मागण्यासाठी अर्ज करणाऱ्या व्यक्तींना माहिती पुरवण्यासाठी, त्यास आवश्यक वाटेल अशा त्याच्या अखत्यारीतील सर्व प्रशासकीय विभाग व कार्यालयांमध्ये अनेक अधिकाऱ्यांना केंद्रीय शासकीय माहिती अधिकारी किंवा राज्य शासकीय माहिती अधिकारी म्हणून पदनिर्देशित केले पाहिजे. याचाच अर्थ असे अधिकारी हे शासनाच्या निरनिराळ्या प्रशासकीय विभागातून किंवा कार्यालयातून काम करणारे असतात. साधारणपणे त्या त्या विभागांच्या प्रमुखांना अशा प्रकारे माहिती देण्याचे अधिकार देण्यात आलेले असतात. अशा प्रकारे माहिती देण्यासाठी स्वतंत्र व्यक्तीची नियुक्ती केली जात नाही तर कार्यालयातील संबंधित अधिकाऱ्यालाच शासकीय माहिती अधिकारी म्हणून पदनिर्देशित केले जाते. या अधिकाऱ्यांवर लोकांकडून माहिती मागविण्याचे अर्ज आल्यानंतर त्यांना योग्य ती माहिती पुरविण्याची जबाबदारी सोपविलेली असते.

शासकीय माहिती अधिकाऱ्याची कार्ये / कर्तव्ये

शासकीय माहिती अधिकाऱ्यांची कार्ये / कर्तव्ये, पुढीलप्रमाणे सांगता येतील :

१) माहिती मागविणाऱ्या व्यक्तींकडून त्यासाठीचे अर्ज स्वीकारणे.

२) अशा प्रकारे अर्ज करणाऱ्या व्यक्तींना ही माहिती मिळण्याच्या दृष्टीने योग्य ते सहकार्य करणे.

३) अपील स्वीकारून ते तत्काळ केंद्रीय शासकीय माहिती अधिकारी किंवा राज्य शासकीय माहिती अधिकाऱ्यांकडे पाठविणे.

४) माहितीचे अर्ज प्राप्त झाल्यानंतर लवकरात लवकर माहिती पुरविणे.

५) कायद्यात नमूद केलेल्या कारणांसाठी असे अर्ज नामंजूर करणे.

६) अशा अधिकाऱ्यांना त्यांची कर्तव्ये योग्य प्रकारे पार पाडण्यासाठी त्यांना आवश्यक वाटेल अशा अन्य कोणत्याही अधिकाऱ्यांचे साहाय्य मिळते.

७) सर्व प्रकारचे अभिलेख योग्य प्रकारे तालिकाबद्ध व सूचिबद्ध करून संगणकीकृत करणे व ते जतन करणे.

८) असे सर्व कागदपत्र माहिती संगणकीकृत करून ती सर्वांना योग्य वेळेमध्ये विविध प्रणाली वापरून नेटवर्कद्वारे सर्व माहिती उपलब्ध होईल अशी व्यवस्था करणे.

९) माहिती मिळविण्यासाठी जनतेने या अधिनियमाचा वापर करण्यावर कमीत कमी अवलंबून राहावे यासाठी इंटरनेटसह प्रसिद्धीच्या विविध साधनांद्वारे नियमित कालांतराने स्वतःहून जनतेस माहिती मिळण्याच्या दृष्टिकोनातून योग्य ती उपाययोजना करणे.

१०) अशा प्रकारे माहिती प्रसारित करताना त्यासाठी येणारा खर्च, संदेशवहनाची त्या स्थानिक ठिकाणी उपलब्ध अशी स्थानिक भाषेतील अधिकाधिक परिणामकारक पद्धती निवडून ती लोकांना सहजासहजी प्राप्त होईल, या बाबीकडे विशेष लक्ष पुरविणे.

भारताचे राजपत्र, असाधारण

GAZETTE OF INDIA, EXTRAORDINARY

माहितीचा अधिकार अधिनियम २००५

(२००५ चा अधिनियम क्रमांक २२)

(२० डिसेंबर, २००५ रोजी यथाविद्यमान)

प्रत्येक सार्वजनिक प्राधिकरणाच्या कामकाजामध्ये अधिकाधिक पारदर्शकता आणि उत्तरदायित्व निर्माण करण्याच्या दृष्टीने सार्वजनिक प्राधिकरणांच्या नियंत्रणाखालील माहिती नागरिकांना मिळवता यावी म्हणून नागरिकांच्या माहिती मिळविण्याच्या अधिकाराची व्यवहार्य शासनपद्धत आखून देण्याकरिता; केंद्रीय माहिती आयोग आणि

राज्य माहिती आयोग घटित करण्याकरिता आणि तत्संबंधी किंवा तदनुषंगिक बाबींकरिता तरतूद करण्यासाठी अधिनियम.

भारताच्या संविधानाद्वारे लोकशाही गणराज्याची स्थापना करण्यात आलेली आहे.

लोकशाहीमध्ये माहीतगार नागरिक समूह आणि माहितीची पारदर्शकता या बाबी तिच्या कार्यशीलतेच्या दृष्टीने, तसेच भ्रष्टाचाराला आळा घालण्याच्या व राज्य-शासने व त्यांच्या यंत्रणा यांना प्रजेला / जनतेला जाब देण्याचे उत्तरदायित्व ठरविण्याच्या दृष्टीने अत्यावश्यक आहेत.

प्रत्येक व्यवहारात माहितीच्या प्रकटनामुळे अन्य सार्वजनिक हितसंबंधांना तसेच शासनाचे कामकाज कार्यक्षमरीत्या चालणे, मर्यादित राजकोषीय साधनसंपत्तीचा इष्टतम वापर होणे आणि संवेदनक्षम माहितीची गोपनीयता राखणे, या बाबींनाही बाधा येण्याची शक्यता आहे.

लोकशाहीच्या आदर्शाची परमोच्चता कायम राखताना, या परस्परविरोधी हितसंबंधांना मेळ घालणे आवश्यक आहे.

आता, माहिती मिळविण्याची इच्छा असणाऱ्या नागरिकांसाठी विवक्षित माहिती पुरविण्याकरिता तरतूद करणे इष्ट आहे.

भारतीय गणराज्याच्या छप्पन्नाव्या वर्षी, संसदेद्वारे तो पुढीलप्रमाणे अधिनियमित करण्यात आला.

संक्षिप्त नाव व्याप्ती व प्रारंभ

१)   या अधिनियमास, 'माहितीचा अधिकार अधिनियम, २००५' असे म्हणावे.

२)   तो जम्मू व काश्मीर राज्यांखेरीज करून संपूर्ण भारतास लागू आहे.

३)   या अधिनियमाच्या कलम ४ चे पोटकलम (१), कलम ५ ची पोटकलमे (१) व (२), कलमे १२, १३, १५, १६, २४, २७ आणि २८ ताबडतोब अमलात येतील आणि त्याच्या उर्वरित तरतुदी तो अधिनियम अधिनियमित झाल्यापासून एकशेविसाव्या दिवशी अमलात येतील.

व्याख्या – या अधिनियमात, संदर्भानुसार अन्य अर्थ अपेक्षित नसेल तर,

क) 'समुचित शासन' याचा अर्थ

(एक) केंद्र सरकार किंवा संघराज्य क्षेत्र प्रशासन यांच्याकडून स्थापन करण्यात आलेल्या, घटित करण्यात आलेल्या, त्यांच्याकडे मालकी असलेल्या, त्यांच्या नियंत्रणाखाली असलेल्या अथवा त्यांच्याकडून प्रत्यक्षपणे किंवा अप्रत्यक्षपणे निधीद्वारे ज्यांना मोठ्या प्रमाणात वित्तपुरवठा

करण्यात येतो, अशा सार्वजनिक प्राधिकरणांच्या बाबतीत केंद्र सरकार, असा आहे;

(दोन) राज्य शासनाकडून स्थापन करण्यात आलेल्या, घटित करण्यात आलेल्या, त्यांच्याकडे मालकी असलेल्या, त्यांच्या नियंत्रणाखाली असणाऱ्या अथवा त्यांच्याकडून प्रत्यक्षपणे किंवा अप्रत्यक्षपणे निधीद्वारे ज्यांना मोठ्या प्रमाणात वित्तपुरवठा करण्यात येतो अशा सार्वजनिक प्राधिकरणांच्या बाबतीत राज्यशासन असा आहे;

ख) 'केंद्रीय माहिती आयोग', याचा अर्थ कलम १२, पोटकलम (१) खाली घटित करण्यात आलेला केंद्रीय माहिती आयोग, असा आहे.

ग) 'केंद्रीय जन माहिती अधिकारी' याचा अर्थ, पोटकलम (१) अन्वये पदनिर्देशित करण्यात आलेला केंद्रीय जन माहिती अधिकारी असा आहे आणि यात कलम ५, पोटकलम (२) अन्वये अशा प्रकारे पदनिर्देशित करण्यात आलेल्या केंद्रीय साहाय्यक जन माहिती अधिकाऱ्याचाही समावेश होतो.

घ) 'मुख्य माहिती आयुक्त' आणि 'माहिती आयुक्त' याचा अर्थ कलम १२, पोटकलम (३) अन्वये नियुक्त करण्यात आलेला मुख्य माहिती आयुक्त आणि माहिती आयुक्त असा आहे.

ड) 'सक्षम प्राधिकारी' याचा अर्थ –

(एक) लोकसभेच्या किंवा राज्य विधानसभेच्या किंवा अशा प्रकारच्या सभा असणाऱ्या संघराज्यक्षेत्राच्या बाबतीत, अध्यक्ष आणि राज्यसभा किंवा विधानपरिषद यांच्या बाबतीत सभापती.

(दोन) सर्वोच्च न्यायालयाच्या बाबतीत, भारताचे मुख्य न्यायमूर्ती.

(तीन) उच्च न्यायालयाच्या बाबतीत, उच्च न्यायालयाचा मुख्य न्यायमूर्ती.

(चार) संविधानाद्वारे किंवा तदूअन्वये स्थापन किंवा घटित करण्यात आलेल्या अन्य प्राधिकरणांच्या बाबतीत यथास्थिति, राष्ट्रपती किंवा राज्यपाल.

(पाच) संविधानाच्या अनुच्छेद २३९ अन्वये नियुक्त करण्यात आलेला प्रशासक असा आहे.

च) 'माहिती' याचा अर्थ, कोणत्याही स्वरूपातील कोणतेही साहित्य असा असून त्यामध्ये, अभिलेख, दस्तेवज, ज्ञापने, ई–मेल, अभिप्राय, सूचना, प्रसिद्धिपत्रके, परिपत्रके, आदेश, रोजवह्या, अहवाल, कागदपत्रे, नमुने, प्रतिमाने (मॉडेल्स), कोणत्याही इलेक्ट्रॉनिक्स स्वरूपातील आधारसामग्री आणि त्या त्या वेळी अमलात असलेल्या अन्य कोणत्याही कायद्यान्वये सरकारी प्राधिकरणास

मिळविता येईल अशी कोणत्याही खासगी निकायाशी संबंधित माहिती, यांचा समावेश होतो;

छ) 'विहित' याचा अर्थ, यथास्थिति समूचित शासन किंवा सक्षम प्राधिकारी यांनी या अधिनियमान्वये तयार केलेल्या नियमांद्वारे विहित केलेले असा आहे.

ज) 'सार्वजनिक प्राधिकरण' याचा अर्थ

क) संविधानाद्वारे किंवा तदूअन्वये

ख) संसदेने तयार केलेल्या कोणत्याही अन्य कायद्याद्वारे

ग) राज्य विधान मंडळाने तयार केलेल्या कोणत्याही अन्य कायद्याद्वारे;

घ) समुचित शासनाने काढलेल्या अधिसूचनेद्वारे किंवा आदेशाद्वारे स्थापन करण्यात आलेले किंवा घटित करण्यात आलेले कोणतेही प्राधिकरण किंवा निकाय किंवा स्वराज्य संस्था, असा आहे आणि त्यामध्ये-

(एक) समुचित शासनाची मालकी असलेला, त्याचे नियंत्रण असलेला किंवा त्याच्याकडून निधीद्वारे ज्याला प्रत्यक्षपणे किंवा अप्रत्यक्षपणे मोठ्या प्रमाणात वित्तपुरवठा केला जातो असा निकाय;

(दोन) समुचित शासनाकडून निधीद्वारे जिला प्रत्यक्षपणे किंवा अप्रत्यक्षपणे मोठ्या प्रमाणात वित्तपुरवठा केला जातो अशी अशासकीय संघटना, यांचा समावेश होतो.

झ) 'अभिलेख' यामध्ये -

क) कोणताही दस्तऐवज, हस्तलिखित व फाइल;

ख) एखाद्या दस्तऐवजाची कोणतीही मायक्रोफिल्म, मायक्रोफिश आणि प्रतिरूप प्रत;

ग) अशा मायक्रोफिल्ममध्ये संग्रहित केलेल्या प्रतिमेची किंवा प्रतिमांची कोणतीही नक्कल (मग ती परिवर्धित असो वा नसो)

घ) संगणकाद्वारे किंवा कोणत्याही अन्य उपकरणाद्वारे तयार केलेले कोणतेही अन्य साहित्य, यांचा समावेश होतो.

त्र) 'माहितीचा अधिकार' याचा अर्थ, कोणत्याही सार्वजनिक प्राधिकरणाकडे असलेली किंवा त्याच्या नियंत्रणात असलेली व या अधिनियमान्वये मिळवता येण्याजोगी माहिती मिळविण्याचा अधिकार असा आहे; आणि यामध्ये

एक) एखादे काम, दस्तऐवज, अभिलेख यांची पाहणी करणे.

दोन) दस्तऐवजांच्या किंवा अभिलेखांच्या टिप्पण्या, उतारे किंवा प्रमाणित प्रती घेणे.

तीन) सामग्रीचे प्रमाणित नमुने घेणे;

चार) डिस्केट, फ्लॉपी, टेप, व्हिडिओ कॅसेट या स्वरूपातील किंवा कोणत्याही अन्य इलेक्ट्रॉनिक्स प्रकारातील माहिती किंवा जेव्हा अशी माहिती संगणकात किंवा अन्य कोणत्याही उपकरणात साठविलेली असेल त्याबाबतीत मुद्रितप्रती (प्रिंटआउट) मार्फत माहिती मिळविणे; याबाबतच्या अधिकाराचा समावेश होतो;

ट) 'राज्य माहिती आयोग' याचा अर्थ, कलम १५ च्या पोटकलम (१) अन्वये घटित केलेला राज्य माहिती आयोग, असा आहे.

ठ) 'राज्य मुख्य माहिती आयुक्त' आणि 'राज्य माहिती आयुक्त' याचा अर्थ कलम १५ च्या पोटकलम (३) अन्वये नियुक्त केलेला राज्य मुख्य माहिती–आयुक्त आणि राज्य माहिती आयुक्त, असा आहे;

ड) 'राज्य जन माहिती अधिकारी' याचा अर्थ, पोट कलम (१) अन्वये पदनिर्देशित केलेला राज्य जन माहिती अधिकारी, असा आहे आणि त्यामध्ये कलम ५ च्या पोटकलम (२) अन्वये अशा प्रकारे पदनिर्देशित केलेल्या राज्य साहाय्यक जन माहिती अधिकाऱ्याचा समावेश होतो.

ढ) 'त्रयस्थ पक्ष' याचा अर्थ, माहिती मिळण्याची विनंती करणारी नागरिकांव्यतिरिक्त अन्य एखादी व्यक्ती असा आहे आणि त्यामध्ये, सार्वजनिक प्राधिकरणाचा समावेश होतो.

माहितीचा अधिकार आणि सार्वजनिक प्राधिकरणांवरील आबंधने

३. माहितीचा अधिकार

या अधिनियमाच्या तरतुदींच्या अधीन राहून, सर्व नागरिकांना माहितीचा अधिकार असेल.

४. सार्वजनिक प्राधिकरणांवरील आबंधने

१) प्रत्येक सार्वजनिक प्राधिकरण –

क) या अधिनियमान्वये देण्यात आलेला माहितीचा अधिकार मिळणे सोईचे होईल अशा रीतीने आणि स्वरूपात सर्व अभिलेख योग्य रीतीने सूचिबद्ध करील आणि त्याची निर्देशसूची तयार करील आणि त्याचे संगणकीकरण करणे योग्य आहे, अशा सर्व अभिलेखांचे वाजवी कालावधीत आणि साधनसंपत्तीच्या उपलब्धतेनुसार संगणकीकरण केले जात आहे आणि असे अभिलेख पहावयास मिळणे सोयीचे व्हावे म्हणून संपूर्ण देशातील विविध प्रणालींमध्ये नेटवर्कमार्फत

ते जोडले जात आहेत, याची खातरजमा करील.

ख) हा अधिनियम, अधिनियमित झाल्यापसून एकशेवीस दिवसांच्या आत,

एक) आपली रचना, कार्ये आणि कर्तव्ये यांचा तपशील

दोन) आपले अधिकारी व कर्मचारी यांचे अधिकार व कर्तव्ये.

तीन) निर्णय घेण्याच्या प्रक्रियेत अनुसरण्यात येणारी कार्यपद्धती, तसेच पर्यवेक्षण आणि उत्तरदायित्वप्रणाली.

चार) स्वतःची कार्ये पार पाडण्यासाठी त्याच्याकडून ठरविण्यात आलेली मानके.

पाच) त्याच्याकडे असलेले किंवा त्याच्या नियंत्रणात असलेले किंवा त्याची कार्ये पार पाडण्यासाठी त्याच्या कर्मचारी वर्गाकडून वापरण्यात येणारे नियम, विनियम, सूचना, नियमपुस्तिका आणि अभिलेख.

सहा) त्याच्याकडे असलेल्या किंवा त्याच्या नियंत्रणात असलेल्या दस्तऐवजांच्या प्रवर्गाचे विवरण.

सात) आपले धोरण तयार करण्याच्या किंवा त्याची अंमलबजावणी करण्याच्या संबंधात, लोकांशी विचारविनिमय करण्यासाठी किंवा लोकांकडून निवेदने केली जाण्यासाठी अस्तित्वात असलेल्या कोणत्याही व्यवस्थेचा तपशील.

आठ) आपला एक भाग म्हणून किंवा सल्ला देण्याच्या प्रयोजनासाठी म्हणून घटित केलेल्या दोन किंवा अधिक व्यक्तींच्या मिळून बनलेल्या मंडळांचे, परिषदांचे, समित्यांचे आणि अन्य निकायांचे विवरण; आणि त्या मंडळांच्या, परिषदांच्या, समित्यांच्या आणि अन्य निकायांच्या बैठकी लोकांसाठी खुल्या आहेत किंवा कसे याबाबतचे निवेदन किंवा अशा बैठकींची कार्यवृत्ते जनतेला पहावयास मिळण्याजोगी आहे किंवा कसे याबाबतचे विवरण;

नऊ) आपल्या अधिकाऱ्यांची आणि कर्मचाऱ्यांची निर्देशिका.

दहा) आपल्या प्रत्येक अधिकाऱ्याला व कर्मचाऱ्याला मिळणारे मासिक वेतन, तसेच प्राधिकरणाच्या विनियमांमध्ये तरतूद केल्याप्रमाणे नुकसानभरपाई देण्याची पद्धती.

अकरा) सर्व योजनांचा तपशील, प्रस्तावित खर्च दर्शविणारा, आपल्या प्रत्येक अभिकरणाला नेमून दिलेला अर्थसंकल्प आणि संवितरित केलेल्या रकमांचा अहवाल.

बारा) अर्थसाहाय्य कार्यक्रमाच्या अंमलबजावणीची रीत तसेच वाटप केलेल्या रकमा आणि अशा कार्यक्रमांच्या लाभाधिकाऱ्यांचा तपशील.

तेरा) ज्या व्यक्तींना सवलती, परवाने किंवा प्राधिकारपत्रे दिलेली आहेत अशा व्यक्तींचा तपशील.

चौदा) इलेक्ट्रॉनिक्स स्वरूपात उपलब्ध असलेल्या किंवा त्याच्याकडे असलेल्या माहितीच्या संबंधातील तपशील.

पंधरा) माहिती मिळविण्यासाठी नागरिकांना उपलब्ध असणाऱ्या सुविधांचा तपशील, तसेच सार्वजनिक वापरासाठी चालविण्यात येत असलेल्या ग्रंथालयाच्या किंवा वाचनालयाच्या कामकाजांच्या वेळांचा तपशील.

सोळा) जन माहिती अधिकाऱ्यांची नावे, पदनामे आणि इतर तपशील;

सतरा) विहित करण्यात येईल अशी इतर माहिती; प्रसिद्ध करील आणि त्यानंतर ती प्रकाशने अद्ययावत करील.

ग) ज्यामुळे लोकांना बाधा पोहोचते अशी महत्त्वाची धोरणे आखताना आणि असे निर्णय जाहीर करताना सर्व संबंधित वस्तुस्थिती प्रसिद्ध करील.

घ) आपल्या प्रशासनिक किंवा न्यायिकवत् निर्णयांबाबतची कारणे बाधित व्यक्तींना कळवील.

२) माहिती मिळण्यासाठी लोकांना व अधिनियमाचा कमीत कमी आधार घ्यावा लागावा यासाठी नियमित कालांतराने, लोकांना इंटरनेटसह, संपर्काच्या विविध साधनांद्वारे, स्वतःहून माहिती पुरविण्यासाठी, पोटकलम (१) च्या खंड (ख) च्या आवश्यकतांनुसार उपोययोजना करण्याकरिता प्रत्येक सार्वजनिक प्राधिकरण सतत प्रयत्नशील राहील.

३) पोटकलम (१) च्या प्रयोजनांसाठी, प्रत्येक माहिती, विस्तृत प्रमाणात आणि लोकांना सहजपणे उपलब्ध होईल अशा स्वरूपात आणि अशा रीतीने प्रसारित करण्यात येईल.

४) पुरेपूर मोबदला देणारा खर्च, स्थानिक भाषा आणि त्या स्थानिक भागातील संपर्काची सर्वात प्रभावी पद्धती या बाबी विचारात घेऊन, सर्व माहिती प्रसारित करण्यात येईल आणि यथास्थिति, केंद्रीय जन माहिती अधिकारी किंवा राज्य-जन माहिती अधिकारी यांच्याकडे, शक्यतो इलेक्ट्रॉनिक स्वरूपात ती माहिती मोफत किंवा विहित करण्यात येईल इतक्या माध्यमाच्या खर्चाएवढ्या किंवा मुद्रणाच्या खर्चाएवढ्या किमतीला सहजपणे उपलब्ध असावी.

स्पष्टीकरण : पोटकलम (३) आणि (४) च्या प्रयोजनार्थ 'प्रसारित' याचा अर्थ,

सूचनाफलक, वृत्तपत्रे, जाहीर घोषणा, प्रसारमाध्यमांकडून ध्वनिक्षेपण, इंटरनेट यांच्याद्वारे किंवा कोणत्याही अन्य मार्गाने लोकांना माहिती करून देणे किंवा कळविणे, तसेच कोणत्याही सार्वजनिक प्राधिकरणाच्या कार्यालयाची पाहणी करू देणे, असा आहे.

५. जन माहिती अधिकाऱ्यांना पदनिर्देशित करणे

१) प्रत्येक सार्वजनिक प्राधिकरण, हा अधिनियम अधिनियमित झाल्यापासून शंभर दिवसांच्या आत, या अधिनियमान्वये माहिती मिळण्याची विनंती करणाऱ्या व्यक्तींना माहिती देण्यासाठी, त्याच्या अखत्यारीतील सर्व प्रशासकीय युनिट्समध्ये किंवा कार्यालयांमध्ये आवश्यक असतील तेवढ्या जास्तीत जास्त अधिकाऱ्यांना, यथास्थिति केंद्रीय जन माहिती अधिकारी किंवा राज्य जन माहिती अधिकारी म्हणून पदनिर्देशित करील.

२) पोटकलम (१) च्या तरतुदींना बाध न येऊ देता, प्रत्येक सार्वजनिक प्राधिकरण, हा अधिनियम अधिनियमित झाल्यापासून शंभर दिवसांच्या आत या अधिनियमान्वये माहिती मिळण्यासाठी केलेले अर्ज किंवा अपिले स्वीकारून, ती तत्काळ केंद्रीय जन माहिती अधिकाऱ्यास किंवा राज्य जन माहिती अधिकाऱ्यास किंवा कलम १९ च्या पोटकलम (१) अन्वये विनिर्दिष्ट केलेल्या वरिष्ठ अधिकाऱ्यास अथवा केंद्रीय माहिती आयोगास, किंवा यथास्थिति राज्य-माहिती आयोगास पाठविण्यासाठी, प्रत्येक उपविभागीय स्तरावर किंवा अन्य उपजिल्हा स्तरावर, एखाद्या अधिकाऱ्यास केंद्रीय साहाय्यक जन माहिती-अधिकारी, किंवा यथास्थिति राज्य साहाय्यक जन माहिती अधिकारी म्हणून पदनिर्देशित करील.

परंतु जेव्हा माहिती मिळण्याबाबतचा अर्ज किंवा अपील, केंद्रीय साहाय्यक जन माहिती अधिकाऱ्यास किंवा यथास्थिति राज्य साहाय्यक जन माहिती अधिकाऱ्यास देण्यात आला असेल त्याबाबतीत, कलम ७ च्या पोटकलम (१) मध्ये विनिर्दिष्ट केलेल्या उत्तर देण्याच्या कालावधीची संगणना करताना, त्यात आणखी पाच दिवसांचा कालावधी मिळविण्यात येईल.

३) प्रत्येक केंद्रीय जन माहिती अधिकारी, किंवा यथास्थिति राज्य जन माहिती अधिकारी, माहिती मिळण्याची विनंती करणाऱ्या व्यक्तींनी केलेल्या विनंतीवर कार्यवाही करील आणि अशी माहिती मागणाऱ्या व्यक्तींना वाजवी साहाय्य करील.

४) प्रत्येक केंद्रीय जन माहिती अधिकारी, किंवा यथास्थिति राज्य जन माहिती-अधिकाऱ्यास त्याची किंवा तिची कर्तव्ये योग्य प्रकारे पार पाडण्यासाठी त्याला

किंवा तिला आवश्यक वाटेल अशा अन्य कोणत्याही अधिकाऱ्याचे साहाय्य मागता येईल.

५) पोटकलम (४) अन्वये ज्याचे साहाय्य मागण्यात आले आहे असा कोणताही अधिकारी त्याचे किंवा तिचे साहाय्य मागणाऱ्या केंद्रीय जन माहिती अधिकारी, किंवा यथास्थिति राज्य जन माहिती अधिकाऱ्यास संपूर्ण साहाय्य करील आणि या अधिनियमाच्या तरतुदींच्या कोणत्याही उल्लंघनाच्या प्रयोजनार्थ, असा अन्य अधिकारी हा यथास्थिति केंद्रीय जन माहिती अधिकारी, किंवा राज्य जन माहिती अधिकारी असल्याचे समजण्यात येईल.

६. माहिती मिळवण्याकरिता विनंती करणे

१) या अधिनियमान्वये कोणतीही माहिती मिळविण्याची इच्छा असलेली व्यक्ती, त्याने किंवा तिने मागणी केलेल्या माहितीचा तपशील विनिर्दिष्ट करणारी, इंग्रजीतील किंवा हिंदीमधील अथवा अर्ज ज्या क्षेत्रात करण्यात येत असेल त्या क्षेत्राच्या राजभाषेतील लेखी स्वरूपात केलेली किंवा इलेक्ट्रॉनिक्स साधनाद्वारे केलेली विनंती, विहित करण्यात येईल अशा फीसह.

क) संबंधित सार्वजनिक प्राधिकरणाच्या केंद्रीय जन माहिती अधिकाऱ्याकडे, किंवा यथास्थिति राज्य जन माहिती अधिकाऱ्याकडे.

ख) केंद्रीय साहाय्यक जन माहिती अधिकाऱ्याकडे, किंवा यथास्थिति राज्य साहाय्यक जन माहिती अधिकाऱ्याकडे सादर करील.

परंतु जेव्हा अशी विनंती लेखी स्वरूपात करता येऊ शकत नसेल अशा बाबतीत, यथास्थिति केंद्रीय जन माहिती अधिकारी, किंवा राज्य जन माहिती अधिकारी, मौखिक विनंती करणाऱ्या व्यक्तीस, ती लेखी स्वरूपात आणण्यासाठी सर्व वाजवी साहाय्य करील.

२) माहिती मिळण्याची विनंती करणाऱ्या अर्जदारास, माहितीसाठी विनंती करण्यास कोणतीही कारणे देण्यास किंवा त्याच्याशी संपर्क साधण्यासाठी आवश्यक असेल त्याखेरीज अन्य कोणताही वैयक्तिक तपशील देण्यास, भाग पाडण्यात येणार नाही.

३) (एक) जी माहिती अन्य सार्वजनिक प्राधिकरणांकडे असेल; किंवा
(दोन) ज्या माहितीचा विषय अन्य सार्वजनिक प्राधिकरणाच्या कामकाजाशी अधिक संबंधित असेल, अशी माहिती मिळविण्यासाठी एखाद्या सार्वजनिक प्राधिकरणाकडे अर्ज करण्यात आला असेल त्याबाबतीत, ज्याच्याकडे असा अर्ज करण्यात आला आहे ते सार्वजनिक प्राधिकरण असा अर्ज किंवा त्यास

योग्य वाटेल असा त्याचा भाग, अशा अन्य सार्वजनिक प्राधिकरणाकडे हस्तांतरित करील आणि अशा हस्तांतरणाबाबत, अर्जदारास तत्काळ माहिती देईल.

परंतु या पोटकलमानुसार करावयाचे अर्जाचे हस्तांतरण, व्यवहार्य असेल तितक्या लवकर करण्यात येईल. मात्र, कोणत्याही परिस्थितीत ते अर्ज मिळाल्याच्या तारखेपासून पाच दिवसांपेक्षा अधिक विलंबाने करण्यात येणार नाही.

७. विनंतीचा अर्ज निकालात काढणे

१) कलम ५ च्या पोटकलम (२) च्या किंवा कलम ६ च्या पोटकलम (३) च्या यथास्थितित, केंद्रीय जन माहिती अधिकारी, किंवा राज्य जन माहिती अधिकारी, कलम ६ अन्वये माहिती मिळण्याची विनंती करणारा अर्ज मिळाल्यावर, शक्य तितक्या शीघ्रतेने आणि कोणत्याही परिस्थितीत, विनंती केल्यापासून तीस दिवसांच्या आत, एकतर विहित करण्यात येईल अशा फीचे प्रदान केल्यावर माहिती देईल किंवा कलम ८ व ९ मध्ये विनिर्दिष्ट केलेल्या कारणांपैकी कोणत्याही कारणासाठी विनंतीचा अर्ज फेटाळील:

२) जर केंद्रीय जन माहिती अधिकारी, किंवा यथास्थिति राज्य जन माहिती अधिकाऱ्याने, पोटकलम (१) अन्वये विनिर्दिष्ट केलेल्या कालावधीत माहिती मिळण्याच्या विनंतीवर निर्णय देण्यास कसूर केली तर, अशा केंद्रीय जन-माहिती अधिकारी, किंवा यथास्थिति राज्य जन माहिती अधिकाऱ्याने विनंती नाकारल्याचे मानण्यात येईल.

३) माहिती देण्याचा खर्च दर्शविणारी कोणतीही जादा फी प्रदान केल्यावर माहिती देण्याचा निर्णय घेण्यात आला असेल त्याबाबतीत, केंद्रीय जन माहिती अधिकारी, किंवा यथास्थिति राज्य जन माहिती अधिकारी, विनंती करणाऱ्या व्यक्तीस.

क) पोटकलम (१) अन्वये विहित केलेल्या फीनुसार ही जादा रक्कम त्याने कशाच्या आधारे ठरवली त्या हिशेबासह, माहिती पुरविण्याचा त्याने निर्धारित केलेला खर्च दर्शविणारा जादा फीचा तपशील नमूद करणारी सूचना पाठवील व त्याद्वारे तिला फी भरण्याची विनंती करील, आणि उक्त सूचना पाठविल्याच्या व फीचे प्रदान केल्याच्या दरम्यानचा कालावधी हा, त्या पोटकलमामध्ये विनिर्दिष्ट केलेल्या तीस दिवसांच्या कालावधीची परिगणना करण्याच्या प्रयोजनार्थ, वगळण्यात येईल.

ख) आकारलेल्या फीच्या रकमेसंबंधीच्या किंवा दिलेल्या माहितीच्या स्वरूपासंबंधीच्या निर्णयाचे पुनर्विलोकन करण्याच्या बाबतीतील त्याचे किंवा तिचे अधिकार, तसेच अपील प्राधिकारी, कालमर्यादा, प्रक्रिया व इतर कोणतेही स्वरूप याचा तपशील, यासंबंधीची माहिती देणारी सूचना पाठवील.

४) या अधिनियमान्वये जेव्हा अभिलेखाची किंवा त्याच्या भागाची माहिती मिळवून द्यावयाची असेल आणि जिला ती माहिती मिळवून द्यावयाची आहे, अशी व्यक्ती ज्ञानेद्रियांच्या दृष्टीने विकलांग असेल तर त्याबाबतीत, यथास्थिति केंद्रीय जन माहिती अधिकारी, किंवा राज्य जन माहिती अधिकारी, माहिती मिळविणे ज्यायोगे शक्य होईल असे साहाय्य देईल. तसेच पाहणी करण्यासाठी उचित असेल असेही साहाय्य देईल.

५) मागितलेली माहिती जेव्हा छापील स्वरूपात किंवा कोणत्याही इलेक्ट्रॉनिक स्वरूपात द्यावयाची असेल त्याबाबतीत, पोटकलम (६) च्या तरतुदींना अधीन राहून, अर्जदार विहित करण्यात येईल अशी फी प्रदान करील.

परंतु कलम ६ च्या पोटकलम (१) अन्वये आणि कलम ७ च्या पोटकलमे (१) व (५) या अन्वये विहित केलेली फी वाजवी असेल अशी कोणतीही फी, ज्या व्यक्ती दारिद्र्यरेषेखाली आहेत असे समुचित शासनाकडून निर्धारीत करण्यात येईल अशा व्यक्तींकडून आकारण्यात येणार नाही.

६) पोटकलम (५) मध्ये काहीही अंतर्भूत असले तरी, जर सार्वजनिक प्राधिकरणाने पोटकलम (१) मध्ये विनिर्दिष्ट केलेल्या कालमर्यादेचे पालन करण्यात कसूर केली असेल तर, माहिती मिळण्याची विनंती करणाऱ्या व्यक्तीस, ती माहिती मोफत देण्यात येईल.

७) पोटकलम (१) अन्वये कोणताही निर्णय घेण्यापूर्वी, यथास्थिति केंद्रीय जन माहिती अधिकारी, किंवा राज्य जन माहिती अधिकारी, त्रयस्थ पक्षाने कलम ११ अन्वये केलेले निवेदन विचारात घेईल.

८) जेव्हा पोटकलम (१) अन्वये विनंतीचा अर्ज फेटाळण्यात आला असेल त्याबाबतीत, यथास्थिति केंद्रीय जन माहिती अधिकारी, किंवा राज्य जन-माहिती अधिकारी, माहिती मिळण्याची विनंती करण्याऱ्या व्यक्तीस :

(एक) असा विनंती अर्ज फेटाळण्याची कारणे

(दोन) ज्या कालावधीत तसा विनंतीचा अर्ज फेटाळण्याच्या विरोधात अपील करता येईल तो कालावधी, आणि

(तीन) अपील प्राधिकरणाचा तपशील कळवील.

९) सार्वजनिक प्राधिकरणाची साधनसामग्री या कामासाठी प्रमाणाबाहेर वळवावी लागत नसल्यास, किंवा प्रस्तुत अभिलेख सुरक्षित ठेवण्याच्या किंवा जतन करण्याच्या दृष्टीने हानिकारक नसल्यास, माहिती ज्या स्वरूपात मागण्यात आली असेल त्याच स्वरूपात ती सर्वसाधारणपणे, पुरविण्यात येईल.

८. माहिती प्रकट करण्याबाबत अपवाद

१) या अधिनियमात काहीही अंतर्भूत असले तरी, कोणत्याही नागरिकास पुढील माहिती पुरविण्याचे आबंधन असणार नाही.

क) जी माहिती उघड केल्याने भारताच्या सार्वभौमत्वास किंवा एकात्मतेला, राज्याच्या सुरक्षेला, युद्धतंत्रविषयक, वैज्ञानिक किंवा आर्थिक हितसंबंधांना, परकीय राज्यांबरोबरच्या संबंधांना बाधा पोहोचेल किंवा अपराधाला चिथावणी मिळेल अशी माहिती.

ख) कोणत्याही न्यायालयाने किंवा न्यायाधिकरणाने जी प्रकाशित करण्यास स्पष्टपणे मनाई केली आहे किंवा जी उघड केल्यामुळे न्यायालयाचा अवमान होऊ शकेल अशी माहिती.

ग) जी उघड केल्याने संसदेच्या किंवा राज्य विधानमंडळाच्या विशेषाधिकाराचा भंग होईल अशी माहिती.

घ) वाणिज्य क्षेत्रातील विश्वासार्हता व्यावसायिक गुपिते किंवा बौद्धिक संपदा यांचा समावेश असलेली जी माहिती प्रकट करणे व्यापक लोकहिताच्या दृष्टीने आवश्यक आहे, अशी सक्षम प्राधिकाऱ्याची खात्री पटली असेल त्या माहिती-व्यतिरिक्त, जी प्रकट केल्याने त्रयस्थ पक्षाच्या स्पर्धात्मक स्थानाला हानी पोहोचेल, अशी माहिती.

ड) जी माहिती प्रकट करणे व्यापक लोकहिताच्या दृष्टीने प्रकट करणे आवश्यक आहे अशी सक्षम प्राधिकाऱ्याची खात्री पटली असेल त्या माहितीव्यतिरिक्त, एखाद्या व्यक्तीच्या विश्वासाश्रित संबंधामुळे तिला उपलब्ध असणारी माहिती.

च) विदेशी शासनाकडून विश्वासपूर्वक मिळालेली माहिती.

छ) जी प्रकट केल्याने कोणत्याही व्यक्तीच्या जीवितास किंवा शारीरिक सुरक्षितेस धोका निर्माण होईल अथवा कायद्याची अंमलबजावणी करण्यासाठी किंवा सुरक्षाप्रयोजनासाठी विश्वासपूर्वक दिलेल्या माहितीचा स्रोत किंवा केलेले साहाय्य ओळखता येईल; अशी माहिती.

ज) ज्या माहितीमुळे अपराध्यांचा तपास करणे किंवा त्यांना अटक करणे किंवा त्याच्यावर खटला दाखल करणे या प्रक्रियांमध्ये अडथळा येईल अशी माहिती

झ) मंत्रिमंडळाची कागदपत्रे तसेच, मंत्रिपरिषद, सचिव व इतर अधिकारी यांच्या विचारविमर्शाचे अभिलेख.

परंतु मंत्रिपरिषदेचे निर्णय, किंवा कारणे आणि ज्या आधारावर ते निर्णय घेण्यात आले होते ती सामग्री, निर्णय घेतल्यानंतर आणि ते प्रकरण पूर्ण झाल्यावर किंवा समाप्त झाल्यावर जाहीर करण्यात येईल. परंतु आणखी असे की, या कलमामध्ये विनिर्दिष्ट करण्यात आलेल्या अपवादांतर्गत असणाऱ्या बाबी प्रकट करण्यात येणार नाहीत.

त्र) जी माहिती प्रकट करणे हे व्यापक लोकहिताच्या दृष्टीने आवश्यक आहे अशी यथास्थिति, केंद्रीय जन माहिती अधिकाऱ्याची,

किंवा राज्य जन माहिती अधिकाऱ्याची किंवा यथास्थिति अपील अधिकाऱ्याची खात्री पटली असेल, ती खेरीज करून, ती प्रकट करण्याच्या कोणत्याही सार्वजनिक कामकाजाशी किंवा हितसंबंधाशी काहीही संबंध नाही किंवा जी व्यक्तीच्या खासगी बाबीत आगंतुक हस्तक्षेप करील, ती अशी वैयक्तिक तपशिलासंबंधातील माहिती :

२) शासकीय गुपिते अधिनियम, १९२३ (१९२३ चा १९) किंवा पोटकलम (१) अनुसार अनुज्ञेय असलेले कोणतेही अपवाद यांमध्ये काहीही अंतर्भूत असले तरीही, माहिती प्रकट केल्याने साध्य होणारे लोकहित हे संरक्षित हितसंबंधास होणाऱ्या हानीपेक्षा अधिक असेल तर, सार्वजनिक प्राधिकरण, ती माहिती पाहण्यास परवानगी देऊ शकेल.

३) पोटकलम (१) च्या खंड (क), (ग) आणि (झ) च्या तरतुदींना अधीन राहून कलम ६ अन्वये ज्या दिनांकास विनंती केली असेल त्या दिनांकापासून वीस वर्षांपूर्वी झाली असेल, उद्भवली असेल किंवा घडली असेल अशी कोणतीही घटना, प्रसंग किंवा बाब यासंबंधातील कोणतीही माहिती ही कोणत्याही व्यक्तीस, त्या कलमान्वये विनंती करण्यात आल्यावर पुरविण्यात येईल ; परंतु वीस वर्षांच्या उक्त कालावधीची संगणना ज्यापासून करावयाची त्या दिनांकासंबंधात कोणताही प्रश्न उपस्थित झाल्यास, या अधिनियमातील तरतूद केलेल्या सर्वसाधारण अपिलांना अधीन राहून, केंद्र सरकारचा निर्णय अंतिम असेल.

९. विवक्षित प्रकरणात माहिती देण्यास नकार देण्याची कारणे

एखादी माहिती पुरविण्याच्या विनंतीमुळे जर, राज्याव्यतिरिक्त अन्य एखाद्या व्यक्तीच्या कॉपीराइटचे उल्लंघन होत असेल तर कलम ८ च्या तरतुदींना बाधा न येऊ

देता, यथास्थिति केंद्रीय जन माहिती अधिकारी, किंवा राज्य जन माहिती अधिकाऱ्यास अशी माहिती पुरविण्याची विनंती नाकारता येईल.

१०. पृथक्करणीयता

१) जी माहिती मिळण्यासाठी विनंती करण्यात आली आहे ती माहिती, जी प्रकट करण्याबाबत अपवाद केला होता अशा माहितीशी संबंधित असल्याच्या कारणास्तव नाकारण्यात आली असेल तेव्हा, या अधिनियमामध्ये काहीही अंतर्भूत असले तरी, या अधिनियमान्वये प्रकट करण्याबाबत अपवाद केलेल्या कोणत्याही माहितीचा ज्यात अंतर्भाव नसेल आणि अपवाद केलेल्या माहितीचा समावेश असलेल्या कोणत्याही भागापासून तो व्यवस्थितपणे पृथक करता येत असेल, अशा अभिलेखाचा भाग पुरविण्यात येईल.

२) पोटकलम (१) अन्वये अभिलेखाच्या एखाद्या भागातील माहिती देण्यात आली असेल अशा प्रकरणात, केंद्रीय जन माहिती अधिकारी, किंवा यथास्थिति राज्य जन माहिती अधिकारी, अर्जदारास,

क) मागणी करण्यात आलेल्या अभिलेखापैकी जी प्रकट करण्याबाबत अपवाद करण्यात आला आहे अशी माहिती अंतर्भूत असणारा अभिलेख पृथक केल्यानंतरचा उर्वरित भाग पुरविण्यात येत असल्याची;

ख) वस्तुस्थितीसंबंधातील कोणत्याही महत्त्वपूर्ण प्रश्नांवरील कोणत्याही निष्कर्षासह; ते निष्कर्ष ज्या सामग्रीवर आधारले होते त्या सामग्रीचा निर्देश करून निर्णयाच्या कारणांची;

ग) निर्णय देणाऱ्या व्यक्तीचे नाव आणि पदनाम यांची.

घ) त्याने किंवा तिने परिगणना केलेल्या फीचा तपशील आणि अर्जदारांनी जमा करणे आवश्यक असलेली फीची रक्कम यांची; आणि

ड) माहितीचा भाग प्रकट न करण्यासंबंधातील निर्णयाचे पुनर्विलोकन करण्याच्या बाबतीतील, त्याचे किंवा तिचे हक्क, कलम १९ च्या पोटकलम (१) अन्वये किंवा केंद्रीय माहिती आयोगाकडून किंवा यथास्थिति राज्य माहिती आयोगाकडून विनिर्दिष्ट करण्यात आलेल्या वरिष्ठ अधिकाऱ्याचा तपशील, कालमर्यादा, प्रक्रिया आणि माहिती पुरविण्याचा इतर कोणताही प्रकार यांसह आकारलेल्या फीची रक्कम किंवा माहिती पुरविण्याचा प्रकार यांची; माहिती देणारी नोटीस देईल.

११. त्रयस्थ पक्षाची माहिती

१) या अधिनियमान्वये केलेल्या विनंतीवरून जेव्हा यथास्थिति एखाद्या केंद्रीय जन माहिती अधिकाऱ्यास किंवा राज्य जन माहिती अधिकाऱ्यास, त्रयस्थ पक्षाशी संबंधित असलेली किंवा त्यांच्याकडून पुरविण्यात आलेली आणि त्या त्रयस्थ पक्षाकडून गोपनीय समजली जाणारी कोणतीही माहिती किंवा अभिलेख त्याचा भाग पुरवावयाचा असेल तेव्हा, यथास्थिति केंद्रीय जन माहिती अधिकारी, किंवा राज्य जन माहिती अधिकारी अशी विनंती करण्यात आल्यापासून पाच दिवसांच्या आत त्या विनंतीबाबत आणि यथास्थिति केंद्रीय जन माहिती अधिकारी, किंवा राज्य जन माहिती अधिकारी ती माहिती किंवा त्याचा भाग, प्रकट करण्यास इच्छुक असल्याबाबत लेखी नोटीस अशा त्रयस्थ पक्षास देईल, आणि त्रयस्थ पक्षाला अशी माहिती प्रकट करावी किंवा कसे, या संबंधात लेखी किंवा मौखिक निवेदन सादर करण्यासाठी, आमंत्रित करील आणि माहिती प्रकट करण्याचा निर्णय घेताना त्रयस्थ पक्षाचे असे निवेदन विचारात घेण्यात येईल.

परंतु कायद्याने संरक्षण दिलेल्या व्यावसायिक किंवा वाणिज्यिक गुपितांच्या बाबतीत असेल ते खेरीज करून, जर लोकहितार्थ अशी माहिती प्रकट करणे हे अशा त्रयस्थ पक्षाच्या हिताला होणारी कोणतीही संभाव्य हानी किंवा क्षती यापेक्षा अधिक महत्त्वाचे असेल तर, ती माहिती प्रकट करण्याची परवानगी असेल.

२) केंद्रीय जन माहिती अधिकाऱ्याकडून, किंवा राज्य जन माहिती अधिकाऱ्याकडून कोणत्याही माहितीच्या किंवा अभिलेखाच्या किंवा त्याच्या भागाच्या संबंधात, पोटकलम (१) अन्वये त्रयस्थ पक्षावर नोटीस बजावण्यात आली असेल अशा बाबतीत अशी नोटीस मिळाल्याच्या दिनांकापासून १० दिवसांच्या आत प्रस्तावित माहिती प्रकट करण्याविषयी निवेदन करण्याची त्रयस्थ पक्षास संधी देण्यात येईल.

३) कलम ७ मध्ये काहीही अंतर्भूत असले तरी, यथास्थिति केंद्रीय जन माहिती अधिकारी, किंवा राज्य जन माहिती अधिकारी कलम ६ अन्वये केलेल्या विनंतीचा अर्ज मिळाल्यानंतर चाळीस दिवसांच्या आत पोटकलम (२) अन्वये निवेदन करण्याची त्रयस्थ पक्षास संधी देण्यात आलेली असल्यास, ती माहिती किंवा अभिलेख किंवा त्याचा भाग प्रकट करावा किंवा करू नये, याबाबत निर्णय घेईल आणि त्याच्या निर्णयाची लेखी नोटीस त्रयस्थ पक्षास देईल.

४) पोटकलम (३) अन्वये दिलेल्या नोटिसीत, ज्याला नोटीस देण्यात आली असेल असा त्रयस्थ पक्ष, त्या निर्णयाविरुद्ध कलम १९ अन्वये अपील दाखल करण्यास हक्कदार असेल, या विधानाचा समावेश असेल.

केंद्रीय माहिती आयोग

१२. केंद्रीय माहिती आयोग घटित करणे

१) केंद्र सरकार, राजपत्रातील अधिसूनचेद्वारे, 'केंद्रीय माहिती आयोग' या नावाने ओळखला जाणारा निकाय, या अधिनियमान्वये त्यास प्रदान करण्यात आलेल्या अधिकारांचा वापर करण्यासाठी व त्याला नेमून दिलेली कार्ये पार पाडण्यासाठी घटित करील.

२) केंद्रीय माहिती आयोग पुढील व्यक्तींचा मिळून बनलेला असेल.

क) मुख्य माहिती आयुक्त आणि

ख) आवश्यक वाटतील त्याप्रमाणे १० पेक्षा अधिक नसतील इतके केंद्रीय माहिती-आयुक्त

३) मुख्य माहिती आयुक्तांची व माहिती आयुक्तांची नियुक्ती, राष्ट्रपती पुढील व्यक्तींची मिळून बनलेल्या समितीच्या शिफारशीनुसार करील.

एक) प्रधानमंत्री जी या समितीची अध्यक्षपदीय व्यक्ती असेल

दोन) लोकसभेतील विरोधी पक्षनेता, आणि

तीन) प्रधानमंत्र्याने नामनिर्देशित करावयाचा एक केंद्रीय कॅबिनेट मंत्री

स्पष्टीकरण : शंकानिरसनार्थ, याद्वारे असे घोषित करण्यात येते की, लोकसभेतील विरोधी पक्षनेता म्हणून एखाद्या व्यक्तीला मान्यता देण्यात आली नसेल त्याबाबतीत, लोकसभेतील, सरकारच्या विरोधी पक्षातील सर्वात मोठ्या गटाच्या नेत्यास विरोधी पक्षनेता मानण्यात येईल.

४) केंद्रीय माहिती आयोगाच्या कामकाजाचे सर्वसाधारण अधीक्षण, संचालन आणि व्यवस्थापन हे मुख्य माहिती आयुक्ताकडे निहित असेल व त्याला माहिती आयुक्त साहाय्य करतील आणि केंद्रीय माहिती आयोगाला या अधिनियमाखालील कोणत्याही इतर प्राधिकरणांच्या निदेशांना अधीन न राहता, स्वायत्तपणे वापरता येतील असे सर्व अधिकार त्यास वापरता येतील आणि करता येत असतील अशा सर्व कृती व गोष्टी त्यास करता येतील.

५) मुख्य माहिती आयुक्त आणि माहिती आयुक्त हे कायदा, विज्ञान व तंत्रज्ञान, समाजसेवा, व्यवस्थापन, पत्रकारिता, जनसंपर्क माध्यम किंवा प्रशासन आणि शासन या विषयांचे व्यापक ज्ञान व अनुभव असलेल्या, सार्वजनिक जीवनातील प्रख्यात व्यक्ती असतील.

६) मुख्य माहिती आयुक्त किंवा कोणताही माहिती आयुक्त हा यथास्थिति संसदेचा सदस्य किंवा कोणत्याही राज्याच्या किंवा संघ राज्यक्षेत्राच्या विधानमंडळाचा सदस्य असणार नाही, किंवा इतर कोणतेही लाभपद धारण करणार नाही किंवा कोणत्याही राजकीय पक्षाशी संबंधित असणार नाही किंवा कोणताही उद्योगधंदा अथवा व्यवसाय करणार नाही.

७) केंद्रीय माहिती आयोगाचे मुख्यालय दिल्ली येथे असेल आणि केंद्रीय माहिती आयोगास, केंद्र सरकारच्या पूर्वमान्यतेने, भारतात अन्य ठिकाणी कार्यालये स्थापन करता येतील.

१३. पदावधी व सेवेच्या शर्ती

१) मुख्य माहिती आयुक्त ज्या दिनांकास आपले पद धारण करील त्या दिनांकापासून पाच वर्षांच्या कालावधीसपाठी ते पद धारण करील, आणि तो पुनर्नियुक्तीस पात्र असणार नाहीः
परंतु कोणताही मुख्य माहिती आयुक्त, त्याच्या वयाची पासष्ट वर्षे पूर्ण झाल्यानंतर ते पद धारण करणार नाही.

२) प्रत्येक माहिती आयुक्त, ज्या दिनांकास आपले पद धारण करील त्या दिनांकापासून पाच वर्षांच्या कालावधीपर्यंत किंवा त्याच्या वयाची पासष्ट वर्षे पूर्ण होईपर्यंत यापैकी जे अगोदर घडेल तोपर्यंत आपले पद धारण करील आणि तो असा माहिती आयुक्त म्हणून पुनर्नियुक्तीस पात्र असणार नाही.
परंतु प्रत्येक माहिती आयुक्त, या पोटकलमान्वये आपले पद रिक्त केल्यानंतर कलम १२ च्या पोटकलम (३) मध्ये विनिर्दिष्ट केलेल्या रीतीने मुख्य माहिती आयुक्त म्हणून नियुक्त केला जाण्यास पात्र असेल.
परंतु आणखी असे की, माहिती आयुक्ताची मुख्य माहिती आयुक्त म्हणून नियुक्ती झाली असेल त्याबाबतीत, माहिती आयुक्त आणि मुख्य माहिती आयुक्त म्हणून होणारा त्याचा एकूण पदावधी पाच वर्षांहून अधिक असणार नाही.

३) मुख्य माहिती आयुक्त किंवा एखादा माहिती आयुक्त, आपले पद ग्रहण करण्यापूर्वी, राष्ट्रपतीच्या समक्ष किंवा त्यासंदर्भात त्याने नियुक्त केलेल्या इतर कोणत्याही व्यक्तीच्या समक्ष, पहिल्या अनुसूचीत त्या प्रयोजनार्थ दिलेल्या नमुन्यानुसार शपथ किंवा प्रतिज्ञा घेईल.

४) मुख्य माहिती आयुक्तास किंवा माहिती आयुक्तास, कोणत्याही वेळी राष्ट्रपतीस उद्देशून आपल्या स्वाक्षरीचे पत्र लिहून आपल्या पदाचा लेखी राजीनामा देता येईल.

परंतु मुख्य माहिती आयुक्तास किंवा माहिती आयुक्तास कलम १४ अन्वये विनिर्दिष्ट केलेल्या रीतीने पदावरून दूर करता येईल.

५) देय असलेले वेतन व भत्ते आणि सेवेच्या इतर अटी व शर्ती या अशा आहेत-

क) मुख्य माहिती आयुक्ताच्या बाबतीत मुख्य निवडणूक आयुक्ताप्रमाणे असतील.

ख) माहिती आयुक्ताच्या बाबतीत निवडणूक आयुक्ताप्रमाणे असतील.

परंतु मुख्य माहिती आयुक्त किंवा माहिती आयुक्त हा, त्याच्या नियुक्तीच्या वेळी, भारत सरकारच्या किंवा राज्य सरकारच्या अधीन असलेल्या कोणत्याही पूर्वोक्त सेवेच्या संबंधात, विकलांगता किंवा जखम निवृत्तिवेतनाव्यतिरिक्त अन्य निवृत्तिवेतन घेत असेल तर, मुख्य माहिती आयुक्त किंवा माहिती आयुक्त म्हणून असलेल्या सेवेच्या संबंधातील त्याच्या वेतनातून, सेवानिवृत्ती-उपदानाच्या रकमेएवढे निवृत्तिवेतन वगळून अंशराशीतून निवृत्तिवेतनाचा कोणताही भाग व इतर स्वरूपातील सेवानिवृत्ती-लाभ यांची मिळून होणारी निवृत्तिवेतनाची एकूण रक्कम कमी करण्यात येईल.

परंतु आणखी असे की, मुख्य माहिती आयुक्तास किंवा माहिती आयुक्तास, त्याच्या नियुक्तीच्या वेळी, कोणत्याही केंद्रीय अधिनियमाद्वारे किंवा तदन्वये किंवा राज्य अधिनियमाद्वारे किंवा तदन्वये स्थापन केलेल्या महामंडळात किंवा केंद्र सरकारच्या किंवा राज्यशासनाच्या मालकीच्या किंवा त्याच्या नियंत्रणाखालील शासकीय कंपनीत केलेल्या आधीच्या कोणत्याही सेवेच्या संबंधातील सेवानिवृत्ती लाभ मिळत असतील तर, मुख्य माहिती आयुक्त किंवा माहिती आयुक्त म्हणून केलेल्या सेवेच्या संबंधातील त्याच्या वेतनातून, सेवानिवृत्ती-लाभाइतकी निवृत्तिवेतनाची रक्कम कमी करण्यात येईल.

परंतु तसेच, मुख्य माहिती आयुक्तांचे व माहिती आयुक्तांचे वेतन, भत्ते व सेवेच्या इतर शर्ती यांमध्ये, त्यांच्या नियुक्तीनंतर त्यांना अहितकारक असतील असे बदल करण्यात येणार नाहीत.

६) केंद्र सरकार, मुख्य माहिती आयुक्तास व माहिती आयुक्तांना या अधिनियमाखालील त्यांची कार्ये प्रभावीपणे पार पाडण्यासाठी आवश्यक असतील इतक्या अधिकाऱ्यांना व कर्मचाऱ्यांच्या सेवा पुरवील आणि या अधिनियमाच्या प्रयोजनार्थ नियुक्त केलेले अधिकारी व इतर कर्मचारी यांना देय असलेले वेतन व भत्ते व त्यांच्या सेवेच्या अटी व शर्ती विहित करण्यात येतील अशा असतील.

१४. मुख्य माहिती आयुक्तास किंवा माहिती आयुक्तांना पदावरून दूर करणे

१) पोटकलम (३) च्या तरतुदीच्या अधीन राहून मुख्य माहिती आयुक्त किंवा

कोणताही माहिती आयुक्त यांच्या बाबतीत, राष्ट्रपतीने सर्वोच्च न्यायालयाकडे निर्देश केल्यावरून न्यायालयाने चौकशीअंती, यथास्थिति, मुख्य माहिती आयुक्तांच्या , कोणत्याही माहिती आयुक्ताच्या शाबीत झालेल्या गैरवर्तनाच्या किंवा असमर्थतेच्या कारणास्तव त्यास पदावरून दूर केले पाहिजे असा अभिप्राय दिल्यानंतर राष्ट्रपतींच्या आदेशाद्वारे केवळ, अशा कारणास्तव, त्याला त्याच्या पदावरून दूर करण्यात येईल.

२) ज्याच्या बाबतीत पोट कलम (१) अन्वये सर्वोच्च न्यायालयाकडे निर्देश करण्यात आला आहे अशा मुख्य माहिती आयुक्तास किंवा माहिती आयुक्तास, राष्ट्रपती अशा निर्देशावर सर्वोच्च न्यायालयाकडून अभिप्राय प्राप्त होऊन आपल्याकडून आदेश दिला जाईपर्यंत पदावरून निलंबित करू शकेल आणि आवश्यक वाटल्यास चौकशी चालू असताना त्यास कार्यालयात उपस्थित राहण्यास मनाईदेखील करू शकेल.

३) पोटकलम (१) मध्ये काहीही अंतर्भूत असले तरी यथास्थिति, मुख्य माहिती आयुक्तास, किंवा माहिती आयुक्तास जर;

क) नादार म्हणून ठरविण्यात आले असेल तर किंवा

ख) राष्ट्रपतींच्या मते, ज्यात नैतिक अधःपतनाचा अंतर्भाव आहे अशा एखाद्या अपराधाबद्दल दोषी ठरविले असेल तर; किंवा

ग) तो आपल्या पदावधीत आपल्या पदाच्या कर्तव्यांव्यतिरीक्त इतर कोणतेही काम सवेतन करीत असेल तर; किंवा

घ) राष्ट्रपतींच्या मते; मानसिक किंवा शारीरिक, विकलतेमुळे त्या पदावर राहण्याचे चालू ठेवण्यास तो अपात्र असेल तर;
किंवा

ङ) मुख्य माहिती आयुक्त किंवा माहिती आयुक्त म्हणून कार्य करण्यात बाधा आणू शकतील असे त्याचे आर्थिक किंवा इतर हितसंबंध असतील तर, राष्ट्रपतीस, आदेशाद्वारे, त्याला त्याच्या पदावरून दूर करता येईल.

४) मुख्य माहिती आयुक्त किंवा माहिती आयुक्त, एखाद्या विधिसंस्थापित कंपनीचा सदस्य म्हणून नव्हे तर अन्य कोणत्याही प्रकारे, त्या कंपनीच्या अन्य सदस्यास सामाईकपणे जर भारत सरकारने अथवा त्याच्या वतीने केलेल्या कोणत्याही संविदेशी किंवा कराराशी कोणत्याही रीतीने संबंधित किंवा हितसंबंधित असेल किंवा त्याच्या नफ्यात किंवा त्यामधून उद्‌भवणाऱ्या कोणत्याही लाभात किंवा वित्तलब्धीत कोणत्याही रीतीने सहभागी झाला असेल तर तो पोटकलम (१) च्या प्रयोजनासाठी गैरवर्तणुकीबद्दल दोषी असल्याचे मानले जाईल.

राज्य माहिती आयोग

१५. राज्य माहिती आयोग घटित करणे

१) राज्य शासन राजपत्रातील अधिसूचनेद्वारे,(राज्याचे नाव) 'केंद्रीय माहिती आयोग' या नावाने ओळखला जाणारा निकाय, या अधिनियमान्वये त्यास प्रदान करण्यात आलेल्या अधिकारांचा वापर करण्यासाठी व त्याला नेमून दिलेली कार्ये पार पाडण्यासाठी घटित करील.

२) राज्य माहिती आयोग पुढील व्यक्तींचा मिळून बनलेला असेल

क) राज्य मुख्य माहिती आयुक्त आणि

ख) आवश्यक असतील त्याप्रमाणे १० पेक्षा अधिक नसतील इतके राज्य माहितीआयुक्त

३) राज्य मुख्य माहिती आयुक्तांची व राज्य माहिती आयुक्तांची नियुक्ती, राज्यपाल पुढील व्यक्तींची मिळून बनलेल्या समितीच्या शिफारशीनुसार करील.

एक) मुख्यमंत्री जी या समितीची अध्यक्षपदीय व्यक्ती असेल

दोन) विधानसभेतील विरोधी पक्षनेता, आणि

तीन) मुख्यमंत्र्याने नामनिर्देशित करावयाचा एक कॅबिनेट मंत्री

स्पष्टीकरण : शंकानिरसनार्थ, याद्वारे असे घोषित करण्यात येते की, विधानसभेतील विरोधी पक्षनेता म्हणून एखाद्या व्यक्तीला मान्यता देण्यात आली नसेल त्याबाबतीत, विधान सभेतील, सरकारच्या विरोधी पक्षातील सर्वात मोठ्या गटाच्या नेत्यास विरोधी पक्षनेता मानण्यात येईल.

४) राज्य माहिती आयोगाच्या कामकाजाचे सर्वसाधारण अधीक्षण, संचालन आणि व्यवस्थापन हे राज्य मुख्य माहिती आयुक्ताकडे निहित असेल व त्याला राज्य– माहिती आयुक्त साहाय्य करतील आणि राज्य माहिती आयोगाला या अधिनियमाखालील कोणत्याही इतर प्राधिकरणांच्या निदेशांना अधीन न राहता, स्वायत्तपणे वापरता येतील असे सर्व अधिकार त्यास वापरता येतील आणि करता येतील अशा सर्व कृती व गोष्टी त्यास करता येतील.

५) राज्य मुख्य माहिती आयुक्त आणि राज्य माहिती आयुक्त हे कायदा, विज्ञान व तंत्रज्ञान, समाजसेवा, व्यवस्थापन, पत्रकारिता, जनसंपर्कमाध्यम किंवा प्रशासन आणि शासन या विषयांचे व्यापक ज्ञान व अनुभव असलेल्या, सार्वजनिक जीवनातील प्रख्यात व्यक्ती असतील.

६) राज्य मुख्य माहिती आयुक्त किंवा कोणताही राज्य माहिती आयुक्त हा यथास्थिति संसदेचा सदस्य किंवा कोणत्याही राज्याच्या किंवा संघ राज्यक्षेत्राच्या

विधानमंडळाचा सदस्य असणार नाही, किंवा इतर कोणतेही लाभपद धारण करणार नाही किंवा कोणत्याही राजकीय पक्षाशी संबंधित असणार नाही किंवा कोणताही उद्योगधंदा अथवा व्यवसाय करणार नाही.

७) राज्य माहिती आयोगाचे मुख्यालय हे राज्यशासन राजपत्रातील अधिसूचनेद्वारे विनिर्दिष्ट करील अशा ठिकाणी असेल आणि राज्य माहिती आयोगास, राज्य सरकारच्या पूर्वमान्यतेने, राज्यात अन्य ठिकाणी कार्यालये स्थापन करता येतील.

१६. पदावधी व सेवेच्या शर्ती

१) राज्य मुख्य माहिती आयुक्त ज्या दिनांकास आपले पद धारण करील त्या दिनांकापासून पाच वर्षांच्या कालावधीसाठी ते पद धारण करील, आणि तो पुनर्नियुक्तीस पात्र असणार नाही.
परंतु कोणताही राज्य मुख्य माहिती आयुक्त, त्याच्या वयाची पासष्ट वर्षे पूर्ण झाल्यानंतर ते पद धारण करणार नाही.

२) प्रत्येक राज्य माहिती आयुक्त, ज्या दिनांकास आपले पद धारण करील त्या दिनांकापासून पाच वर्षांच्या कालावधीपर्यंत किंवा त्याच्या वयाची पासष्ट वर्षे पूर्ण होईपर्यंत यांपैकी जे अगोदर घडेल तोपर्यंत आपले पद धारण करील आणि तो राज्य माहिती आयुक्त म्हणून पुनर्नियुक्तीस पात्र असणार नाही.
परंतु प्रत्येक राज्य माहिती आयुक्त, या पोटकलमान्वये आपले पद रिक्त केल्यानंतर कलम १५ च्या पोटकलम (३) मध्ये विनिर्दिष्ट केलेल्या रीतीने राज्य मुख्य माहिती आयुक्त म्हणून नियुक्त केला जाण्यास पात्र असेल.
परंतु आणखी असे की, राज्य माहिती आयुक्ताची राज्य मुख्य माहिती आयुक्त म्हणून नियुक्ती झाली असेल त्याबाबतीत, राज्य माहिती आयुक्त आणि राज्य मुख्य माहिती आयुक्त म्हणून होणारा त्याचा एकूण पदावधी पाच वर्षांहून अधिक असणार नाही.

३) राज्य मुख्य माहिती आयुक्त किंवा एखादा राज्य माहिती आयुक्त, आपले पद ग्रहण करण्यापूर्वी, राज्यपालाच्या समक्ष किंवा त्यासंदर्भात त्याने नियुक्त केलेल्या इतर कोणत्याही व्यक्तीच्या समक्ष, पहिल्या अनुसूचीत त्या प्रयोजनार्थ दिलेल्या नमुन्यानुसार शपथ किंवा प्रतिज्ञा घेईल.

४) राज्य मुख्य माहिती आयुक्तास किंवा राज्य माहिती आयुक्तास, कोणत्याही वेळी राज्यपालास उद्देशून आपल्या सहीनिशी पत्र लिहून आपल्या पदाचा लेखी राजीनामा देता येईल.

परंतु राज्य मुख्य माहिती आयुक्तास किंवा राज्य माहिती आयुक्तास कलम १७ अन्वये विनिर्दिष्ट केलेल्या रीतीने पदावरून दूर करता येईल.

५) देय असलेले वेतन व भत्ते आणि सेवेच्या इतर अटी व शर्ती :

क) राज्य मुख्य माहिती आयुक्ताच्या बाबतीत निवडणूक आयुक्ताप्रमाणे असतील ;

ख) राज्य माहिती आयुक्ताच्या बाबतीत राज्य शासनाच्या मुख्य सचिवाप्रमाणे असतील.

परंतु राज्य मुख्य माहिती आयुक्त किंवा राज्य माहिती आयुक्त हा, त्याच्या नियुक्तीच्या वेळी, भारत सरकारच्या किंवा राज्य सरकारच्या अधीन असलेल्या कोणत्याही पूर्वोक्त सेवेच्या संबंधात, विकलांगता किंवा जखम निवृत्तिवेतनाव्यतिरिक्त अन्य निवृत्तिवेतन घेत असेल तर, राज्य मुख्य माहिती आयुक्त किंवा राज्य माहिती आयुक्त म्हणून असलेल्या सेवेच्या संबंधातील त्याच्या वेतनातून, सेवानिवृत्ती-उपदानाच्या रकमेएवढे निवृत्तिवेतन वगळून अंशराशीतून निवृत्तिवेतनाचा कोणताही भाग व इतर स्वरूपातील सेवानिवृत्ती लाभ यांची मिळून होणारी निवृत्तिवेतनाची एकूण रक्कम कमी करण्यात येईल.

परंतु आणखी असे की, राज्य मुख्य माहिती आयुक्तास किंवा राज्य माहिती आयुक्तास, त्याच्या नियुक्तीच्या वेळी, कोणत्याही केंद्रीय अधिनियमाद्वारे किंवा तदन्वये किंवा राज्य अधिनियमाद्वारे किंवा तदन्वये स्थापन केलेल्या महामंडळात किंवा केंद्र-सरकारच्या किंवा राज्यशासनाच्या मालकीच्या किंवा त्याच्या नियंत्रणाखालील शासकीय कंपनीत केलेल्या आधीच्या कोणत्याही सेवेच्या संबंधातील सेवानिवृत्ती लाभ मिळत असतील तर, राज्य मुख्य माहिती आयुक्त किंवा राज्य माहिती आयुक्त म्हणून केलेल्या सेवेच्या संबंधातील त्याच्या वेतनातून, सेवानिवृत्ती लाभांइतकी निवृत्तिवेतनाची रक्कम कमी करण्यात येईल.

परंतु तसेच, राज्य मुख्य माहिती आयुक्तांचे व राज्य माहिती आयुक्तांचे वेतन, भत्ते व सेवेच्या इतर शर्ती यांमध्ये, त्यांच्या नियुक्तीनंतर त्यांना अहितकारक असतील असे बदल करण्यात येणार नाहीत.

६) राज्य शासन, राज्य मुख्य माहिती आयुक्तास व राज्य माहिती आयुक्तांना या अधिनियमाखालील त्यांची कार्ये प्रभावीपणे पार पाडण्यासाठी आवश्यक असतील इतक्या अधिकाऱ्यांना व कर्मचाऱ्यांच्या सेवा पुरवील आणि या अधिनियमाच्या प्रयोजनार्थ नियुक्त केलेले अधिकारी व इतर कर्मचारी यांना देय असलेले वेतन व भत्ते व त्यांच्या सेवेच्या अटी व शर्ती विहित करण्यात येतील अशा असतील.

१७. राज्य मुख्य माहिती आयुक्तास किंवा राज्य माहिती आयुक्तांना पदावरून दूर करणे

१) पोटकलम (३) च्या तरतुदीच्या अधीन राहून राज्य मुख्य माहिती आयुक्ताच्या किंवा राज्य माहिती आयुक्त यांच्या बाबतीत, राज्यपालाने सर्वोच्च न्यायालयाकडे निर्देश केल्यावरून न्यायालयाने चौकशीअंती, यथास्थिति, राज्य मुख्य माहिती-आयुक्तांच्या ,किंवा कोणत्याही राज्य माहिती आयुक्ताच्या शाबीत झालेल्या गैरवर्तनाच्या किंवा असमर्थतेच्या कारणास्तव त्यास पदावरून दूर केले पाहिजे असा अभिप्राय दिल्यानंतर राज्यपालांच्या आदेशाद्वारे केवळ, अशा कारणास्तव, त्याला त्याच्या पदावरून दूर करण्यात येईल.

२) ज्याच्या बाबतीत पोट कलम (१) अन्वये सर्वोच्च न्यायालयाकडे निर्देश करण्यात आला आहे अशा राज्य मुख्य माहिती आयुक्तास किंवा राज्य-माहिती आयुक्तास, राज्यापाल अशा निर्देशावर सर्वोच्च न्यायालयाकडून अभिप्राय प्राप्त होऊन आपल्याकडून आदेश दिला जाईपर्यंत पदावरून निलंबित करू शकेल आणि आवश्यक वाटल्यास चौकशी चालू असताना त्यास कार्यालयात उपस्थित राहण्यास मनाईदेखील करू शकेल.

३) पोटकलम (१) मध्ये काहीही अंतर्भूत असले तरी यथास्थिति, राज्य मुख्य माहिती आयुक्तास, किंवा राज्य माहिती आयुक्तास जर -

क) नादार म्हणून ठरविण्यात आले असेल तर किंवा

ख) राज्यपालाच्या मते, ज्यात नैतिक अधःपतनाचा अंतर्भाव आहे अशा एखाद्या अपराधाबद्दल दोषी ठरला असेल तर -
किंवा

ग) तो आपल्या पदावधीत आपल्या पदाच्या कर्तव्यांव्यतिरिक्त इतर कोणतेही काम सवेतन करीत असेल तर; किंवा

घ) राज्यपालाच्या मते, मानसिक किंवा शारीरिक, विकलतेमुळे त्या पदावर राहण्याचे चालू ठेवण्यास तो अपात्र असेल तर;
किंवा

ड) राज्य मुख्य माहिती आयुक्त किंवा राज्य माहिती आयुक्त म्हणून कार्य करण्यास बाधा आणू शकतील असे त्याचे आर्थिक किंवा इतर हितसंबंध असतील तर, राज्यपालास, आदेशाद्वारे, त्याला त्याच्या पदावरून दूर करता येईल.

४) राज्य मुख्य माहिती आयुक्त किंवा राज्य माहिती आयुक्त, एखाद्या विधिसंस्थापित कंपनीचा सदस्य म्हणून नव्हे तर अन्य कोणत्याही प्रकारे, त्या कंपनीच्या

अन्य सदस्यास सामाईकपणे जर राज्यशासनाने अथवा त्याच्या वतीने केलेल्या कोणत्याही संविदेशी किंवा कराराशी कोणत्याही रीतीने संबंधित किंवा हितसंबंधित असेल किंवा त्याच्या नफ्यात किंवा त्यामधून उद्भवणाऱ्या कोणत्याही लाभात किंवा वित्तलब्धीत कोणत्याही रीतीने सहभागी झाला असेल तर तो पोटकलम (१) च्या प्रयोजनासाठी गैरवर्तणुकीबद्दल दोषी असल्याचे मानले जाईल.

माहिती आयोगांचे अधिकार व कार्ये, अपील व शास्ती
१८. माहिती आयोगांचे अधिकार व कार्ये

१) या अधिनियमाच्या तरतुदींच्या अधीन राहून, पुढील व्यक्तींकडून तक्रार स्वीकारणे व त्याची चौकशी करणे हे यथास्थिति, केंद्रीय माहिती आयोग किंवा राज्य माहिती आयोग यांचे कर्तव्य असेल –

क) एकतर, या अधिनियमानुसार कोणताही असा अधिकारी नियुक्त करण्यात आला नाही या कारणास्तव किंवा केंद्रीय साहाय्यक जन माहिती अधिकारी किंवा यथास्थिति, राज्य साहाय्यक जन माहिती अधिकारी याने, ज्या व्यक्तींचा या अधिनियमान्वये माहितीसाठीचा किंवा अपिलासाठीचा अर्ज, यथास्थिति, केंद्रीय जन माहिती अधिकाऱ्याकडे, राज्य जन माहिती अधिकाऱ्याकडे, कलम १९ च्या पोटकलम (१) मध्ये विनिर्दिष्ट केलेल्या वरिष्ठ अधिकाऱ्याकडे केंद्रीय माहिती आयोगाकडे, किंवा राज्य माहिती आयोगाकडे अग्रेषित करण्यासाठी स्वीकारण्यास नकार दिला असल्याच्या कारणास्तव, यथास्थिति, केंद्रीय जन माहिती अधिकाऱ्याकडे किंवा राज्य जन माहिती अधिकाऱ्याकडे विनंतीचा अर्ज सादर करण्यास जी असमर्थ ठरली असेल अशी व्यक्ती.

ख) या अधिनियमान्वये मागणी करण्यात आलेली कोणतीही माहिती मिळण्यास नकार मिळालेली व्यक्ती.

ग) या अधिनियमान्वये माहितीसाठी किंवा माहिती मिळण्यासाठी केलेल्या मागणीस विनिर्दिष्ट मुदतीत प्रतिसाद न मिळालेली व्यक्ती.

घ) अवाजवी वाटत असलेली फी भरण्यास जिला भाग पाडण्यात आले असेल अशी व्यक्ती.

ड) या अधिनियमान्वये, आपल्याला अपुरी, दिशाभूल करणारी किंवा खोटी माहिती देण्यात आली असे जिला वाटत असेल अशी व्यक्ती; आणि

च) या अधिनियमान्वये अभिलेख मिळविता येण्याच्या किंवा त्यासाठी विनंती करण्याच्या संबंधातील इतर कोणत्याही बाबींविषयी तक्रार करणारी व्यक्ती.

२) एखाद्या प्रकरणामध्ये चौकशी करण्यासाठी वाजवी कारणे आहेत. याबाबत जर, यथास्थिति, केंद्रीय माहिती आयोगाची किंवा राज्य माहिती आयोगाची खात्री झाली असेल तर आयोग त्याबाबतची चौकशी सुरू करील.

३) या कलमान्वये कोणत्याही बाबींची चौकशी करताना, यथास्थिति, केंद्रीय माहिती आयोगाला, १९०८ (१९०८ चा ५) या अन्वये दाव्याची न्यायचौकशी करताना दिवाणी न्यायालयाकडे जे अधिकार निहित करण्यात आलेले आहेत तेच अधिकार असतील :-

क) व्यक्तींना हजर राहण्याबाबत समन्स पाठवून त्यांना हजर करविणे आणि त्यांना शपथेवर तोंडी किंवा लेखी साक्षीपुरावा देण्यास व दस्तऐवज किंवा वस्तू सादर करण्यास भाग पाडणे.

ख) दस्तऐवजांचा शोध घेण्यास आणि पाहणी करण्यास फर्मावणे ;

ग) शपथपत्रावर साक्षीपुरावा घेणे.

घ) कोणत्याही न्यायालयाकडून किंवा कार्यालयाकडून कोणताही शासकीय अभिलेख किंवा त्याच्या प्रती यांची मागणी करणे.

ड) साक्षीदारांची किंवा दस्तऐवजांची तपासणी करण्यासाठी समन्स काढणे आणि

च) विहित करता येईल अशी अन्य कोणतीही बाब.

४) संसदेच्या, किंवा यथास्थिति, राज्य विधानमंडळाच्या अन्य कोणत्याही अधिनियमात विसंगत असे काहीही अंतर्भूत असले तरी, यथास्थिति, केंद्रीय माहिती आयोग, किंवा राज्य माहिती आयोग या अधिनियमान्वये कोणत्याही तक्रारीची चौकशी करताना, सार्वजनिक प्राधिकरणाच्या नियंत्रणाखालील ज्या अभिलेखास हा अधिनियम लागू होतो अशा कोणत्याही अभिलेखाची तपासणी करील, आणि सार्वजनिक प्राधिकरण कोणत्याही कारणास्तव, आयोगापासून असा कोणताही अभिलेख रोखून ठेवणार नाही.

१९. अपील

१) ज्या कोणत्याही व्यक्तीला कलम ७ चे पोटकलम (१) किंवा पोटकलम (३) च्या खंड (क) यामध्ये विनिर्दिष्ट केलेल्या वेळेत निर्णय प्राप्त झाला नसेल, किंवा यथास्थिति, केंद्रीय जन माहिती अधिकारी, किंवा राज्य जन माहिती-अधिकारी यांच्या निर्णयाने जी व्यथित झालेली असेल, अशा कोणत्याही व्यक्तीला अशी मुदत संपल्यापासून किंवा असा निर्णय प्राप्त झाल्यापासून तीस दिवसांच्या आत प्रत्येक सार्वजनिक प्राधिकरणांमधील यथास्थिति, केंद्रीय

जन माहिती अधिकारी, किंवा राज्य जन माहिती अधिकारी यांच्यापेक्षा वरिष्ठ दर्जाच्या अशा अधिकाऱ्याकडे अपील करता येईल.

परंतु अपीलकर्त्याला वेळेत अपील दाखल न करण्यास पुरेसे कारण होते, अशी त्या अधिकाऱ्याची खात्री पटल्यास, त्याला किंवा तिला तीस दिवसांचा कालावधी समाप्त झाल्यानंतर अपील दाखल करून घेता येईल.

२) कलम ११ अन्वये, त्रयस्थ पक्षाची माहिती प्रकट करण्याबाबत, यथास्थिति, केंद्रीय जन माहिती अधिकाऱ्याने किंवा राज्य जन माहिती अधिकाऱ्याने दिलेल्या आदेशाविरुद्ध अपील दाखल करण्यात आलेले असेल अशा प्रकरणात, संबंधित त्रयस्थ पक्षाद्वारे करावयाचे अपील हा आदेशाच्या दिनांकापासून तीस दिवसांच्या आत करण्यात येईल.

३) पोटकलम (१) खालील निर्णयाविरुद्धचे दुसरे अपील, ज्या दिनांकास निर्णय द्यायला हवा होता किंवा प्रत्यक्षात मिळवला होता त्या दिनांकापासून नव्वद दिवसांच्या आत, केंद्रीय माहिती आयोगाकडे किंवा राज्य माहिती आयोगाकडे दाखल करता येईल.

परंतु अपीलकर्त्याला वेळेत अपील दाखल न करण्यास वाजवी कारण होते अशी यथास्थिति, केंद्रीय माहिती आयोगाची, किंवा राज्य माहिती आयोगाची खात्री पटली तर, नव्वद दिवसांचा कालावधी समाप्त झाल्यानंतर त्याला अपील दाखल करून घेता येईल.

४) ज्याच्या संबंधात अपील दाखल करण्यात आले असेल, अशा यथास्थिति, केंद्रीय जन माहिती अधिकाऱ्याचा, किंवा राज्य जन माहिती अधिकाऱ्याचा हा निर्णय हा त्रयस्थ पक्षाच्या माहितीच्या संबंधात असेल तर, यथास्थिति, केंद्रीय माहिती आयोग किंवा राज्य शासकीय माहिती आयोग त्या त्रयस्थ पक्षाला, आपले म्हणणे मांडण्याची वाजवी संधी देईल.

५) कोणत्याही अपील कार्यवाहीमध्ये विनंती नाकारणे हे समर्थनीय होते हे सिद्ध करण्याचा भार, ज्याने विनंती नाकारली होती त्या, यथास्थिति, केंद्रीय जन– माहिती अधिकाऱ्यावर, किंवा राज्य जन माहिती अधिकाऱ्यावर असेल,

६) पोटकलम (१) किंवा पोटकलम (२) अन्वये केलेले अपील, ते मिळाल्याच्या दिनांकापासून यथास्थिति, तीस दिवसांच्या आत, किंवा ते दाखल केल्याच्या दिनांकापासून एकूण पंचेचाळीस दिवसांपेक्षा अधिक होणार नाही अशा वाढविलेल्या कालावधीच्या आत, कारणे लेखी नमूद करून, निकालात काढण्यात येईल.

७) केंद्रीय माहिती आयोगाचा, किंवा यथास्थिति, राज्य माहिती आयोगाचा निर्णय बंधनकारक असेल.

८) केंद्रीय माहिती आयोगास किंवा यथास्थिति, राज्य माहिती आयोगास, आपल्या निर्णयप्रक्रियेत पुढील अधिकार असतील -

क) या अधिनियमाच्या तरतुदीचे अनुपालन करणे सुनिश्चित करण्यासाठी आवश्यक असतील अशा उपाययोजना करण्यास सार्वजनिक प्राधिकरणाला फर्माविणे, ज्यामध्ये पुढील गोष्टींचाही समावेश असेल-

एक) एखाद्या विशिष्ट स्वरूपात माहिती मिळण्याची विनंती केली असल्यास त्या स्वरूपात माहिती पुरविणे.

दोन) केंद्रीय जन माहिती अधिकाऱ्याची, किंवा यथास्थिति, राज्य जन माहिती अधिकाऱ्याची नियुक्ती करणे.

तीन) विवक्षित माहिती किंवा माहितीचे प्रवर्ग प्रसिद्ध करणे.

चार) अभिलेख ठेवणे, त्याचे व्यवस्थापन करणे व तो नष्ट करणे या संबंधातील त्याच्या पद्धतीत आवश्यक ते बदल करणे.

पाच) त्याच्या अधिकाऱ्यांना माहितीच्या अधिकाराचे प्रशिक्षण देण्याच्या तरतुदीत वाढ करणे.

सहा) कलम ४ च्या पोटकलम (१) च्या खंड (ख) चे अनुपालन करून आयोगाला वार्षिक अहवाल सादर करणे.

ख) कोणत्याही नुकसानीबद्दल किंवा झालेल्या अन्य हानीबद्दल भरपाई देण्यासाठी सार्वजनिक प्राधिकरणाला फर्मावणे.

ग) या अधिनियमामध्ये तरतूद केलेली कोणतीही शास्ती लादणे.

घ) अर्ज फेटाळणे

९) केंद्रीय माहिती आयोग, किंवा यथास्थिति, राज्य माहिती आयोग तक्रारदाराला व सार्वजनिक प्राधिकरणाला आपल्या निर्णयाबाबत तसेच अपिलाच्या कोणत्याही हक्काबाबत कळवील.

१०) केंद्रीय माहिती आयोग, किंवा यथास्थिति, राज्य माहिती आयोग, विहित करण्यात येईल अशा कार्यपद्धतीनुसार, अपिलावर निर्णय देईल.

२०. शास्ती

१) केंद्रीय माहिती आयोगाने, किंवा यथास्थिति, राज्य माहिती आयोगाने कोणत्याही तक्रारीवर किंवा अपिलावर निर्णय देतेवेळी, यथास्थिति, केंद्रीय जन माहिती-अधिकाऱ्याने, किंवा राज्य माहिती जन अधिकाऱ्याने कोणत्याही वाजवी

कारणाशिवाय, माहिती मिळण्याबाबतचा अर्ज स्वीकारण्यास नकार दिला आहे किंवा कलम ७ च्या पोटकलम (१) अन्वये विनिर्दिष्ट केलेल्या वेळेत माहिती सादर केलेली नाही, किंवा जाणूनबुजून चुकीची, अपूर्ण किंवा दिशाभूल करणारी माहिती दिलेली आहे, किंवा मागितलेली माहिती नष्ट केलेली आहे, किंवा माहिती सादर करण्यात कोणत्याही प्रकारे अडथळा आणला आहे, असे आयोगाचे मत झाले असेल तर तो अर्ज स्वीकारण्यापर्यंत किंवा माहिती देईपर्यंत प्रत्येक दिवसाला रुपये दोनशे पन्नास इतकी शास्ती लागेल. तथापि, अशा शास्तीची एकूण रक्कम पंचवीस हजार रुपयांपेक्षा अधिक असणार नाही.

परंतु केंद्रीय जन माहिती अधिकाऱ्यास किंवा यथास्थिति, राज्य माहिती-जन अधिकाऱ्यास, त्याच्यावर कोणतीही शास्ती लादण्यापूर्वी आपले म्हणणे मांडण्याची वाजवी संधी देण्यात येईल.

परंतु आणखी असे की, त्याने केलेली कृती ही वाजवी होती हे शाबीत करण्याची जबाबदारी, यथास्थिति, केंद्रीय जन माहिती अधिकाऱ्यावर किंवा राज्य जन माहिती अधिकाऱ्यावर असेल.

२) केंद्रीय माहिती आयोगाचे, किंवा यथास्थिति, राज्य माहिती आयोगाचे, कोणत्याही तक्रारीवर किंवा अपिलावर निर्णय देतेवेळी, जर असे मत झाले असेल की, यथास्थिति, केंद्रीय जन माहिती अधिकाऱ्याने, किवा राज्य जन-माहिती अधिकाऱ्याने कोणत्याही वाजवी कारणाशिवाय आणि सातत्याने, माहिती मिळण्याबाबतचा अर्ज स्वीकारण्यात कसूर केली आहे किंवा कलम ७ च्या पोटकलम (१) अन्वये विनिर्दिष्ट केलेल्या वेळेत, माहिती सादर केलेली नाही, किंवा माहिती मिळविण्याची विनंती दुष्ट हेतूने नाकारलेली आहे किंवा जाणूनबुजून चुकीची, अपूर्ण किंवा दिशाभूल करणारी माहिती दिलेली आहे, किंवा मागितलेली माहिती नष्ट केलेली आहे, किंवा माहिती सादर करण्यात कोणत्याही प्रकारे अडथळा आणला आहे तर, आयोग, यथास्थिति, केंद्रीय जन माहिती अधिकाऱ्याविरुद्ध, किंवा राज्य जन माहिती अधिकाऱ्याविरुद्ध त्याला लागू असलेल्या सेवानियमांन्वये शिस्तभंगाच्या कारवाईची शिफारस करील.

संकीर्ण

२१. सद्‌भावनेने केलेल्या कृतीला संरक्षण

या अधिनियमान्वये किंवा त्याखाली केलेल्या कोणत्याही नियमांन्वये सद्‌भावनेने केलेल्या किंवा करण्याचे अभिप्रेत असलेल्या कोणत्याही गोष्टीबद्दल, कोणत्याही

व्यक्तीविरुद्ध कोणताही दावा, खटला किंवा अन्य कायदेशीर कार्यवाही दाखल करण्यात येणार नाही.

२२. अधिनियमाच्या अधिभावी परिणाम असणे

या अधिनियमाच्या तरतुदी, या शासकीय गुपिते अधिनियम, १९२३ (१९२३ चा १९) यामध्ये, त्या त्या वेळी अमलात असलेल्या अन्य कोणत्याही कायद्यामध्ये किंवा या अधिनियमाखेरीज कोणत्याही अन्य कायद्याच्या आधारे अमलात असणाऱ्या कोणत्याही संलेखामध्ये त्याच्याशी विसंगत असे काहीही अंतर्भूत असले तरी, अमलात येतील.

२३. न्यायालयांच्या अधिकारितेस आडकाठी

कोणतेही न्यायालय, या अधिनियमांन्वये दिलेल्या कोणत्याही आदेशाच्या संबंधातील कोणताही दावा, अर्ज किंवा इतर कार्यवाही दाखल करून घेणार नाही आणि या अधिनियमान्वये केलेल्या अपिलाद्वारे असेल त्याखेरीज, असा आदेश प्रश्नास्पद करता येणार नाही.

२४. विविक्षित संघटनांना हा अधिनियम लागू नसणे

१) या अधिनियमात अंतर्भूत असलेली कोणतीही गोष्ट, दुसऱ्या अनुसूचीत विनिर्दिष्ट केलेल्या गुप्तवार्ता व सुरक्षा संघटना यांसारख्या, केंद्र सरकारने स्थापन केलेल्या संघटनांना किंवा अशा संघटनांनी त्या सरकारला सादर केलेल्या कोणत्याही माहितीला, लागू असणार नाही.

परंतु भ्रष्टाचार व मानवी हक्कांचे उल्लंघन यांच्या आरोपांशी संबंधित माहिती या पोटकलमान्वये वगळण्यात येणार नाही.

परंतु आणखी असे की, मागितलेली माहिती ही, मानवी हक्काच्या उल्लंघनाच्या आरोपासंदर्भात असल्यास, ती माहिती केंद्रीय माहिती आयोगाची मान्यता मिळाल्यावरच पुरविण्यात येईल, आणि कलम ७ मध्ये काहीही अंतर्भूत असले तरी, अशा माहिती, विनंतीचा अर्ज मिळाल्याच्या दिनांकापासून पंचेचाळीस दिवसांच्या आत देण्यात येईल.

२) केंद्र सरकारला, राजपत्रातील अधिसूचनेनुसार, त्या सरकारने स्थापन केलेल्या अन्य कोणत्याही गुप्तवार्ता किंवा सुरक्षा संघटनांचा अनुसूचीमध्ये समावेश करून, किंवा त्यामध्ये अगोदरच विनिर्दिष्ट केलेली कोणतीही संघटना त्यामधून वगळून, अनुसूचीमध्ये सुधारणा करता येईल आणि अशी अधिसूचना प्रसिद्ध

झाल्यावर अशी संघटना, यथास्थिति, अनुसूचीमध्ये समाविष्ट असल्याचे किंवा अनुसूचीमधून वगळल्याचे मानले जाईल.

३) पोटकलम (२) अन्वये काढलेली प्रत्येक अधिसूचना, संसदेच्या प्रत्येक सभागृहासमोर ठेवण्यात येईल.

४) अशा गुप्तवार्ता व सुरक्षा संघटना या राज्यशासनाने स्थापन केलेल्या संघटना असल्याचे शासनाने राजपत्रातील अधिसूचनेद्वारे वेळोवेळी विनिर्दिष्ट केलेले असल्यामुळे, या अधिनियमात अंतर्भूत असलेली कोणतीही गोष्ट त्यांना लागू होणार नाही.

परंतु भ्रष्टाचार व मानवी हक्कांचे उल्लंघन यांच्या आरोपाशी संबंधित माहिती या पोटकलमान्वये वगळण्यात येणार नाही.

परंतु आणखी असे की, मागितलेली माहिती ही, मानवी हक्काच्या उल्लंघनाच्या आरोपासंदर्भात असेल तर, अशी माहिती, राज्य माहिती आयोगाची मान्यता मिळाल्यावरच देता येईल आणि कलम ७ मध्ये काहीही अंतर्भूत असले तरी अशी माहिती विनंतीचा अर्ज मिळाल्याच्या दिनांकापासून पंचेचाळीस दिवसांच्या आत देण्यात येईल.

५) पोटकलम (४) अन्वये काढलेली प्रत्येक अधिसूचना राज्य विधानमंडळासमोर ठेवण्यात येईल.

२५. संनियंत्रण करणे व अहवाल देणे

१) केंद्रीय माहिती आयोग किंवा यथास्थिति राज्य माहिती आयोग, व्यवहार्य असेल तितक्या लवकर, प्रत्येक वर्ष समाप्त झाल्यावर या अधिनियमाच्या तरतुदींच्या त्या वर्षातील अंमलबजावणीबाबतचा अहवाल तयार करील व त्याची एक प्रत समुचित शासनाला पाठवेल.

२) प्रत्येक मंत्रालय किंवा विभाग यांच्या अधिकारितेतील सार्वजनिक प्राधिकरणांसबंधी माहिती गोळा करील आणि या कलमान्वये अहवाल तयार करण्यासाठी आवश्यक असेल अशी माहिती, यथास्थिति, केंद्रीय माहिती आयोग, किंवा राज्य माहिती आयोग यांना देईल आणि ही माहिती पुरवण्यासंबंधातील आणि या कलमाच्या प्रयोजनांकरिता अभिलेख ठेवण्यासंबंधातील आवश्यक बाबींचे अनुपालन करील.

३) प्रत्येक अहवालात, तो अहवाल ज्या वर्षासंबंधात असेल त्याबाबत पुढील गोष्टी नमूद केलेल्या असतील :-

क) प्रत्येक सार्वजनिक प्राधिकरणाकडे आलेल्या विनंतीच्या अर्जांची संख्या.

ख) ज्याद्वारे अर्जदार विनंतीला अनुसरून दस्तऐवज मिळवण्यास हक्कदार ठरवण्यात आलेले नसतील त्याबाबतीत अशा निर्णयांची संख्या, हे निर्णय ज्या अधिनियमांच्या तरतुदीन्वये केले जातात त्या तरतुदी आणि अशा तरतुदींचा जितक्या वेळा आधार घेण्यात आला आहे ती संख्या.

ग) पुनर्विलोकनासाठी यथास्थिति, केंद्रीय माहिती आयोग किवा राज्य माहिती-आयोग यांच्याकडे विचारार्थ पाठविलेल्या अपिलांची संख्या, अपिलांचे स्वरूप आणि अपिलांची निष्पत्ती.

ड) या अधिनियमान्वये प्रत्येक सार्वजनिक प्राधिकरणाने वसूल केलेल्या आकारांची रक्कम.

च) या अधिनियमाचा आशय व हेतू याचे कार्यान्वयन व अंमलबजावणी करण्यासाठी सार्वजनिक प्राधिकरणांकडून केलेले प्रयत्न दर्शविणाऱ्या कोणत्याही गोष्टी.

छ) विकास, सुधारणा, आधुनिकीकरण, सुधार यांसाठी विशेषतः सार्वजनिक प्राधिकरणाच्या संबंधातील शिफारशींसह सुधार करण्याकरिता केलेल्या शिफारशी, किंवा हा अधिनियम किंवा इतर कायदा किंवा प्रारूढ विधी यांतील सुधारणा किंवा माहिती मिळविण्याच्या अधिकाराची अंमलबजावणी करण्यासाठी संबंध असणारी अन्य उपाययोजना.

४) केंद्र सरकारला, यथास्थिति, राज्यशासनाला व्यवहार्य असेल तेथवर प्रत्येक वर्षाच्या अखेरीनंतर पोटकलम (१) मध्ये निर्दिष्ट केलेली, यथास्थिति, केंद्रीय माहिती आयोग किंवा राज्य माहिती आयोग यांच्या अहवालाची एक प्रत, यथास्थिति संसदेच्या प्रत्येक सभागृहासमोर किंवा राज्य विधानमंडळाची जेथे दोन सभागृहे आहेत तेथे त्या सभागृहांसमोर आणि जेथे राज्य विधानमंडळाचे एकच सभागृह असेल तेथे त्या सभागृहासमोर ठेवण्याची व्यवस्था करता येईल.

५) या अधिनियमान्वये, सरकारी प्राधिकरणाची कार्ये पार पाडण्यासंबंधीची त्यांची कार्यपद्धती या अधिनियमाच्या तरतुदींशी किंवा आशयाशी अनुरूप नाही असे यथास्थिति, केंद्रीय माहिती आयोग किंवा राज्य माहिती आयोग यांना दिसून आल्यास आयोगास अशी अनुरूपता आणण्यासाठी त्याच्या मते ज्या उपाययोजना करणे आवश्यक असेल त्या विनिर्दिष्ट करण्याची प्राधिकरणांना शिफारस करता येईल.

२६. समुचित शासनाने कार्यक्रम तयार करणे

१) समुचित शासनाला वित्तीय व इतर साधनसंपत्तीच्या उपलब्धतेनुसार

क) या अधिनियमान्वये अभिप्रेत असलेल्या अधिकारांचा वापर कसा करावयाचा यासाठी समाजाचे, विशेषतः समाजातील उपेक्षित वर्गाचे प्रबोधन करण्याकरिता शैक्षणिक कार्यक्रम तयार करता येईल व त्यांचे आयोजन करता येईल.

ख) खंड (क) मध्ये निर्देश केलेले कार्यक्रम तयार करणे व त्याचे आयोजन करणे, यांमध्ये सार्वजनिक प्राधिकरणांना सहभागी होण्यास आणि त्यांनी असे कार्यक्रम स्वतः हाती घेण्यास प्रोत्साहन देता येईल.

ग) सार्वजनिक प्राधिकरणांद्वारा त्यांच्या उपक्रमाविषयीची अचूक माहिती योग्य वेळी व प्रभावीपणे प्रसारित केली जाण्यास चालना देता येईल; आणि

घ) सार्वजनिक प्राधिकरणाचे, यथास्थिति, केंद्रीय जन माहिती अधिकारी किंवा राज्य जन माहिती अधिकारी यांना प्रशिक्षण देता येईल व सार्वजनिक प्राधिकरणांना त्यांच्या उपयोगाकरिता संबंधित प्रशिक्षणसामग्री पुरवता येईल.

२) समुचित शासन, या अधिनियमाच्या प्रारंभापासून अठरा महिन्यांच्या आत, या अधिनियमात विनिर्दिष्ट केलेल्या कोणत्याही अधिकारांचा वापर करण्यास इच्छुक असणाऱ्या व्यक्तीला वाजवीरीत्या आवश्यक असेल अशी माहिती असणारी मार्गदर्शिका, अगदी सहज आकलन होईल अशा स्वरूपात व अशा पद्धतीने आपल्या राजभाषेत संकलित करील.

३) समुचित शासन, आवश्यक असल्यास, पोटकलम (२) मध्ये निर्दिष्ट केलेली मार्गदर्शक तत्त्वे नियमित कालांतराने अद्ययावत करून प्रसिद्ध करील आणि विशेषतः व पोटकलम (२) च्या सर्वसाधारणतेला बाधा न येऊ देता, या मार्गदर्शक तत्त्वांमध्ये पुढील गोष्टींचा समावेश असेल-

क) या अधिनियमाची उद्दिष्टे.

ख) सार्वजनिक प्राधिकरणाचा कलम ५ च्या पोटकलम (१) अन्वये, नेमणूक केलेला यथास्थिति, केंद्रीय जन माहिती अधिकारी किंवा राज्य जन माहिती अधिकारी यांचा पत्रव्यवहाराचा पत्ता, दूरध्वनी व फॅक्स क्रमांक आणि उपलब्ध असल्यास इ-मेल आयडी.

ग) केंद्रीय जन माहिती अधिकारी, किंवा यथास्थिति राज्य जन माहितीअधिकारी यांच्याकडे माहिती मिळविण्याकरिता विनंती करण्याची रीत व तिचे स्वरूप.

घ) या अधिनियमान्वये, सार्वजनिक प्राधिकरणांचे, यथास्थिति, केंद्रीय जन माहिती-अधिकारी किंवा राज्य जन माहिती अधिकारी यांच्याकडून उपलब्ध होणारे

साहाय्य व त्यांची कर्तव्ये.

ड) केंद्रीय माहिती आयोग किंवा यथास्थिति राज्य माहिती आयोग यांच्याकडून उपलब्ध होणारे साहाय्य.

च) या अधिनियमाद्वारे प्रदान केलेल्या अधिकारांचा किंवा लादलेल्या कर्तव्यांच्या बाबतीतील कृती किंवा कृती करण्यात केलेली कसूर यासंबंधात कायद्यातील उपाययोजना, तसेच आयोगाकडे अपील दाखल करण्याच्या पद्धती.

छ) कलम ४ अनुसार विविध प्रकारचे अभिलेख स्वेच्छेने प्रकट करण्यासाठी करण्यात आलेल्या तरतुदी.

ज) माहिती मिळविण्यासाठी केलेल्या विनंतीच्या संबंधात द्यावयाच्या फीबाबतची नोटीस. आणि,

झ) या अधिनियमानुसार माहिती मिळण्यासंबंधात करण्यात आलेले कोणतेही अतिरिक्त विनियम अथवा काढण्यात आलेली परिपत्रके.

४) समुचित शासनाने, आवश्यकता वाटल्यास मार्गदर्शक तत्त्वे नियमित कालांतराने अद्ययावत करून ती प्रसिद्ध केलीच पाहिजेत.

२७. राज्यपत्रातील समुचित शासनाचा नियम करण्याचा अधिकार

१) समुचित शासनाला, या अधिनियमाच्या तरतुदी अंमलात आणण्यासाठी राजपत्रातील अधिसूचनेद्वारे नियम करता येतील.

२) विशेषतः आणि पूर्वगामी अधिकाराच्या सर्वसाधारणतेला बाधा न येऊ देता या नियमांमध्ये, पुढीलपैकी सर्व किंवा कोणत्याही बाबींसाठी तरतूद करता येईल –

क) कलम ४ च्या पोटकलम (४) अन्वये ज्याचा प्रसार करावयाचा आहे अशा साहित्याच्या प्रसिद्धी माध्यमाच्या खर्चाएवढी किंवा मुद्रणाच्या खर्चाएवढी किंमत.

ख) कलम ६ च्या पोट कलम (१) अन्वये देय असलेली फी.

ग) कलम ७ ची पोटकलमे (१) आणि (५) अन्वये देत असलेली फी.

घ) अधिकारी आणि कर्मचारी यांना कलम १३ च्या पोटकलम (६) अन्वये देय असलेले वेतन व भत्ते आणि कलम १६ च्या पोटकलम (६) खालील त्यांच्या सेवेच्या अटी व शर्ती.

ड) कलम १९ च्या पोटकलम (१०) अन्वये दाखल केलेल्या अपिलांवर निर्णय देतेवेळी, यथास्थिति, केंद्रीय माहिती आयोगाने, किंवा राज्य माहिती आयोगाने अनुसरावयाची कार्यपद्धती, आणि

च) विहित करणे आवश्यक असेल अशी अथवा विहित करता येईल अशी अन्य कोणतीही बाब.

२८. सक्षम प्राधिकाऱ्याचा नियम करण्याचा अधिकार

१) या अधिनियमाच्या तरतुदी अमलात आणण्यासाठी, सक्षम प्राधिकाऱ्यास, राजपत्रातील अधिसूचनेद्वारे नियम करता येतील.

२) विशेषतः आणि पूर्वगामी अधिकाराच्या सर्वसाधारणतेस बाध न येऊ देता, या नियमांमध्ये पुढीलपैकी सर्व किंवा कोणत्याही बाबींसाठी तरतूद करता येईल :

एक) कलम ४ च्या पोटकलम (४) अन्वये ज्याचा प्रसार करावयाचा आहे अशा साहित्याच्या प्रसिद्धीमाध्यमाच्या खर्चाएवढी किंवा मुद्रणाच्या खर्चाएवढी किंमत.

दोन) कलम ६ च्या पोटकलम (१) अन्वये देय असलेली फी.

तीन) कलम ७ च्या पोटकलम (१) अन्वये देय असलेली फी. आणि

चार) विहित करणे आवश्यक असेल अशी अथवा विहित करण्यात येईल अशी अन्य कोणतीही बाब.

२९. नियम सभागृहापुढे ठेवणे

१) या अधिनियमान्वये केंद्र सरकारने केलेला प्रत्येक नियम, तो करण्यात आल्यानंतर होईल तितक्या लवकर, संसदेच्या प्रत्येक सभागृहासमोर, ते सत्रासीन असताना, एका सत्राने बनलेल्या अथवा दोन किंवा अधिक क्रमवर्ती सत्रे मिळून बनलेल्या अशा एकूण तीस दिवसांच्या कालावधीकरिता ठेवला जाईल; आणि पूर्वोक्त सत्रांच्या किंवा क्रमवर्ती सत्रांच्या पाठोपाठचे सत्र संपण्यापूर्वी जर, त्या नियमात कोणतेही फेरबदल करण्याबाबत दोन्ही सभागृहांचे मतैक्य झाले अथवा तो नियम करण्यात येऊ नये याबाबत दोन्ही सभागृहांचे मतैक्य झाले तर, त्यानंतर, तो नियम अशा फेरबदल केलेल्या स्वरूपातच अमलात येईल, किंवा यथास्थिति, मुळीच अमलात येणार नाही. तथापि, अशा कोणत्याही फेरबदलामुळे किंवा शून्यीकरणामुळे, तत्पर त्या नियमाखाली करण्यात आलेल्या कोणत्याही गोष्टीच्या विधिग्राह्यतेस बाध येणार नाही.

२) या अधिनियमान्वये राज्य शासनाने केलेला प्रत्येक नियम, तो अधिसूचित करण्यात आल्यानंतर होईल तितक्या लवकर, राज्य विधानमंडळापुढे ठेवण्यात येईल.

३०. अडचणी दूर करण्याचा अधिकार

१) या अधिनियमाच्या तरतुदी अंमलात आणताना कोणतीही अडचण उद्‌भवली तर, केंद्र सरकारला, राजपत्रात प्रसिद्ध केलेल्या आदेशाद्वारे, ती अडचण दूर करण्यासाठी त्यास आवश्यक वा इष्ट वाटतील अशा, या अधिनियमाच्या तरतुदींशी विसंगत नसतील अशा तरतुदी करता येतील.
परंतु या अधिनियमाच्या प्रारंभाच्या दिनांकापासून दोन वर्षांचा कालावधी समाप्त झाल्यानंतर असा कोणताही आदेश काढण्यात येणार नाही.

२) या कलमान्वये काढलेला प्रत्येक आदेश, तो काढण्यात आल्यानंतर होईल तितक्या लवकर, संसदेच्या प्रत्येक सभागृहापुढे ठेवण्यात येईल.

३१. निरसन

माहितीचे स्वातंत्र्य अधिनियम, २००२ (२००३ चा ५) याद्वारे निरसित करण्यात येत आहेत.

पहिली अनुसूची

पहा कलमे १३ (३) आणि १६ (३)

मुख्य माहिती आयुक्त-माहिती आयुक्त-राज्य मुख्य माहिती आयुक्त-राज्य माहिती आयुक्त यांनी घ्यावयाच्या शपथेचा अथवा करावयाच्या

प्रतिज्ञापत्राचा नमुना

मी, ..., मुख्य माहिती आयुक्त-माहिती आयुक्त-राज्य मुख्य माहिती आयुक्त- राज्य माहिती आयुक्त म्हणून नियुक्त झालो असून मी ईश्वरसाक्ष शपथ घेतो, - गांभीर्यपूर्वक प्रतिज्ञा करतो की, कायद्याद्वारे स्थापित झालेल्या भारतीय संविधानाबद्दल मी खरी श्रद्धा व निष्ठा बाळगीन, मी भारताची सार्वभौमता व एकात्मता उन्नत राखीन, मी यथायोग्य आणि निष्ठापूर्वक आणि माझ्या सामर्थ्याच्या, ज्ञानाच्या व निर्णयशक्तीच्या पराकाष्ठेपर्यंत, निर्भयपणे व निःस्पृहपणे, तसेच कोणाविषयीही ममत्वभाव किंवा आकस न बाळगता माझ्या पदाची कामे पार पाडीन आणि मी संविधान व कायदे उन्नत राखीन.

दुसरी अनुसूची

(कलम २४ पाहा)

केंद्र सरकारने स्थापन केलेल्या गुप्तवार्ता व सुरक्षा संघटना

१. गुप्तवार्ता केंद्र

२. मंत्रिमंडळ सचिवालयाची संशोधन व विश्लेषणशाखा

३. महसूल गुप्तवार्ता संचालनालय

४. केंद्रीय आर्थिक गुप्तवार्ता विभाग

५. अंमलबजावणी संचालनालय

६. अमली औषधीद्रव्य नियंत्रण विभाग

७. विमानचालन संशोधन केंद्र

८. विशेष सरहद्द दल

९. सीमा सुरक्षा दल

१०. केंद्रीय राखीव पोलीस दल

११. भारत – तिबेट सीमा पोलीस

१२. केंद्रीय औद्योगिक सुरक्षा दल

१३. राष्ट्रीय सुरक्षा रक्षक

१४. आसाम रायफल

१५. विशेष सेवा विभाग

१६. विशेष शाखा (गुन्हे अन्वेषण विभाग) अंदमान व निकोबार

१७. गुन्हे शाखा – गुन्हे अन्वेषण विभाग – विशेष शाखा – दादरा व नगर हवेली

१८. विशेष शाखा, लक्षद्वीप पोलीस.

– डी.विश्वनाथन्,
सचिव, भारत सरकार

महाराष्ट्र माहितीचा अधिकार
नियम, २००५

क्रमांक आर.टी.आय. २००५/सी.आर.३१५/०५/५, दि. ११ ऑक्टोबर, २००५ – माहितीचा अधिकार अधिनियम, २००५ (२००५ चा २२) च्या कलम २७ पोटकलम (२) अन्वये प्रदान करण्यात आलेल्या अधिकारांचा वापर करून महाराष्ट्र शासन पुढील नियम तयार करीत आहे.

१) संक्षिप्त नाव आणि प्रारंभ – (१) या नियमांना महाराष्ट्र माहितीचा अधिकार नियम – २००५ असे म्हणावे. (२) ते. दि. १२ ऑक्टोबर २००५ पासून अंमलात येतील.

२) व्याख्या – या नियमात संदर्भानुसार दुसरा अर्थ अपेक्षित नसेल तर

अ) अधिनियम याचा अर्थ माहितीचे अधिकार अधिनियम २००५ (२००५ चा २२)

ब) कलम याचा अर्थ वरील अधिनियमांचे कलम

क) या नियमात वापरलेले परंतु व्याख्या न केलेले शब्द आणि शब्दप्रयोग यांचे अधिनियमात अनुक्रमे जे अर्थ दिलेले असतील तेच अर्थ असतील.

३) माहिती मिळविण्याची कार्यपद्धती – कलम ६ च्या उपकलम १ अन्वये माहिती मिळविण्यासाठी जोडपत्र अ मधील नमुन्यानुसार कोऱ्या कागदावर, संबंधित राज्य शासकीय माहिती अधिकाऱ्याकडे विनंती करावी लागेल आणि त्यासोबत योग्य त्या पावतीबद्दल रोख किंवा डिमांड ड्राफ्ट किंवा शासकीय प्राधिकरणास देय असणारा बँकेचा चेक किंवा न्यायालय शुल्क मुद्रांक चिकटवून, १० रुपये अर्जाचे शुल्क म्हणून जोडावे लागेल.

४. माहितीचे शुल्क – (१) कलम ७ च्या उपकलम (१) अन्वये माहिती पुरविण्यासाठी, योग्य त्या पावतीबद्दल रोख किंवा डिमांड ड्राफ्ट किंवा शासकीय प्राधिकरणास देय असलेला बँक चेक किंवा मनीऑर्डर अशा मार्गाने खालील दराने शुल्क आकारले जाईल.

अ) १) संबंधित विभागाने दस्तऐवज नकाशे१) तयार किंवा प्रत (नक्कल) केलेल्या इत्यादींची किंमत आधीच ठरविली असेल तर प्रत्येक (ए-४ किंवा ए-३ आकाराच्या)

२) जर माहिती छायांकित प्रत किंवा इतर (प्रतीच्या) पानासाठी दोन रुपये अधिक टपालखर्च मार्गाने तत्काळ उपलब्ध असेल तर अशी आधीच किंवा ठरविलेली किंमत अधिक (+) टपालखर्च – २) मोठ्या आकाराच्या कागदाच्या

प्रतीसाठी प्रत्यक्ष झालेला खर्च किंवा किंमत अधिक टपालखर्च.

ब) अभिलेखाच्या निरीक्षणासाठी पहिल्या एका तासासाठी कोणतेही शुल्क नाही आणि त्यापुढील प्रत्येक पंधरा मिनिटांसाठी (किंवा त्याच्या भागासाठी) ५ रूपये शुल्क असेल; परंतु अर्जदार व्यक्तिशः माहिती स्वीकारणार असेल तर कोणताही टपालखर्च आकारला जाणार नाही.

(२) कलम ७ च्या उप-कलम (५) अन्वये पुरवावयाच्या माहितीसाठी योग्य त्या पावतीबद्दल रोख किंवा डिमांड ड्राफ्ट किंवा शासकीय प्राधिकरणास देय असलेला बँक चेक किंवा मनिऑर्डर अशा मार्गाने खालील दराने शुल्क आकारले जाईल :-

अ) डिस्केट किंवा फ्लॉपीमधून माहिती पुरविण्यासाठी प्रत्येक डिस्केट किंवा फ्लॉपीसाठी ५० रु. अधिक टपाल खर्च आणि

ब) छापील स्वरूपातील माहितीसाठी त्या प्रकाशनाची प्रत्यक्ष ठरविलेली किंमत किंवा त्या प्रकाशनातील उताऱ्यांच्या छायाप्रतीसाठी प्रत्येक पानास २ रुपये अधिक टपाल खर्च :

परंतु अर्जदार व्यक्तिशः माहिती स्वीकारणार असेल तर कोणताही टपालखर्च आकारला जाणार नाही.

५) अपील : (१) कलम ७ च्या उप कलम (१) किंवा (३) चा खंड (अ) मध्ये दिलेल्या मुदतीत एखाद्या व्यक्तीला निर्णय मिळाला नाही तर, किंवा राज्य-शासकीय माहिती अधिकाऱ्याच्या आदेशामुळे व्यथित झाली तर अशी व्यक्ती, राज्य शासकीय माहिती अधिकाऱ्याचा आदेश मिळाल्यापासून तीस दिवसांच्या आत जोडपत्र 'ब' मध्ये दिलेल्या नमुन्यामध्ये कोऱ्या कागदावर संबंधित अपील अधिकाऱ्याकडे अपील दाखल करू शकेल, ज्या सोबत, योग्य पावतीच्या बद्दल रोख किंवा डिमांड ड्राफ्ट किंवा शासकीय प्राधिकरणास देय असणारा बँक चेक किंवा न्यायालय मुद्रांक शुल्क चिकटवून वीस रुपयांचे अपील शुल्क जोडावे लागेल आणि ज्याच्या विरुद्ध अपील असेल त्या आदेशाची प्रत जोडलेली असेल.

(२) कलम १९ च्या उपकलम (१) अन्वये अपील अधिकाऱ्याच्या आदेशामुळे व्यथित कोणतीही व्यक्ती, अपील अधिकाऱ्याचा आदेश मिळाल्यापासून ९० दिवसांच्या आत जोडपत्र 'क' मध्ये दिलेल्या नमुन्यामध्ये कोऱ्या कागदावर राज्य माहिती आयोगाकडे दुसरे अपील दाखल करू शकेल ज्यासोबत, योग्य पावतीच्या बद्दल रोख किंवा डिमांड ड्राफ्ट किंवा राज्य माहिती आयोगास देय

असणारा बँक चेक किंवा न्यायालय मुद्रांक शुल्क चिकटवून वीस रुपयांचे अपील शुल्क जोडावे लागेल आणि ज्याच्या विरुद्ध अपील असेल त्या आदेशाची प्रत जोडलेली असेल.

जोडपत्र अ
(पहा नियम (३))

येथे रु. १० चा न्यायालय-
फी मुद्रांक चिकटवावा

माहितीचा अधिकार अधिनियम, २००५ अन्वये अर्जाचा नमुना

प्रति,
राज्य जन माहिती अधिकारी,
(कार्यालयाचे नाव व पत्ता)

१) अर्जदाराचे संपूर्ण नाव :

२) पत्ता :

३) आवश्यक असलेल्या माहितीचा तपशील :

एक) माहितीचा विषय

दोन) माहितीशी संबंधित कालावधी

तीन) आवश्यक असलेल्या माहितीचे वर्णन 'अ'

चार) माहिती टपालाद्वारे किंवा व्यक्तिशः
आवश्यक आहे किंवा कसे :
(प्रत्यक्ष टपाल खर्च अतिरिक्त
शुल्कामध्ये समाविष्ट केला जाईल.)

पाच) टपालाद्वारे असेल त्याबाबतीत :
(सर्वसाधारण, नोंदणीकृत किंवा शीघ्र)

४) अर्जदार दारिद्र्यरेषेखाली आहे काय?
(असल्यास त्याबद्दलच्या पुराव्याची फोटो कॉपी सोबत जोडावी)

ठिकाण :
दिनांक :

अर्जदाराची स्वाक्षरी

* विषयाचा स्थूल प्रवर्ग दर्शविण्यात यावा (शासकीय जमीन देणे/सेवा बाबी/ परवाने इत्यादी)

ज्या कालावधीसंबंधातील माहिती आवश्यक आहे तो कालावधी दर्शविणे.

'अ' माहितीचा विशेष तपशील दर्शविणे आवश्यक आहे.

जोडपत्र ब
(पहा नियम ५(१))

येथे रु. २० चा न्यायालय-
फी मुद्रांक चिकटवावा.

माहितीचा अधिकार अधिनियम, २००५ च्या कलम १९ (१) नुसार करावयाचे अपील

प्रेषक -------------------
(अर्जदाराचे नाव आणि पत्ता)

प्रति ----------------
(अपील अधिकाऱ्याचे नाव/पदनाम/पत्ता)

१) अपीलकाराचे संपूर्ण नाव

२) पत्ता :

३) राज्य जन माहिती अधिकाऱ्याचा तपशील :

४) ज्या आदेशाच्या विरुद्ध अपील केले आहे तो आदेश मिळाल्याचा दिनांक :

५) अपील दाखल करण्याचा अंतिम दिनांक :

६) अपिलाची कारणे :

७) माहितीचा तपशील :

एक) आवश्यक असलेल्या माहितीचे विषय आणि स्वरूप

दोन) माहिती ज्या कार्यालयाशी किंवा विभागाशी संबंधित आहे त्याचे नाव :

ठिकाण :

दिनांक : अपीलकाराची स्वाक्षरी

जोडपत्र क

(पहा नियम ५(२))

येथे रु. २० चा न्यायालय
फी मुद्रांक चिकटवावा.

माहितीचा अधिकार अधिनियम, २००५ च्या कलम १९ (३) अन्वये दुसरे अपील

प्रेषक -------------------
(अर्जदाराचे नाव आणि पत्ता)

प्रति

----

१) अपीलकाराचे संपूर्ण नाव :

२) पत्ता :

३) राज्य जन माहिती अधिकाऱ्याचे तपशील :

४) पहिल्या अपील अधिकाऱ्याचे तपशील :

५) ज्या आदेशाच्या विरुद्ध अपील केले आहे तो आदेश मिळाल्याचा दिनांक :

६) अपील दाखल करण्याचा अंतिम दिनांक :

७) अपिलाची कारणे :

८) माहितीचा तपशील :

एक) आवश्यक असलेल्या माहितीचे विषय आणि स्वरूप :

दोन) माहिती ज्या कार्यालयाशी किंवा विभागाशी संबंधित आहे त्याचे नाव :

ठिकाण :

दिनांक :   अपीलकाराची स्वाक्षरी

माहितीचा अधिकार कायदा – सुधारणा

कोणत्याही कायद्यात वेळ, काळ, परिस्थितीनुरूप अदलाबदल करणे म्हणजे सुधारणा करणे विकासाचे लक्षण आहे; कारण प्रथमतः आणि अंतिमतः कोणताही कायदा हा मानवाच्या हितसंरक्षण आणि कल्याणासाठी असतो. माणूस केंद्रित ठेवून त्याच्या गरजेनुसार कायद्यामध्येदेखील वेळोवेळी सुधारणा अपेक्षित आहेत. त्यानुसार माहितीचा अधिकार कायदा सन २००० मध्ये प्रथम महाराष्ट्रात संमत करण्यात आला. त्यानंतर त्याची व्याप्ती वाढवून देशपातळीवर सन २००५ चा कायदा संमत करण्यात आला. या कायद्यात गरजेनुसार आम जनतेच्या हितसंरक्षण व विकासासाठी काही सुधारणा करण्यात आल्या त्या पुढीलप्रमाणे–

माहितीचा अधिकार कायदा सुधारित बिल २००६

बिल

माहितीचा अधिकार २००५, बदलण्यासाठी सभागृहाने संमत करण्यासाठी ठेवलेले बिल अशा प्रकारचे.

१.	या कायद्यास माहितीचा अधिकार (सुधारित) कायदा २००६ असे संबोधित केले आहे.

२.	हा कायदा केंद्र सरकारच्या ऑफिशियल गॅझेटमध्ये वेगवेगळ्या ठिकाणी वेगवेगळ्या तारखांना लागू करण्यासंबंधी सूचना देईल त्या वेळेपासून अमलात येईल.

सुधारणा कलम – २

२.	माहितीचा अधिकार कायदा २००५ (यापुढे मुख्य म्हणून संबोधिले जाईल) कलम (२) उपकलम 'ड' मध्ये खालील गोष्टी समाविष्ट केल्या जातील.
	सूचविलेला बदल
	ड) कॉम्प्युटरवर किंवा तत्सम गोष्टींवर तयार केलेले अन्य मटेरियल
	परंतु उपकलम (अ) मध्ये बदलासाठी – फाइलवर टिपण्या – केंद्र शासनाचे किंवा राज्य शासनाचे धोरण, योजना, कार्यक्रम हे विषय वगळून विकास व सामाजिक गोष्टी याबाबत माहिती.
	कलम ८ मधील बदल –

३.	प्रमुख कायद्याचे कलम ८ उपकलम (१)
	अ) कलम (२) मधील पहिल्या गोष्टीसाठी खालील बाबी समाविष्ट केल्या जातील.
	सुचविलेला बदल –

मंत्रिमंडळाने केलेला बदल व त्या निर्णयामागील कारणे जनतेच्या माहितीसाठी निर्णय घेतल्यावर व त्याची परिपूर्तता झाल्यावर.

ब) कलम (२) नंतर खालील कलमे समाविष्ट केली जातील.

सुचविलेला बदल –

(के) एखाद्या व्यक्तीच्या ओळखीसंबंधी, समुदायाची की, ज्यांनी तपासणी, पाहणी, शिफारस किंवा कायदेशीर सल्ला किंवा एखादे विकास, सामाजिक धोरण, योजना, कार्यक्रम यांबद्दल केलेली टिपणी.

ज्या गोष्टी उपकलम (अ) ते (म) अंतर्गत वगळलेले आहेत त्या सोडून व्यक्तीला योजना, धोरण आणि कार्यक्रम यांबाबत अधिकार असल्यास.

(एल) एखाद्या सार्वजनिक संस्थेने घेतलेल्या परीक्षांबाबतची माहिती किंवा त्यासंबंधीचे परीक्षण, तपासणी व इव्हॅल्युएशन एखाद्या पब्लिक ॲथॉरिटीने केली असल्यास व एखाद्या व्यक्तीच्या नेमणुकीसाठी किंवा त्याच्या बढतीसाठी किंवा एखाद्या अभ्यासक्रमासाठी नोंदणी किंवा काही बाब की ज्याची माहिती दिल्याने अशा प्रक्रियेचा हेतू व योग्यता याला बाधा येईल.

(एम) नोटिंगच्या प्रती, कागदपत्रातील उतारे, हस्तलिखित व फाइल की ज्यांचा कायदेशीर सल्ला, मत, पाहणी, किंवा शिफारस यांबाबत एखाद्या पब्लिक ॲथॉरिटीच्या अधिकाऱ्याने पॉलिसी ठरवण्याअगोदर किंवा निर्णय अंमलात आणण्याबाबत...

४. प्रमुख कायद्याच्या कलम १८ मध्ये उपकलम ४ नंतर खालील गोष्टींचा समावेश केला आहे. उदा.

५. सेंट्रल इन्फॉरमेशन कमिशन किंवा स्टेट इन्फॉर्मेशन कमिशन, जे लागू असेल ते, हे योग्य त्या गोष्टी करतील की ज्या योगे इलेक्ट्रॉनिक रेकॉर्ड ठेवून माहिती देण्यास मदत होईल, रेकॉर्ड ठेवता येईल, माहितीचे व्यवस्थापन व माहिती सुलभतेने उपलब्ध होईल व या उपायांसाठी शिफारशी करेल की ज्यामध्ये

अ) या कायद्याची अंमलबजावणी व त्याचे मॉनिटरिंग करण्याबाबतचे व्यवस्थापन करणारी संस्था निर्माण करून त्यांच्यायोगे या कायद्याअंतर्गत केलेल्या बाबींची योग्य प्रकारे अंमलबजावणी.

ब) विविध स्तरांतील संबंधित लोकांच्या म्हणजेच (स्टेट नोडल एजन्सीज, ॲडमिनिस्ट्रेटिव्ह ट्रेनिंग इन्स्टिटयूट, सिव्हिल सोसायटी, मीडिया, तज्ज्ञ, आंतरराष्ट्रीय संस्था व अन्य अशा प्रकारच्या संस्था) कार्यशाळा व सभा घेऊन कायद्याची अंमलबजावणी व मॉनिटरिंग व्यवस्था निर्माण करण्यास कृती आराखडा तयार करणे.

क) या कायद्याद्वारे प्रदान केलेला माहितीचा अधिकार योग्य प्रकारे राबविण्यास व त्याला मदत करण्यास संशोधन करून योग्य त्या पद्धती व उपाय यांचा विकास करून ते यासाठी वापरणे.

ड) अगोदर माहिती उपलब्ध करून देण्यासाठी कमीत कमी माहितीद्वारे व प्रकाशनाच्या पद्धती यासंबंधी मार्गदर्शक तत्त्वांची निर्मिती करणे.

स्पष्टीकरण :

या उपकलमातील इलेक्ट्रॉनिक रेकॉर्ड म्हणजे माहितीचा अधिकार कायदा २००५ मधील सेक्शन १ चे उपकलम १ याचा संदर्भ घ्यावा.

६. सेंट्रल इन्फॉर्मेशन कमिशन किंवा स्टेट इन्फॉरमेशन कमिशन, जे लागू असेल, ते त्याच्या या कलमांतर्गत शिफारशी असतील ते त्या केंद्र सरकार किंवा राज्य सरकार, जे लागू असेल ते त्यांचेकडे पाठवतील व ते त्या शिफारशी व निर्णय याबाबत योग्य तो निर्णय घेतील व हा निर्णय अंतिम असेल.

५.४ अन्नसुरक्षा आणि मानके कायदा, २००६ (Food Safety and Standards Act, 2006) :

अन्नसुरक्षा कायदा २००६ ची अंमलबजावणी होण्यापूर्वी अन्नभेसळप्रतिबंधक कायदा १९५४ दूध आणि दुग्धजन्य पदार्थ नियम १९९२ (MMPO) फ्रूट प्रॉडक्ट ऑर्डर (FPO) व तत्सम अन्नपदार्थांसंबंधीचे एकूण ८ कायदे जाऊन, सर्वसमावेशक असा एकच मजबूत असा अन्नसुरक्षा आणि मानके कायदा २००६ ची अंमलबजावणी ५ ऑगस्ट २०११ पासून सुरू झाली. जीवघेण्या अन्नभेसळीसाठी जन्मठेपेच्या शिक्षेची तरतूद या कायद्यात केलेली आहे.

अन्नभेसळ कायदा १९५४ व अन्नसुरक्षा कायद्यातील महत्त्वाचे बदल (Imporatant Changes in Food Adult Ration Act, 1954) :

१. अन्नसुरक्षा आणि मानके कायदा २००६ याची अंमलबजावणी संपूर्ण भारत देशात (सर्व राज्ये व केंद्रशासित प्रदेश) केंद्र सरकारतर्फे करण्यात येणार आहे. त्यामुळे एकसमान अंमलबजावणी व राज्यावर केंद्र शासनाचे (अन्नप्राधिकारी भारत सरकार) यांचे नियंत्रण असणार आहे.

२. वेगवेगळे अन्नपदार्थासंबंधातील कायदे. उदा. अन्नभेसळ कायदा MMPO, FPO, VPO इ. रद्द होऊन फक्त एकच अन्नसुरक्षा कायदा २००६ अस्तित्वात येणार आहे. त्यामुळे अन्नप्रक्रिया व उद्योग यासाठी फक्त एकच परवाना घेण्याची तरतूद करण्यात आली आहे.

३. परवाना अधिकारी म्हणून केंद्रीय अन्नपरवाना अधिकारी व राज्य अन्नपरवाना अधिकारी अशी स्वतंत्र यंत्रणा अन्नसुरक्षा कायद्यात आहे. त्यामुळे केंद्रीय अन्नपरवाना घेतलेल्या संस्थांवर फक्त केंद्र सरकारचे नियंत्रण असेल तर राज्य-अन्नपरवाना घेतलेल्या अन्न प्रक्रिया संस्थांवर राज्य सरकारचे नियंत्रण राहील. उदा. आजकाल बसस्थानक, रेल्वेस्टेशन, विमानतळ वगैरे ठिकाणी राज्य-सरकारचे अधिकारी जात नाहीत.

केंद्रीय अन्नपरवाना कक्षेत

१. दररोज ५० लीटर व त्यापेक्षा अधिक दुधावर प्रक्रिया करणाऱ्या संस्था.

२. दररोज २.५ मेट्रिक टन मसाले उत्पादन करणाऱ्या संस्था इ. परवाना पद्धतीमध्ये आमूलाग्र बदल करण्यात आला असून १२ लाखांपर्यंत उलाढाल असणाऱ्या अन्नसंस्थांना फक्त नोंदणी करणे बंधनकारक करण्यात आले आहे.

अन्नसुरक्षा कायद्याची व्याप्ती (Scope of Food Safety and Standards Act, 2006) :

१. अन्न उत्पादक / प्रक्रिया संस्था / रिपॅकर यांना त्यांनी उत्पादन केलेल्या अन्नपदार्थाचा संपूर्ण लेखाजोखा प्रत्येक महिन्यास (Stock & Sale) सादर करणे बंधनकारक आहे; कारण एखादा उत्पादित अन्नपदार्थ शरीरास अपायकारक घोषित झाला तर मार्केटमधील ती बॅच काढून घेणे उत्पादकावर बंधनकारक करण्यात आले आहे.

२. अन्नउत्पादकांना आपला माल कोणाला विकला याबाबतचा लेखाजोखा (Bill-Details) ठेवणे कायद्याने बंधनकारक आहे. त्यामुळे उत्पादित अन्नपदार्थ व विक्री केलेल्या अन्नपदार्थांचा ताळमेळ बसणे अत्यंत आवश्यक आहे. याचा अर्थ भविष्यकाळात बिलाशिवाय अन्नपदार्थ विक्री करणे किंवा बिलाशिवाय अन्नपदार्थ खरेदी करणे हा अन्नसुरक्षा कायद्याचा भंग आहे.

३. किरकोळ विक्रेत्यांवरसुद्धा मोठी जबाबदारी टाकण्यात आली असून पॅकबंद अन्नपदार्थ मुदतीनंतर विकल्यास किरकोळ विक्रेता संपूर्णपणे जबाबदार राहणार आहे.

४. किरकोळ विक्रेत्याकडे तो विक्री करीत असलेल्या अन्नपदार्थाचे खरेदी बिल नसेल तर, त्याच्या दर्जाविषयिची संपूर्ण जबाबदारी त्याची राहणार आहे. जरी तो अन्नपदार्थ पॅकबंद स्वरूपात असेल तरीही. याचा अर्थ उत्पादक ते किरकोळ विक्रेता या सर्वांनीच बिलाशिवाय मालाची विक्री करणे अन्नसुरक्षा कायद्यानुसार कायद्याचे उल्लंघन ठरू शकते.

५. अन्नसुरक्षा कायद्यात आता १४ दिवसांत विश्लेषण अहवाल देणे बंधनकारक करण्यात आले आहे.

६. अन्नसुरक्षा कायद्यात ग्राहकांची सर्वोतपरी काळजी घेण्याचा प्रयत्न केला असून सुरक्षित अन्नपदार्थ ग्राहकांस मिळतील याची उपाययोजना करण्यात आली आहे. यासाठी अन्नउत्पादक प्रक्रिया संस्थांनी आपल्या कर्मचाऱ्यात अन्नसुरक्षिततेविषयी अन्नसुरक्षा कायद्यानुसार प्रशिक्षण देऊन अन्नसुरक्षेचे महत्त्व सांगणे बंधनकारक करण्यात आले आहे.

अन्नसुरक्षा कायद्यामध्ये एखाद्या आस्थापनामध्ये अन्नसुरक्षेविषयी काही सुधारणा करणे आवश्यक असल्यास त्यास सुधारणेविषयी सूचना (Improvement Notice) देण्याची तरतूद करण्यात आलेली आहे. त्याप्रमाणे अन्नप्रक्रिया उद्योगसंस्था तशी सुधारणा करून त्याचा खुलासा अन्नसुरक्षा अधिकारी यांना करणे अभिप्रेत आहे. त्यामुळे सध्या छोट्या कारणांसाठी परवानानिलंबनाचे कारवाईस नाहक बळी पडावे लागते ते भविष्यकाळात होणार नाही.

अन्नसुरक्षा आणि प्रमाणीकरण कायदा, २००६ या कायद्याची उद्दिष्ट (Objectives of Food Safety and Standards Act, 2006) :

अन्नसुरक्षा आणि प्रमाणीकरण कायदा २००६ या कायद्यान्वये भारतात केंद्रसरकारने अन्न उद्योग व व्यवसायांवर नियंत्रण प्रस्थापित केले आहे. जनहिताच्या दृष्टीने अन्नसुरक्षा हा अतिशय महत्त्वाचा व संवेदनशील विषय आहे. देशातील जनतेचे आरोग्य व स्वास्थ्य त्यावर अवलंबून आहे. त्यामुळे व्यापक जनहितासाठी अन्नसुरक्षा आणि प्रमाणीकरण कायदा, २००६ संमत करण्यात आला. या कायद्याचा मुख्य उद्देश असा आहे की, अन्न याविषयी अस्तित्वात असलेल्या विविध कायद्यांचे एकत्रीकरण करणे आणि भारतीय अन्नसुरक्षा व प्रमाणीकरण अधिकारी मंडळाची स्थापना करणे होय. विविध प्रकारच्या खाद्यपदार्थांचा, अन्नाचा दर्जा ठरविणे, त्याचे उत्पादन, साठवण, वितरण, विक्री व निर्यात यांवर नियंत्रण ठेवणे. शुद्ध, सुरक्षित व परिपूर्ण अन्न मानवी– वापरासाठी उपलब्ध असेल याची दक्षता घेणे व इतर तत्सम कार्ये या अधिकारी मंडळाकडे सोपविण्यात आली.

कलम – १

अन्नसुरक्षा आणि प्रमाणीकरण कायदा, २००६ या कायद्याच्या कलम – १ मध्ये कायद्याचे संक्षिप्त नाव, व्याप्ती व प्रारंभाबद्दल माहिती देण्यात आली आहे.

१. या कायद्याला फूड सेफ्टी ॲण्ड स्टँडर्ड्स ॲक्ट, २००६ असे म्हटले जाईल.

२. हा कायदा संपूर्ण भारतासाठी लागू असेल.

३. भारत सरकारने राजपत्रात ठरवून दिलेल्या दिनांकापासून हा कायदा अमलात येईल आणि कायद्यातील विविध तरतुदींची अंमलबजावणी नेमून देण्यात आलेल्या विविध दिवशीही होऊ शकेल.

कलम – २

केंद्र सरकारच्या नियंत्रणाबाबत निवेदन

या कायद्यान्वये असे घोषित केले जात आहे की, जनहितासाठी केंद्र सरकार अन्य उद्योग, व्यवसायांवर आपले नियंत्रण प्रस्थापित करीत आहे.

कलम – ३

अन्नसुरक्षा आणि प्रमाणीकरण कायदा, २००६ मधील खालील संकल्पनांची व्याख्या स्पष्ट करा.

१) अन्न व्यापार, २) अन्नसुरक्षा, ३) अन्नसुरक्षा लेखा परीक्षण

१) अन्न व्यापार

अन्न व्यापार म्हणजे असा उद्योग जो नफा किंवा विनानफा तत्त्वावर आधारित असेल आणि जो खाजगी किंवा सार्वजनिक असेल ज्याचा अन्नाचे उत्पादन, प्रक्रिया, बांधणी, साठवण, वाहतूक, वितरण, आयात तसेच अन्नविषयक सेवा, केटरिंग सेवा, अन्न व अन्नघटक विक्री यांपैकी कोणत्याही घटकांशी संबंध असेल.

२) अन्नसुरक्षा

अन्नसुरक्षा म्हणजे अन्न हे मानवी वापरासाठी योग्य व सुरक्षित आहे याची हमी होय.

३) अन्नसुरक्षा लेखा परीक्षण

अन्नसुरक्षा लेखा परीक्षण म्हणजे व्यवस्थित व स्वतंत्र पद्धतीने अन्नसुरक्षेच्या उपायांचे व त्यांच्या परिणामांचे अन्न उत्पादकांकडून केले गेलेले परीक्षण होय.

अन्नसुरक्षा आणि प्रमाणीकरण कायदा, २००६ या कायद्यातील कलम १८ मध्ये कायद्याच्या व्यवस्थित अंमलबजावणीसाठी नमूद केलेली सर्वसामान्य तत्त्वे आहेत. या कायद्यान्वये अन्नपदार्थांच्या सुरक्षिततेबाबत व दर्जाबाबत काही तरतुदी करण्यात आल्या. कलम १९ ते २४ अंतर्गत अन्नपदार्थांविषयीच्या सर्वसामान्य तरतुदी करण्यात आल्या आहेत.

अन्नसुरक्षा आणि प्रमाणीकरण कायद्यात अन्नसुरक्षेविषयी विविध तरतुदी करण्यात आल्या आहेत. अन्नसुरक्षा ही जनतेच्या अरोग्यासाठी महत्त्वपूर्ण असल्याने त्यासंबंधी कठोर नियम बनविले गेले आहेत. या कायद्यात अन्नसुरक्षेची विशेष जबादारी अन्नविक्री–साखळीतील काही प्रमुख घटकांवर सोपविण्यात आली आहे.

कलम २६,२७ आणि २८ अंतर्गत व्यावसायिक, उत्पादक, घाऊकविक्रेते आणि विक्रेते यांच्या अन्नसुरक्षेची विशेष जबाबदारी सोपिवण्यात आली आहे.

अन्नसुरक्षा आणि प्रमाणीकरण कायदा, २००७ हा व्यापक जनहिताच्या दृष्टीने संमत करण्यात आला. अन्नसुरक्षेवर जनतेचे स्वास्थ्य व आरोग्य अवलंबून असते म्हणून या कायद्यांतर्गत अन्नपदार्थविषयक उद्योग-व्यवसायांवर केंद्र सरकारने आपले नियंत्रण निर्माण केले आहे. या कायद्यांतर्गत परदेशातून भारतात आयात केल्या जाणाऱ्या अन्नपदार्थांविषयीही काही नियम बनविण्याची तरतूद करण्यात आली आहे. या कायद्यातील कलम २५ मध्ये ही तरतूद करण्यात आली आहे.

जनहिताच्या दृष्टीने अन्नसुरक्षा हा महत्त्वपूर्ण विषय असल्यामुळे केंद्र सरकारने अन्नसुरक्षा आणि प्रमाणीकरण कायदा, २००६ अंतर्गत अन्नउद्योग व व्यवसायांवर नियंत्रण प्रस्थापित केले आहे. या कायद्याचा उद्देश असा की, अन्न याविषयी अस्तित्वात असलेल्या विविध कायद्यांचे एकत्रीकरण करणे भारतीय अन्नसुरक्षा आणि प्रमाणीकरण अधिकारी मंडळाची स्थापना करणे आणि या मंडळामार्फत अन्नाचा दर्जा ठरविणे, सुरक्षित अन्न उपलब्ध करून देणे इ. होय. या कायद्याची अंमलबजावणी करीत असताना केंद्र सरकार, राज्य सरकार, अन्नविषयक अधिकारी आणि इतर संस्था यांनी काही सर्वसामान्य तत्त्वांचे पालन करणे आवश्यक आहे. ही तत्त्वे या कायद्यातील कलम १८ मध्ये नमूद करण्यात आलेली आहेत.

कलम-१८

कायद्यांच्या अंमलबजावणीत / संचलनात अनुसरण्याची सर्वसामान्य तत्त्वे

केंद्र सरकार, राज्य सरकार, अन्नविषयक अधिकारी आणि इतर संबंधित संस्था यांनी अन्नसुरक्षा आणि प्रमाणीकरण कायदा, २००६ या कायद्याची अंमलबजावणी करीत असताना पुढील तत्त्वांनुसार वाटचाल करावी.

१. मानवी आयुष्य आणि आरोग्य यांच्या संरक्षणासाठी तसेच ग्राहकांच्या हिताचे संरक्षण करण्यासाठी प्रयत्न करणे. त्यासाठी सर्व प्रकारच्या अन्नविषयक व्यापारामध्ये अन्नसुरक्षा व दर्जाबाबत पारदर्शक पद्धतींचा अवलंब करावा.

२. धोका व्यवस्थापनाच्या तत्त्वाचा अंगीकार करणे आणि त्याआधारे धोक्याच्या मूल्यमापनातून मिळालेल्या परिणामांचा अभ्यास करणे. या अभ्यासातून या कायद्याच्या नियमावलीची उद्दिष्टे साध्य करण्यासाठी ज्या बाबींचा विचार करणे आवश्यक आहे. त्या बाबींची निवड करून त्यांचा अभ्यास करणे.

३. एखाद्या विशिष्ट परिस्थितीत उपलब्ध माहितीच्या मूल्यमापनावरून जर मानवी आरोग्यावर विपरीत परिणाम करणारे घटक आढळून आले, परंतु त्यांच्या

शास्त्रीय चाचणीचे निष्कर्ष अनिश्चित असतील तर तात्पुरत्या धोका व्यवस्थापन उपायांचा अवलंब करून मानवी आरोग्याच्या संरक्षणाची काळजी घ्यावी व नंतर शास्त्रीय पद्धतीचा व्यवस्थित वापर करून धोक्याचे बहुव्यापक मूल्यमापन करावे.

४. वरील उपकलम (क) मध्ये दिलेल्या उपयांचा अवलंब प्रमाणात करावा व कोणत्याही उद्योग, व्यापारावर गरजेपेक्षा अधिक निर्बंध घालू नयेत. तांत्रिक, आर्थिक व इतर बाबींचा इतर विचार करता मानवी आरोग्याच्या संरक्षणास आवश्यक इतकेच निर्बंध लादण्यात यावेत.

५. मानवी आयुष्य वा आरोग्य यांना असलेल्या धोक्याचे स्वरूप तसेच शास्त्रीय अनिश्चितता दूर करण्यासाठी व धोक्याचे बहुव्यापक मूल्यमापन करण्यासाठी आवश्यक असलेली शास्त्रीय माहिती यांचा वापर करून योग्य कालावधीत तात्पुरत्या केल्या गेलेल्या उपायांचा फेरविचार करण्यात यावा.

६. एखादे खाद्यान्न मानवी आरोग्याला धोकादायक आहे असे मानण्यास पुरेसे सबळ कारण असेल तर अशा धोक्याचे स्वरूप, गांभीर्य आणि व्याप्ती यांचा विचार करून अन्नविषयक अधिकारी आणि अन्नसुरक्षा कमिशनर यांनी योग्य पावले उचलून जनतेला संबंधित खाद्यान्नांची संपूर्ण माहिती आणि धोका नष्ट करण्यासाठी करण्यात आलेल्या किंवा भविष्यात केल्या जाणाऱ्या उपायांची माहिती द्यावी.

७. जे अन्नपदार्थ सुरक्षिततेच्या कसोटीवर उतरू शकले नाहीत व असुरक्षित म्हणून घोषित केले आहेत, ते ज्या अन्नाच्या साठ्यातून उपलब्ध झाले त्या साठ्यातील इतर अन्नपदार्थही असुरक्षित मानले जातील. जोपर्यंत याविरुद्ध काही पुरावे सादर केल जात नाहीत तोपर्यंत तो अन्नसाठा असुरक्षित मानला जाईल.

अन्नसुरक्षा आणि प्रमाणीकरण कायदा, २००६ अंतर्गत नियमावली बनवीत असताना व दर्जाचे प्रमाण ठरवीत असताना अन्नविषयक अधिकाऱ्यांनी खालील बाबी लक्षात घ्याव्यात :

१. देशात सध्या प्रचलित असलेल्या शेतीविषयक पद्धती व अन्नधान्य हाताळणी, साठवण आणि वाहतूक यांची प्रचलित स्थिती आणि

२. आंतरराष्ट्रीय पातळीवर अस्तित्वात असलेला वा अस्तित्वात येण्याच्या तयारीत असलेला दर्जा आणि पद्धती जर असा दर्जा वा पद्धती आपल्या देशातील परिस्थितीसाठी गैरलागू आहेत असे मानण्यास सबळ कारण असेल तर त्या विशिष्ट परिस्थितीत ते विचारात घेतले जाणार नाहीत.

३. अपवादात्मक परिस्थिती वगळता इतर वेळेस धोक्याचे मूल्यमापन करून अन्नाचा दर्जा ठरवावा.

४. उपलब्ध शास्त्रीय पुरावे वापरून स्वतंत्रपणे, वस्तुनिष्ठतेने आणि पारदर्शक पद्धतीचा अवलंब करून धोक्याचे मूल्यमापन करावे.

५. कायद्यांतर्गत नियमावली बनवीत असताना पारदर्शकतेने व खुलेपणाने जनतेशी विचारविनिमय झाला पाहिजे. तो प्रत्यक्षपणे जनतेशी किंवा अप्रत्यक्षपणे जनतेच्या प्रतिनिधींशी, उदा. ग्रामपंचायत यांच्याशी झाला पाहिजे, परंतु एखाद्या विशिष्ट परिस्थितीत अन्नसुरक्षा वा जनतेचे आरोग्य याबाबतीत काही तत्काळ निर्णय घेण्यासाठी नियमावलीत बदल करण्याची गरज असेल तर विचारविनिमयाच्या तरतुदीतून सूट मिळू शकते; परंतु अशी नियमावली, ६ महिन्यांपेक्षा अधिक काळ अमलात राहू शकत नाही.

६. ग्राहकांच्या हिताची काळजी घेतली जावी.

७. खालील बाबींच्या निर्मूलनाची काळजी घ्यावी :

अ) फसवणूक वा अयोग्य व्यापारपद्धती ज्यामुळे ग्राहकांना नुकसान पोहोचू शकते. आणि

ब) असुरक्षित किंवा दूषित किंवा निकृष्ट अन्नपदार्थ.

क) या कायद्यातील तरतुदी शेतकरी, मच्छिमार तसेच शेतकी कामे, पिके, पशुधन, मत्स्यव्यवसाय आणि

शेतकऱ्यांनी पिकवलेली पिके वा मच्छीमारांचे उत्पादन यांना लागू होत नाहीत.

कलम – १९

कोणत्याही अन्नपदार्थांमध्ये या कायद्यातील तरतुदींशी न जुळणारे, अन्नावर प्रक्रिया करणारे पदार्थ वापरले जाऊ नयेत.

कलम – २०

कोणत्याही अन्नपदार्थांमध्ये दूषित पदार्थ, विषारी घटक या नेमून दिलेल्या प्रमाणाबाहेर जड धातू असू नयेत.

कलम – २१

१) नियमावलीत नमूद केलेल्या प्रमाणापेक्षा जास्त किंवा सहन करण्याच्या मर्यादेपेक्षा जास्त प्रमाणात कीटकनाशके, जनावरांची औषधे, रोगप्रतिबंधक औषधे इत्यादींचे अवशिष्ट (उरलेला भाग) अन्नपदार्थांमध्ये असू नये.

२) कोणतेही कीटकनाशक प्रत्यक्ष अन्नपदार्थांवर थेट वापरू नये. याला अपवाद

फक्त कीटकनाशके कायदा, १९६८ मध्ये नमूद केलेली व मान्यता मिळालेली कीटकनाशके यांचा आहे.

कलम – २२

कोणताही मनुष्य केंद्र सरकारने बंदी घातलेले नवीन पदार्थ, जनुकीय बदल केलेले पदार्थ, सेंद्रिय पदार्थ, विशेष आहारासाठी तयार केलेले पदार्थ, आरोग्यपूरक पदार्थ इ. आणि इतर असे अन्नपदार्थ तयार करू शकत नाही म्हणजेच अशा पदार्थांचे उत्पादन, वितरण, विक्री वा निर्यात करू शकत नाही.

कलम – २३

१) कोणतेही बांधणी केलेले वा डबाबंद पदार्थ, जे नियमांप्रमाणे शिक्का मारलेले व नोंदणी केलेले नसतील त्यांचे उत्पादन, वितरण, विक्री वा हस्तांतरण कोणीही करू शकणार नाही. वस्तूवरील शिक्का वा चिन्हे ही आकार, रचना, शब्दांचा वापर इ. बाबतीत फसवणूक करणारी नसावीत.

२) प्रत्येक अन्नपदार्थ व्यावसायिकाने अन्नपदार्थांची विक्री करताना त्यावरील चिन्हे वा लेबल हे खरे व बरोबर असल्याची खात्री करू घ्यावी. जेणेकरून ग्राहकांची फसवणूक होणार नाही.

कलम – २४

जाहिरातींवरील निर्बंध आणि अयोग्य व्यापारी पद्धतींवर बंदी

१) कोणत्याही फसवणूक वा दिशाभूल करणाऱ्या आणि या कायद्यातील तरतुदींचा भंग करणाऱ्या पदार्थांची जाहिरात केली जाऊ नये.

२) कोणत्याही व्यक्तीने अयोग्य व्यापारी पद्धतीमध्ये सहभागी होऊन अन्नपदार्थांचे वितरण, पुरवठा, जाहिरात, वापर वा उपयोग करू नये. तसेच कोणत्याही प्रकारची खोटी व फसवणूक करणारी विधाने करू नयेत.

फसवणूक करणारी विधाने करू नयेत जी :

अ) चुकीच्या पद्धतीने व खोटेपणाने एखाद्या अन्नपदार्थाचा दर्जा, प्रमाण व वैशिष्ट्ये सांगत असतील,

ब) एखाद्या पदार्थाच्या उपयोगितेबाबत वा गरजेबाबत खोटी माहिती सांगत असतील,

क) खोटी, विनाधार, अशास्त्रीय आधारावर एखाद्या पदार्थाची खात्री देत असतील.

कलम – २५

सर्व आयात केलेले अन्नपदार्थ या कायद्याशी संबंधित आहेत म्हणजेच या कायद्यातील तरतुदी त्यांना लागू होतात.

अ) कोणतीही व्यक्ती भारतामध्ये खालील पदार्थ आयात करू शकत नाही.

१) कोणतेही असुरक्षित किंवा निकृष्ट दर्जाचे किंवा उपरी कचरा असलेले अन्नपदार्थ.

२) ज्या अन्नपदार्थांच्या आयातीसाठी कोणताही कायदा, नियम वा नियमावली अंतर्गत परवानग्यांची गरज आहे.

३) या कायद्यातील तसेच या कायद्यांतर्गत बनविल्या गेलेल्या नियम वा नियमावलीत इतर तरतुदींचा भंग करणारे अन्नपदार्थ.

४) केंद्र सरकार परदेशी व्यापारी कायदा, १९९२ अंतर्गत आयात पदार्थांवर बंदी घालताना, प्रतिबंध करताना आणि त्यांचे नियंत्रण करताना अन्नसुरक्षा आणि प्रामाणीकरण कायद्यानुसार अन्नविषयक अधिकाऱ्यांनी या कायद्यातील तरतुदींतर्गत बनविलेल्या व ठरविलेल्या दर्जाचे पालन करते.

कलम – २६

अन्नपदार्थ व्यावसायिकाची जबाबदारी

अ) अन्नपदार्थ हे उत्पादन, प्रक्रिया, आयात, वितरण आणि विक्री या अन्नपदार्थ-व्यावसायिकांच्या नियंत्रणातील टप्प्यांवर या कायद्यातील तसेच इतर नियम व नियमावलीतील गरजांची पूर्तता करणारे आहेत याची खात्री अन्नपदार्थ-व्यावसायिकाने केलेली असावी.

ब) कोणत्याही अन्नपदार्थ-व्यावसायिकाने स्वत: किंवा इतरांमार्फत खालील पदार्थांचे उत्पादन, साठवण, विक्री व वितरण करू नये.

१) असुरक्षित अन्नपदार्थ.

२) निकृष्ट दर्जाचे व उपरी कचरा असलेले अन्नपदार्थ.

३) कोणत्याही कायद्यांतर्गत विक्रीसाठी परवान्याची आवश्यकता असलेले अन्नपदार्थ.

४) ज्या अन्नपदार्थावर अन्नविषयक अधिकाऱ्यांनी वा केंद्र सरकारने वा राज्य सरकारने जनतेच्या आरोग्यरक्षणासाठी बंदी घातली आहे.

५) या कायद्यातील वा कायद्यांतर्गत बनविल्या गेलेल्या नियम वा नियमावलीतील इतर तरतुदींचा भंग करणारे अन्नपदार्थ.

क) अन्नपदार्थ-व्यावसायिकाने संसर्गजन्य रोग झालेल्या व्यक्तीस कामावर ठेवू नये.

ड) कोणताही अन्नपदार्थ-व्यावसायिक पदार्थांच्या स्वरूपाबाबत व गुणधर्मांबाबत विक्रेत्याला लेखी हमी दिल्याशिवाय अन्नपदार्थांची विक्री विक्रेता करू शकत नाही. या लेखी हमीचे ठराविक स्वरूप नियमावलीमध्ये दिलेले आहे; परंतु जरी या ठरलेल्या स्वरूपात लेखी हमी दिली नाही तरी झालेल्या व्यवहारांची पावती, कॅश मेमो यांनाही लेखी हमी समजावे असे या कलमात नमूद केले आहे.

इ) जेव्हा एखादा अन्नपदार्थ असुरक्षित आहे हे समजते तेव्हा तो पदार्थ ज्या साठ्यातून आला त्या साठ्यातील त्या पदार्थांप्रमाणे असलेले इतर सर्व पदार्थ असुरक्षित समजले जातील. मात्र जर नंतर सखोल मूल्यमापनानंतर इतर पदार्थ असुरक्षित असल्याचा पुरावा मिळाला नाही तर ते सुरक्षित मानले जातील.

कलम – २७

उत्पादक, बांधणी करणारे, घाऊक विक्रेते, वितरक आणि विक्रेते यांची जबाबदारी

अ) जर बांधणी केले गेलेले पदार्थ या कायद्यातील अटींची पूर्तता करू शकत नसतील तर त्यासाठी उत्पादक व बांधणी करणारे यांना जबाबदार मानले जाईल.

ब) घाऊक विक्रेते व वितरक या कायद्यांतर्गत खालील बाबतीत जबाबदार मानले जातील.

१) अन्नपदार्थांचा पुरवठा शेवटच्या मुदतीच्या तारखेनंतर करण्यात आला.

२) अन्नपदार्थांचा साठा सुरक्षिततेविषयी दिलेल्या सूचनांचे पालन न करता केला गेला तर.

३) असुरक्षित अन्नपदार्थांबाबत.

४) ज्या उत्पादकाकडून माल घेतला त्याची ओळख पटली नाही तर.

५) या कायद्यातील तरतुदींच्या विरोधात व चुकीच्या पद्धतीने साठवण व हस्तांतरण केले तर.

६) पदार्थ असुरक्षित आहे हे माहीत असूनही उत्पादकांकडून खरेदी केला तर.

७) किरकोळ विक्रेते या कायद्यांतर्गत खालील बाबींसाठी जबाबदार मानले जातील.

८) जर अन्नपदार्थ शेवटच्या मुदतीच्या तारखेनंतर विकला तर.

९) अन्नपदार्थ अस्वच्छ व अनारोग्यपूर्ण वातावरणात ठेवला किंवा हाताळला तर.

१०) चुकीच्या ब्रँण्डखाली विकला तर.

११) ज्या उत्पादक वा वितरकाकडून माल खरेदी केला त्याची ओळख नंतर पटली नाही तर.

१२) अन्नपदार्थ असुरक्षित आहे हे माहीत असूनही खरेदी केला तर.

कलम – २८

अन्नपदार्थ परत बोलाविण्याची प्रक्रिया / पद्धती

१) जर अन्नपदार्थव्यावसायिकाला असे मानण्यास सबळ कारण आहे की, एखादा अन्नपदार्थ वा कायद्यातील तरतुदींप्रमाणे उत्पादित केलेला, प्रक्रिया केलेला वा

वितरित केलेला नाही तर त्याने तत्काळ तो पदार्थ बाजारातून परत घेण्याची प्रक्रिया सुरू केली पाहिजे. तसेच या प्रक्रियेविषयी व त्याच्या कारणांविषयी ग्राहकांना व संबंधित अधिकाऱ्यांना माहिती दिली पाहिजे.

२) अन्नपदार्थव्यावसायिकाला जर लक्षात आले किंवा त्याने असे मानण्यास सबळ कारण असेल की, त्याने बाजारात वितरित केलेला अन्नपदार्थ ग्राहकांसाठी असुरक्षित आहे तर त्याने ही बाब तत्काळ संबंधित अधिकाऱ्यांच्या लक्षात आणून द्यावी आणि त्यांनी केलेल्या उपाययोजनांमध्ये त्यांना सहकार्य करावे.

३) अन्नपदार्थव्यावसायिकाने एखाद्या पदार्थाच्या असुरक्षिततेमुळे निर्माण होऊ शकणारा धोका टाळण्यासाठी केलेल्या उपाययोजनांची माहिती संबंधित अधिकाऱ्यांना द्यावी व कोणत्याही व्यक्तीला या बाबतीत अधिकाऱ्यांना सहकार्य करण्याविषयी प्रतिबंध करू नये.

४) अन्नपदार्थ व्यावसायिकांना अन्नपदार्थ परत बनविण्याची प्रक्रिया राबविताना, अन्नविषयक अधिकाऱ्यांनी नेमून दिलेली मार्गदर्शक तत्त्वे व अटी यांचे पालन करावे.

स्वाध्याय :

१. ब्युरो ऑफ इंडियन स्टँडर्ड्स कायदा,१९८५ या कायद्यातील ब्युरोच्या प्रमाण-शिक्क्याविषयी कलम ११, १४ व ३३ मध्ये करण्यात आलेल्या तरतुदींची माहिती द्या.

२. ब्युरो ऑफ इंडियन स्टँडर्ड्स कायदा,१९८५ या कायद्यातील ब्युरोची कार्ये आणि अधिकार स्पष्ट करा.

३. ब्युरो ऑफ इंडियन स्टँडर्ड्स कायदा,१९८५ या कायद्याची व्याप्ती सविस्तर स्पष्ट करा.

४. व्यावसायिक स्पर्धा कायदा, २००२ मधील स्पर्धा प्रतिबंधक कराराविरोधातील तरतुदी स्पष्ट करा.

५. व्यावसायिक स्पर्धा कायदा, २००२ मधील कायद्यांतर्गत कलम ५, ६ मध्ये नमूद केलेल्या उद्योगांचे संयुक्तीकरण व त्यांच्या संयुक्तीकरणाचे नियंत्रण यातील तरतुदीविषयी सविस्तर माहिती द्या.

६. उद्योग, उद्योगधंद्याच्या प्राबल्याच्या गैरवापराविरोधातील व्यावसायिक स्पर्धा कायदा, २००२ कलम ४ मधील तरतुदी स्पष्ट करा.

स्वाध्याय :

१. माहितीचा अधिकार अधिनियम, २००५ यध्ये दिलेल्या संकल्पनांची व्याख्या द्या.

२. माहितीचा अधिकार अधिनियम, २००५ ची व्याप्ती व वैशिष्ट्ये स्पष्ट करा.

३. माहितीचा मागणी अर्ज निकालात काढण्याची कारणे कोणती?

४. केंद्रीय माहिती आयोगाची रचना स्पष्ट करा.

५. माहिती आयोगाचे अधिकार आणि कार्ये स्पष्ट करा.

६. माहिती मिळविण्याचा अधिकार आणि शासकीय प्राधिकरणाच्या जबाबदाऱ्या यावर टीप लिहा.

७. कायद्यातील विविध अर्जांचे / अपिलांचे नमुने यावर टीप लिहा.

८. माहितीच्या अधिकार अधिनियमाप्रमाणे कोणत्या प्रकारची माहिती पुरविता येते व त्याचे अपवाद सांगा.

९. माहितीच्या अधिकार नियमाप्रमाणे कोणती माहिती उघड करता येते व कोणती माहिती उघड करण्यातून सूट देण्यात येते, ते स्पष्ट करा.

 – अन्नसुरक्षा प्रमाणीकरण कायदा, २००६ ची व्याप्ती स्पष्ट करा.

 – अन्नसुरक्षा आणि प्रमाणीकरण कायदा, २००६ या कायद्यातील अन्नपदार्थांविषयी करण्यात आलेल्या सर्वसामान्य तरतुदींची माहिती द्या.

 – अन्नसुरक्षा आणि प्रमाणीकरण कायदा, २००६ या कायद्यात नमूद करण्यात आलेल्या अन्नपदार्थ व्यावसायिक, उत्पादक, घाऊक विक्रेते, वितरक आणि विक्रेते यांच्या विशेष जबाबदाऱ्यांची माहिती द्या.

 – अन्नसुरक्षा आणि प्रमाणीकरण कायदा, २००६ अंतर्गत भारतातील अन्नपदार्थांच्या आयातीविषयी करण्यात आलेल्या तरतुदींबाबत माहिती द्या.

प्रकरण ६

करारांच्या प्रमाणित मसुद्यांपासून ग्राहकांचे संरक्षण

Protection of Consumer against Standard Form of Contract

प्रमाणभूत पद्धतीविषयी कायदे आयोगाचा दृष्टिकोन व कायदेशीर सुधारणा

इंग्लंडमध्ये प्रमाणभूत करार पद्धतीविषयी ठराविक स्वरूपाचा कायदा अस्तित्वात आहे, परंतु भारतात मात्र असा कोणताही कायदा प्रमाणभूत स्वरूपाच्या (Standard form of Contract) कराराबाबत अस्तित्वात नाही. गैरवाजवी स्वरूपातील प्रमाणभूत करार रद्द ठविण्यासाठी भारतात भारतीय करार अधिनियमांतर्गत असलेल्या कलम १६ व कलम २३ चा वापर केला जातो. म्हणजेच प्रभावाचा गैरवापर व जनहिताच्या विरोधी अशा दोन मुद्द्यांचा वापर केला जातो.

इनलॅण्ड वॉटर ट्रान्सपोर्ट लिमिटेड विरुद्ध ब्रोजोनाथ या केसमध्ये सर्वोच्च न्यायालयाने नोकरीविषयक करारातील कामगाराला केव्हाही व कोणत्याही कारणाने ३ महिन्यांच्या नोटीसद्वारे वा ३ महिन्यांचा पगार देऊन कामावरून काढले जाऊ शकेल या अटीला जनहिताच्या विरोधात मानून अवैध ठरविले होते.

भारतीय कायदा आयोगाने आपल्या १०३ आर.डी. रिपोर्टमध्ये करारातील अयोग्य कलमांविरोधात नवीन विभाग (IV A) भारतीय करार अधिनियमात समाविष्ट करण्याचा प्रस्ताव मांडला होता.

कायदा आयोगाच्या सूचनेनुसार करारातील अटींची वैधता ही न्यायालयाने बुद्धीला पटेल अशा तर्कांनुसार ठरवावी किंवा अवैध ठरवावी. आपल्या चुकींबाबत जबाबदारी टाळणाऱ्या अटी वा नियम करारात असतील तर त्या अटी अवैध मानाव्यात. कायदा आयोगाच्या शिफारशी या इंग्लंडमधील कायद्यांवर आधारित आहेत आणि त्यामुळे इंग्लंडमधील कायदेशीर तरतुदी भारतातील प्रमाणभूत करार पद्धतीला योग्यप्रकारे लागू होऊ शकतात.

आजपर्यंत कायदा आयोगाच्या शिफारशींची अंमलबजावणी झालेली नाही व त्यामुळे याविषयी कायदा निर्माण झालेला नाही. मात्र, लवकरच प्रमाणभूत करार पद्धतीविषयी प्रभावी कायदे अस्तित्वात येणे गरजेचे आहे.

प्रमाणभूत स्वरूपातील (Standard form of contract) **करार**

आधुनिक काळात करारविषयक कायद्यांना अनेक प्रश्नांचा सामना करावा लागत आहे. व्यापार, उद्योग यांचे प्रमाण जागतिकीकरणाच्या काळात मोठ्या प्रमाणावर वाढलेले आहे. त्यामुळे साहजिकच या निमित्ताने होणाऱ्या विविध प्रकारच्या करारांची व्याप्ती वाढलेली आहे. कराराचे अनेक नवीन वैशिष्ट्यपूर्ण प्रकार आज अस्तित्वात आलेले दिसतात. यांतीलच एक महत्त्वपूर्ण प्रकार म्हणजे प्रमाणभूत स्वरूपातील (Standard form of Cotract) करार होय.

प्रमाणभूत स्वरूपातील कराराचा वाढता वापर (Day by day use of Standard Form of Contract has increased) :

आधुनिक काळात व्यापार व उद्योगधंद्यात मोठ्या प्रमाणावर झालेल्या वाढीमुळे आणि गुंतागुंतीमुळे उद्योगांना आज त्यांच्या ग्राहकांबरोबर असंख्य करार करावे लागतात. अशा करारांचे स्वरूप सामान्यत: सारखेच असते व ते प्रत्येक व्यक्ती व प्रत्येक कराराबरोबर बदलत नसते. त्यामुळेच आधुनिक काळात अशा करारांचे रूपांतर प्रमाणभूत करारात करण्यात आले. जेणेकरून परत परत त्याच अटी व शर्तींची पुनरावृत्ती टाळली जावी. एकच लिखित स्वरूपातील करार सर्वांना लागू केल्यामुळे वेळेचीही मोठ्या प्रमाणावर बचत होते.

उदा. सर्वसाधारण विमा किंवा जीवनविमा उतरविणारी कंपनी रोज हजारो लोकांचे एकाच प्रकारचे विमे उतरविण्याचे काम करते. त्याचप्रमाणे रेल्वे प्रशासन रोज असंख्य ग्राहकांबरोबर वाहतूकविषयीचे करार करते. अशा वेळेस प्रमाणभूत स्वरूपातील करारांमुळे वेळेची खूप बचत होते व कामाचे स्वरूपही सोपे बनते. प्रमाणभूत स्वरूपातील करार ही पद्धती सोईच्या दृष्टीने अस्तित्वात आली. या प्रकारच्या करारात, करारातील एक पक्ष आपल्या अटी व शर्तींनुसार करार छापून घेतो आणि दुसऱ्या पक्षाला केवळ त्या करारातील रिकाम्या जागा भरणे आणि त्यावर सही करणे इतकेच स्वातंत्र्य असते.

काही वेळेस करारातील अटी व शर्ती पावती वा बिलाच्या मागील बाजूस छापलेल्या असतात. उदा. संगणक, फ्रीज, टी.व्ही. वगैरे वस्तू खरेदीच्या पावतीमागे अटी असतात.

प्रमाणभूत स्वरूपातील कराराचे ग्राहकांवर होणारे दुष्परिणाम

प्रमाणभूत करार पद्धतीमध्ये कराराच्या अटी व शर्तींबाबत वाटाघाटी करण्यास वाव नसतो. करारातील दोन पक्षांपैकी एक पक्ष कराराच्या अटी व शर्ती छापून घेतो व दुसरा पक्ष केवळ त्या अटी स्वीकारून त्यावर स्वाक्षरी करतो.

मोठ्या प्रमाणावर उलाढाल असणाऱ्या उद्योगसमूहांसाठी, संस्थांसाठी प्रत्येक ग्राहकाबरोबर स्वतंत्रपणे करार करणे ही गोष्ट खूपच कठीण असते आणि त्यामुळे छापील स्वरूपातील करार म्हणजेच प्रमाणभूत करारांचा वापर सुरू केलेला आहे.

अशा प्रमाणभूत स्वरूपातील करारात मोठ्या प्रमाणावर अटी व शर्ती असतात आणि त्या छोट्या अक्षरात छापलेल्या असतात. त्यांचा वापर काही वेळेस करारात भावी काळात उद्‌भवणाऱ्या जबाबदाऱ्या टाळण्यासाठी केला जातो. एकटा ग्राहक हा इतक्या मोठ्या संस्थांबरोबर वाटाघाटी करू शकत नाही आणि त्याचे काम फक्त छापील करारावरील अटी वा नियम मंजूर आहेत की नाही हे सांगून, असल्यास सही करण्याचे आहे. थोडक्यात, ग्राहकांना त्या अटी वा नियम मंजूर आहेत की नाही हे सांगून, असल्यास सही करण्याचे आहे. थोडक्यात, ग्राहकांना त्या अटी वा नियम बदलण्याचा अधिकार नाही. इतकेच काय त्याबाबत विचारविनियमही ते करू शकत नाहीत. त्यामुळे बऱ्याचदा अशा करारातील अटी वा नियमांकडे दुर्लक्ष केले जाते. त्या वाचल्या जात नाहीत. हजारात एखादी व्यक्तीच अशा अटी वाचते. त्यामुळे मोठ्या कंपन्यांना दुर्बल घटकांचे शोषण करण्याची संधी मिळते. प्रमाणभूत करारातील काही अटी काही वेळेस वैयक्तिक स्वरूपाचे कायदेच वाटू लागतात आणि त्यांचा वापर करून कंपनी आपल्या जबाबदाऱ्यांमधून पळ काढताना दिसतात.

अशा प्रमाणभूत करारावर न वाचता सह्या करणाऱ्या दुर्बल घटकांना त्यांचा हक्क मिळवून देण्यात कोर्टाला बऱ्याच अडचणी येतात. करार वाचलेला नसल्यामुळे त्यातील अटींची माहिती सही करणाऱ्या व्यक्तीला नसते, परंतु अशा करारावर सही केल्यामुळे त्याला त्या करारातंर्गत जबाबदार धरले जाते.

मिसेस एल. इस्ट्रेंज विरुद्ध ग्रॅव्हकोब लिमिटेड, या केसमध्ये मिसेस एल इस्ट्रेंज यांनी प्रमाणभूत करारातील अटी न वाचता ते सही करून एक सिगारेट बनविण्याचे मशीन ग्रॅव्हकोब कंपनीकडून खरेदी केले. त्या प्रमाणभूत करारात मशीनमधील सर्व दोषांसाठीच्या जबाबदारीतून विक्रेत्याला मुक्त करणाऱ्या अटींचा समावेश होता. प्रत्यक्षात, ते मशीन पूर्णत: दोषपूर्ण व बिघडलेले होते. कोर्टाला दाखवून देण्यात आले की, करार करतेवेळी मिसेस एल. इस्ट्रेंज यांना करारातील अटींची माहिती दिली गेलेली नव्हती व त्यांनी स्वत:ही तो करार वाचला नव्हता, परंतु त्यांनी तो करार सही केलेला

असल्यामुळे त्यांनी तो करार वाचलेला व मान्य केलेला आहे असे गृहीत धरले जाते व त्यामुळे त्यांनी प्रत्यक्षात करार वाचला की नाही याला काही महत्त्व उरत नाही आणि त्यामुळे त्या कराराला बांधील आहेत असा निकाल न्यायालयाने दिला. मिसेस इस्ट्रेंजने जर करारावर सही केली नसता तर निकाल वेगळा लागू शकला असता, परंतु करारावर सही केल्यामुळे त्यातील अटी त्यांनी मान्य केल्या होत्या असेच ग्राह्य धरावे लागते.

प्रमाणभूत कराराचे खालीलप्रमाणे वेगवेगळ्या पद्धतीने वर्णन केले जाते.

१) वाटाघाटी वा चर्चेशिवायचा करार, म्हणजेच ज्यात व्यक्तीला अटी मान्य करण्याशिवाय दुसरा कोणता पर्यायच नसतो, तो वाटाघाटी करू शकत नाही, केवळ मान्यता देऊ शकतो.

२) सक्तीचे करार, म्हणजेच एकप्रकारे लादलेले करार होय.

३) वैयक्तिक / खाजगी कायदे : म्हणजेच करारातील शक्तिशाली पक्षाने तयार केलेले कायदे वा नियम मान्य असतील तर त्या बदल्यात दुसऱ्या पक्षाला काही सेवा मिळविता येतील.

वरीलप्रमाणे ग्राहकांवर प्रमाणभूत कायद्यामुळे होणाऱ्या दुष्परिणामांची, अन्यायाची माहिती घेता येते.

प्रमाणभूत स्वरूपातील (Standard Form of Contract) कराराबाबत न्यायालयाचा दृष्टिकोन-Ultimate Intention of Court.

प्रमाणभूत स्वरूपातील करारांमुळे वेळेची व खर्चाची मोठ्या प्रमाणावर बचत होणे शक्य असले तरी अशा करारांमुळे हिताला बऱ्याच वेळा बाधा पोहोचते. अशावेळेस करारावर अजाणतेपणी सही केलेल्या दुर्बल घटकांना न्याय मिळवून देणे न्याययंत्रणेला कठीण जाते. प्रमाणभूत स्वरूपातील करारांबाबत असलेला न्यायालयीन दृष्टिकोन विविध न्यायालयीन निकालांवरून स्पष्ट होतो.

१) पार्कर साउथ ईस्ट रेल्वे कंपनी केस

२) ओले विरुद्ध कार्ल बर्ग कंपनी

३) कर्टिस विरुद्ध केमिकल क्लिनिंग ॲण्ड डाइंग कंपनी

४) लिली व्हाइट विरुद्ध मनुस्वामी

५) इनलॅण्ड वॉटर ट्रान्सपोर्ट लिमिटेड विरुद्ध ब्रोजोनाथ

१) पार्कर साउथ ईस्ट रेल्वे कंपनी केस

या केसमधील वादीने आपले सामान रेल्वेस्थानकावरील सामानघरात ठेवले होते. त्याची त्याला पोचपावतीही देण्यात आली. त्या पावतीवर पुढच्या बाजूस

'मागे पहा' अशी सूचना करण्यात आलेली होती व मागील बाजूस सामान हरवल्यास रेल्वे प्रशासनाची जबाबदारी फक्त १० पाउंड इतकी राहील असे नमूद केलेले होते. वादीचे सामान हरवल्यानंतर त्याने रेल्वे कंपनीवर २५ पाउंड रकमेसाठी दावा केला, परंतु रेल्वे कंपनीने पावतीवरील अटींकडे लक्ष वेधण्याचा पुरेसा प्रयत्न केलेला होता व त्यामुळे वादीला फक्त १० पाउंडाचीच नुकसानभरपाई मिळेल असा निकाल न्यायालयाने दिला.

२) ओले विरुद्ध मार्ल बर्ग कंपनी

वादी व त्याची पत्नी एका हॉटेलमध्ये वास्तव्यास होते व त्या दरम्यान त्यांच्या सामानाची हॉटेलमधून चोरी झाली; परंतु हॉटेल प्रशासनाने भिंतीवर लावण्यात आलेल्या सूचनेचा मुद्दा उपस्थित केला व सामानाची जबाबदारी नाकारली. भिंतीवर सामन चोरीला गेल्यास हॉटेलची जबाबदारी राहणार नाही अशी सूचना लावण्यात आलेली होती. मात्र न्यायालयाने हॉटेल प्रशासनाला जबाबदार धरले कारण वरील सूचना हा लिखित कराराचा भाग नव्हता व त्यामुळे सामानाच्या सुरक्षेची जबाबदारी हॉटेल प्रशासनावरच होती.

३) कर्टिस विरुद्ध केमिकल क्लिनिंग ॲण्ड डाइंग कंपनी

या केसमधील वादी मिसेस कर्टिस यांनी आपला विवाहसमारंभाचा पोशाख धुण्यासाठी एका लॉण्ड्रीकडे दिला होता. त्यावेळेस त्यांना एका पावतीवर सही करण्यास सांगण्यात आले होते; परंतु त्या पावतीवरील नुकसानीबाबत लॉण्ड्रीची जबाबदारी राहणार नाही या अटीची त्यांना माहिती देण्यात आली नाही. जेव्हा त्यांचा पोशाख त्यांनी परत नेला तेव्हा त्यावर मोठे डाग पडून तो खराब झाल्याचे त्यांच्या निदर्शनास आले. या केसमध्ये प्रतिवादीने करारातील अटी लपवून ठेवून फसवणूक केली आहे व त्यासाठी प्रतिवादीने नुकसानभरपाई द्यावी असा निकाल न्यायालयाने दिला.

४) लिली व्हाइट विरुद्ध मनुस्वामी

या केसमध्ये न्यायालयाने निकालात म्हटले होते की, जर ड्रायक्लिनर हरवलेल्या साडीबाबत १५ टक्के रक्कम परत केली जाईल अशी अट पावतीवर छापत असेल तर ते जनहिताच्या विरुद्ध आहे आणि त्यामुळे ती अट अवैध ठरते.

५) इनलॅण्ड वॉटर ट्रान्सपोर्ट लिमिटेड विरुद्ध ब्रोजोनाथ

या केसमध्ये सर्वोच्च न्यायालयाने नोकरीविषयक करारातील कामगाराला केव्हाही

व कोणत्याही कारणाने ३ महिन्यांच्या नोटिसीद्वारे वा ३ महिन्यांचा पगार देऊन कामावरून काढले जाऊ शकेल या अटीला जनहिताच्या विरोधात मानून अवैध ठरविले होते.

वरील काही न्यायालयीन निकालांवरून न्यायालयाचा प्रमाणभूत कराराकडे पाहण्याचा दृष्टिकोन स्पष्ट होतो. न्याययंत्रणा अशा कराराद्वारे होणाऱ्या फसवणुकीला आळा घालण्यासाठी प्रयत्नशील असल्याचे दिसून येते.

स्वाध्याय :

१. प्रमाणभूत स्वरूपातील कराराविषयी सविस्तर माहिती द्या.

२. प्रमाणभूत स्वरूपातील कराराबाबत न्यायालयाचा दृष्टिकोन विविध निकालांवरून स्पष्ट करा.

३. कराराच्या प्रमाणभूत पद्धतीविषयी कायदे आयोगाचा सुधारणाविषयक दृष्टिकोन स्पष्ट करा.

प्रकरण ७

व्यावसायिक नीतिमूल्यांचा संकल्पनात्मक आराखडा

Conceptual Framework of Business Ethics

७.१ नैतिकतेची संकल्पना आणि स्वरूप (Concept of Ethics and Nature) :

नीती म्हणजे धोरण, नीती म्हणजे नियम आणि नीतिमूल्य म्हणजे उदात्त ध्येय-धोरणे साध्य करण्यासाठी योग्य मार्गाचा अवलंब करणे. कोणताही त्रास न होता किंवा बाधा न पोहोचता आपला उद्देश सनदशीर व सर्वांना मान्य या पद्धतीने साध्य करणे. यावरून नीतिमूल्ये हा मराठी शब्द आलेला आहे.

व्यावसायिक नीतिमूल्ये म्हणजे व्यवसायाचे ध्येय-धोरण साध्य करताना उचित मार्गाने ते साध्य करणे.

नीतिमूल्ये जशी काही लिखित किंवा अलिखित कोणत्याही माध्यमात किंवा स्वरूपात असावीत असा प्रघात नाही किंवा बंधन नाही. तसेच व्यावसायिक नीतिमूल्ये-देखील लिखित किंवा अलिखित अशा स्वरूपाची कशीही असू शकतात. यालाच व्यावसायिक जगतात ख्याती Goodwill असे म्हणतात. व्यावसायिक जगतात योग्य व उचित मार्गांचा अवलंब करून विश्वासाने कार्य करणाऱ्या व्यावसायिक संस्था यशस्वी होतात. त्यांना विशिष्ट दर्जा किंवा ख्याती प्राप्त होत असते. ते ग्राहकांच्या मनावर (खरेदीशक्तीवर) राज्य करतात. या प्रक्रियेला नीतिमूल्ये असे म्हणतात. म्हणजेच ग्राहकाने किंवा समाजाने या व्यावसायिक संस्थांच्या ध्येयधोरण व मार्गांना मान्यता दिलेली असते.

व्यावसायिक नैतिकता

व्यवसायातील नैतिक मूल्ये

व्यवसाय मूलत: नफा मिळविण्यासाठी स्थापन झालेला असतो ; परंतु व्यवसायाने नफा मिळविताना पर्यावरणाचा, समाजाचा, ग्राहकांचा तसेच संबंधित सर्व बाबींचा योग्य विचार करणे म्हणजे नैतिक मूल्यांची जपणूक करणे होय. यामध्ये व्यवसायामुळे उत्पादनप्रक्रियेमुळे तयार होणाऱ्या उत्पादित मालामुळे तसेच टाकाऊ पदार्थांमुळे पर्यावरण शक्यतो दूषित होणार नाही झालेच तर योग्य उपाययोजना तसेच व्यवसायाच्या टाकाऊ व उत्पादित पदार्थांमुळे आणि वस्तूंमुळे मानवाच्या जीविताला हानी पोहचणार नाही ; तसेच हलगर्जीपणामुळे आणि निष्काळजीपणाने होणाऱ्या विषारी वायूगळती व प्रदूषित हवा व पाण्यामुळे निरपराध मानवप्राणी व पर्यावरणावर घाला घातला जातो हे व्यावसायिक नैतिकमूल्यात येत नाही. या ठिकाणी व्यवसायाने जागरूक राहून पर्यावरणाचे संरक्षण व संवर्धन करून तसेच समाजोपयोगी कार्ये करून सामाजिक लेखा परीक्षा वेळचे वेळी करून स्वच्छ, सुंदर व निरामय वातावरणनिर्मिती करून उचित नफा मिळवावा.

मानव जेव्हापासून समाजाचा एक घटक म्हणून वावरू लागला, तेव्हापासून नीतिमत्ता किंवा नैतिकता ही कल्पना मूळ धरू लागली. माता-पिता-कुटुंबकर्ता, समाजाचा नेता अशा विविध भूमिका निभावताना काय चुकीचे आणि काय बरोबर हे व्यक्तिगत मूल्यांवर नव्हे तर सापेक्ष मूल्यांवर ठरू लागले व त्यातूनच नैतिकता ही संकल्पना निर्माण झाली.

इंग्रजीमधील Ethics म्हणजे नैतिकता हा शब्द ग्रीक भाषेतील Ethics या शब्दावरून आला. Ethics चा अर्थ जगण्याची पद्धत ; म्हणजे असे म्हणता येईल की, नैतिकता किंवा Ethics म्हणजे मानवी वर्तनशास्त्राची एक शाखा आहे.

नैतिकतेच्या व्याख्या

नीतिशास्त्रामधील नैतिकतेची व्याख्या खालीलप्रमाणे करता येईल—

अर्थ

सर्वसामान्यत: एथिक्स वा नीतिमूल्ये याचा शब्दश: अर्थ चारित्र्य असा होतो. व्यक्ती वा व्यक्तिसमूहावर व त्याच्या वर्तनावर नियंत्रण ठेवणारी मूल्ये म्हणजेच नीतिमूल्ये होत. व्यावसायिक नीतिमूल्ये म्हणजेच व्यवसायात केला जाणारा नैतिकतेचा उपयोग होय.

व्याख्या

१. **मॅकेन्झी :** १) मानवी वर्तनात चूक की बरोबर ते काय हे ठरवणारे शास्त्र म्हणजे नैतिकता.

२) स्वत:करता आणि सभोवतालच्या समाजासाठी योग्य आणि बरोबर काय ते निश्चित करणारी आणि प्रत्येक व्यक्तीची स्वत:विषयी व इतरांविषयी कर्तव्ये निश्चित करणारी तत्त्वप्रणाली म्हणजे नैतिकता.

२. पीटर ड्रूकर : व्यावसायिक नैतिकता म्हणजेच दैनंदिन व्यवहारातील सरळ, साधी सचोटी होय.

३. ऑक्स्फोर्ड शब्दकोश : व्यावसायिक नैतिकता म्हणजे नैतिक तत्त्वांचे, आचारसंहितेचे शास्त्र होय. ज्यामध्ये नैतिक वर्तणुकीशी संबंधित बाबींचा समावेश होतो.

नैतिकतेची संकल्पना व स्वरूप

विवेकबुद्धीला पटणारी नैतिकतत्त्वे आचरणात आणून उत्कृष्ट जीवन जगण्याचा व त्यासाठी मनुष्यमात्राला योग्य ती दिशा दाखवणारा मार्ग म्हणजे नैतिकता. मानवाचे हक्क, जबाबदाऱ्या, समाजाला होणारा लाभ, योग्यायोग्यता यांच्या संदर्भात दीर्घ काळातील अनुभवावरून निश्चित केलेल्या चूक की बरोबर या संकल्पनांचा विचार करणारे शास्त्र म्हणजे नीतिशास्त्र.

व्यवसायव्यवस्थापनाच्या बाबतीत नैतिकता

कामाच्या ठिकाणचे वातावरण, कार्यसंस्कृती या संदर्भात कर्मचारी ज्या नैतिक तत्त्वांचे, वर्तणुकीच्या नियमांचे अथवा मूल्यांचे पालन करतात त्याला कामाच्या ठिकाणाशी निगडित असलेले नीतिशास्त्र म्हणता येईल.

१) कार्यालयातील वातावरण

कार्यालयातील कार्यसंस्कृती व स्वत:ची मूल्ये यांची सांगड घालताना अनेकांना मानसिक त्रास होऊ शकतो नीतिमूल्यांचे पालन न करणाऱ्या सहकाऱ्यांशी जुळवून घेणे कष्टाचे होते. कामाच्या ठिकाणी अगदी साध्या-साध्या गोष्टीतून नैतिकतेचे उल्लंघन होत असते. उदा. कार्यालयीन सामानाची किंवा पैशांची चोरी, लाच घेणे, लाभ पदरात पाडण्यासाठी विशिष्ट ग्राहकांना परवानगी न देता सवलती देणे, सुरक्षानियमांचे उल्लंघन करणे, सामानाची तोडफोड करणे, नोंदींमध्ये फेरफार करणे, गोपनीयतेचे उल्लंघन करणे वगैरे. अशा वृत्तीची सुरुवात बारीकसारीक गैरकृत्यांतून होत असते. उदा. कार्यालयातील रबर, पेन्सिली, पेन वगैरे गोष्टी लांबवणे, ऑफिसच्या साहित्याचा खाजगी हितासाठी वापर करणे (झेरॉक्स, फोन इ.).

अशा किरकोळ गैरकृत्यांकडे दुर्लक्ष झाल्यास व्यक्तीच्या हातून पुढे मोठे गैरवर्तन होऊ शकते. याचा अर्थ असा की, काटेकोर शिस्तपालन हा नैतिकता जपण्याचा उत्तम मार्ग आहे.

२) **निरपेक्षतेचे सापेक्ष स्वरूप**

नैतिकतेची मूल्ये सर्व धर्मांत सर्वसाधारणपणे सारखीच असली तरी व्यावसायिक नैतिकतेचे स्वरूप विविध उद्योगांत, व्यवसायांत बदलू शकते. धर्माधिष्ठित नैतिकता ही पाप-पुण्याच्या संकल्पनांवर आधारित असते. परमेश्वर, सर्वसाक्षी नियंत्यावर अवलंबून असते तर व्यावसायिक नैतिकतेचे निकष प्रत्येक व्यवस्थापनातील उच्च व्यवस्थापन अथवा मालकवर्ग निश्चित करत असतो. उदा. अमेरिकेसारख्या ठिकाणी मोठ्या सुपरमार्केटमध्ये विक्रेत्याने थोडीशी वापरलेली पण दोषपूर्ण वस्तू परत घेऊन ग्राहकाला नवीन वस्तू दिली तर ते अगदी योग्य केले असे समजले जाईल; परंतु भारतातील एखाद्या लहान दुकानदाराचा मालक विक्रेत्याने असे वर्तन साफ चुकीचे आहे म्हणून त्याला शिक्षा करील. त्यामुळे विक्रेत्याला आपण केले ते चूक की बरोबर असा संभ्रम पडेल – म्हणजे या ठिकाणी नैतिकता ही वस्तुनिष्ठ नसून सापेक्ष आहे हे दिसते.

भगवद्गीतेमध्येदेखील आपण पाहतो की, अर्जुनापुढे जवळच्या नातेवाइकांशी युद्ध करणे हे चूक की बरोबर ही नैतिक समस्या होती, परंतु श्रीकृष्णाने युद्धकाळातील नैतिकता स्पष्ट केली व अर्जुनास लढण्यास उद्युक्त केले. या ठिकाणीही नैतिकता ही कार्यसापेक्ष असू शकते हे दिसून येते.

३) **धर्माधिष्ठित नैतिकता**

सर्वसाधारण जीवनात माणूस परंपरेने चालत आलेल्या नीतितत्त्वांचे पालन करतो, कारण हजारो वर्षे संतांनी अनुभवातून सन्मार्गाची जी दिशा दाखवली आहे तीच नैतिकता धरून माणसाने आज प्रचंड प्रगती केली आहे आणि माणुसकी जपली आहे.

७.२ व्यावसायिक नीतिमूल्ये, व्याप्ती व महत्त्व (Importance and Scope of Business Ethics) :

व्यवसाय या संकल्पनेमध्ये अनेक गुंतवणूकदार, पुरवठादार, ग्राहक व सामान्य जनता यांचा समावेश होतो. त्यामुळेच व्यवसायाच्या आर्थिक, सामाजिक, राजकीय व नैतिक बाजूंवर अपरिहार्यपणे प्रकाश पडतो. व्यवसायाच्या विकासासाठी व नफा-प्राप्तीच्या हेतूने व्यावसायिक विविधरीत्या प्रयत्नशील असतात.

व्यावसायिक नीतिमूल्यांची व्याप्ती (Scope of Business Ethics) :

व्यावसायिक नीतिमूल्यांची व्याप्ती पुढीलप्रमाणे स्पष्ट करता येईल-

१) **समाज**

समाजाच्या गरजा भागवण्याच्या उद्देशाने व्यावसायिक संस्था निर्माण होतात. त्यामुळे समाजाच्या फायद्याच्या दृष्टीने व नैतिक दृष्टीने योग्य असे निर्णय घेणे आवश्यक असते. अशा प्रकारे विविध संस्थांच्या निर्णयांचा समाजावर मोठ्या प्रमाणावर परिणाम होतो.

२) **हितसंबंधी**

व्यावसायिक संस्थेच्या निर्णयांचा पुरवठादार, ग्राहक, रोखेधारक अशा सर्वांवर परिणाम होतो. त्यामुळे कंपनीने आपल्या उत्पादकांमधून काही विपरीत परिणाम होणार असतील तर ते स्पष्टपणे कळवावेत. उत्तमोत्तम सुविधा कंपनीकडून मिळाव्यात अशी ग्राहकांची भावना असते. त्यामुळेच व्यवसायाला जोर चढतो.

३) **अंतर्गत पातळी**

कर्मचारी व व्यावसायिक संस्था यांचा अंतर्गत पातळीमध्ये समावेश होतो. कामाच्या ठिकाणचे वातावरण चांगले असेल तर कामगार अधिक उत्साहाने कार्य करतात. त्यामुळेच कामागारांसाठी विविध सेवा-सुविधा उपलब्ध करून देणे हे संस्थांचे कर्तव्य ठरते. त्यामुळे नैतिकदृष्ट्या चांगल्या योजनांचा अंमल व्यवसायसंस्थेने करावा.

४) **व्यक्तिगत पातळी**

व्यवसायसंस्थेमध्ये विविध मानवी घटक कार्यरत असतात. त्यांचा एकमेकांशी सतत संबंध येत असतो. त्यामुळे त्यांच्यामध्ये सलोख्याचे संबंध रहावेत या दृष्टीने व्यवसायसंस्थेने कार्य करावे. प्रत्येक कर्मचाऱ्याचे संस्था, सहकारी, वरिष्ठ-कनिष्ठ यांच्याप्रती असणारे कर्तव्य व्यक्तिगत पातळीमध्ये येते.

७.३ व्यावसायिक नैतिकतेचे प्रकार (Types of Business Ethics) :

निरनिराळ्या व्यवसायांतील नैतिक मूल्ये (Professional and Business Ethics) :

वेगवेगळ्या व्यवसायांत वेगवेगळी नैतिक बंधने पाळावी लागतात. व्यवसाय करताना उद्योजकाला स्वत:ला लाभ झाला पाहिजे हे खरे आहे, परंतु व्यवसाय करताना सचोटी सोडून गैरमार्गांचा वापर करणे अनैतिक समजले जाते.

विविध व्यवसायांतील नीतिमूल्ये पुढीलप्रमाणे सांगता येतील-

१) **वैद्यकीय व्यवसाय**

वैद्यकीय व्यवसाय हा मनुष्यमात्र निरोगी रहावा या उद्देशाने केला जातो; परंतु वैद्यकीय उपचारांसाठी अवाच्या-सव्वा शुल्क आकारणे, विमा कंपनी पैसे देते म्हणून शस्त्रक्रिया, उपचारांचा खर्च फुगवणे, बाजारात मिळणारी परंतु कमकुवत औषधे रुग्णांना देणे, इतर डॉक्टरांकडून कमिशन मिळते म्हणून निष्कारण शारीरिक तपासण्या करायला सांगणे असे प्रकार निश्चितच निंदनीय आहेत.

कायद्याने गर्भलिंगनिदान करण्यास बंदी असतानाही स्त्रीभ्रूणहत्येस जबाबदार असणाऱ्या अशा चाचण्या करणाऱ्या डॉक्टरांनी अनैतिकतेची सीमा गाठली आहे.

२) **वकिली व्यवसाय**

वकिलाचं काम अशिलाच्या बाजूने कोर्टात लढणे हे असते. अनेक वेळा वकिलांना वैयक्तिक नीतिमूल्ये बाजूला सारून खोट्याची भलावण करावी लागते. वकिली पेशा हा नैतिकतेच्या पेचात अडकलेला आहे. वकिली पेशातील व्यावसायिकांची नीतिमूल्ये हा एक विवाद्य विषय आहे. आपल्या कार्याशी एकनिष्ठ रहायचे असेल तर खोट्याचा आश्रय कोर्टामध्ये घ्यावा लागतो मात्र वैयक्तिक जीवनात सत्यमार्गच अनुसरायचा ही तारेवारची कसरत ज्यांना जमते त्यांनी नैतिकतेचे धनुष्य योग्यरीतीने जोडले असे म्हणता येईल.

३) **व्यापारातील नीतिमूल्ये**

वस्तू / सेवांचा वापर करताना भेसळ करणे, खोटे वजन-माप वापरणे, खोटे दावे करणे, ग्राहकांना योग्य सेवा न देणे, ग्राहकांशी गैरवर्तन करणे या निंदनीय गोष्टी होत आहेत. व्यापारी वर्गाने ग्राहकांची बेसुमार लूट होईल इतका नफा मिळवणे हा एक प्रकार आहे. व्यापारी वर्गाने सरकारी तिजोरीतून भ्रष्टाचाराद्वारे कोट्यवधी रुपयांचा लाभ करून घेणे अतिशय निंद्य आहे, परंतु अनैतिक पद्धतींना प्रतिबंध करणारे शासनकर्तेच जर त्यात गुंतले असतील तर ही नीतिभ्रष्टता कशी, हा प्रश्नच आहे.

४) **लहान सहान व्यवसायांतील अनैतिकता**

अनेक हातगाड्यांवर, पथारींवर चालणारे व्यवसायही अनेकदा अनैतिक मार्गाने जात असल्याचे दिसतात. भाजीवाले जेव्हा सडलेली भाजी ग्राहकाच्या गळ्यात मारू पाहतात, पथारीवाले दुकानदार फाटलेले कपडे नवे म्हणून विकतात तेव्हा ते अर्थातच नैतिकतेचे उल्लंघन करतात. याचप्रमाणे धोबी, चांभार, सुतार, गवंडी यांनीही आपल्या व्यवसायात सचोटीने व्यवहार करणे आवश्यक आहे. विविध व्यवसायांतील नैतिकतेला वरीलप्रमाणे जपण्याची गरज आहे.

हिशोब व अर्थव्यवस्थापनातील माहितीबाबत नैतिक मूल्ये (Ethics in Accounting Information Area) :

व्यवसाय करताना व्यवहारात चोख असले पाहिजे व सर्व हिशोब सत्य स्वरूपात मांडले पाहिजेत. माणसाची पैशांची भूक कधीच शमत नाही त्यामुळे आर्थिक लेखांकनात, हिशोबात घोटाळे करण्याची प्रवृत्ती हजारो वर्षांपासून जनमानसातून कायमची कधीच गेली नाही. हिशोबलेखन व आर्थिक माहितीबाबत अनेक ठिकाणी नैतिकतेचे पालन करण्याची गरज असते. त्यातील काही अनैतिकपद्धती अशा रीतीने सांगता येतील.

१) **खोटे हिशोब दाखवून कर चुकविणे**

अनेक व्यापारी / उद्योगसंस्थांमध्ये खोटे हिशोब दाखवून जकात, विक्री कर, व्हॅट, आयकर चुकता कसा येईल यावर लक्ष दिले जाते. ज्या सरकारकडून आपण नागरी सुविधा, कायदा व सुरक्षिततेची अपेक्षा करतो त्या सरकारचे उत्पन्न बुडवणे केव्हाही अनैतिकच म्हणावे लागेल.

२) **लाचखोरी, खोट्या पावत्या इत्यादी**

व्यवसायात लाच देणे किंवा घेणे ही बाब नीतीला धरून नाही. खोट्या पावत्या तयार करणे व ग्राहकांना देणे हेही अनैतिक आहे, परंतु लोभापायी या व्यावसायिक मर्यादेचे सर्रास उल्लंघन होताना दिसते.

३) **खोटे नफातोटा पत्रक / ताळेबंद दाखविणे**

अनेकदा सरकारची, भागधारकांची दिशाभूल करण्यासाठी खोटे नफा तोटा – पत्रक आणि ताळेबंद दाखवले जाते. अर्थात, खोट्या ताळेबंदातून व पत्रकातून कर चुकवण्याबरोबरच सरकारी सवलतींचा खोटा लाभ घेणे असाही उद्देश असतो. लेखांकन माहितीच्या संदर्भात अनैतिक व्यवहार वरीलप्रमाणे केले जाऊ शकतात परंतु उद्योजक, प्रवर्तक, व्यापारी वर्गाने मोह सोडून खरी माहिती देणे नैतिकतेच्या दृष्टीने योग्य ठरते.

उत्पादनकार्याबाबतची नीतिमूल्ये (Ethics in Production Area) :

कुठल्याही उद्योग, व्यवसायातील उत्पादनांमध्ये ग्राहकांना बाधक असे काही नसल्याची खात्री करणे म्हणजे उत्पादनातील नैतिकता सांभाळणे.

अनेक उद्योजक, व्यापारी अल्पावधीत नफा मिळविण्याच्या दृष्टीने उत्पादन– प्रक्रियेत जाणीवपूर्वक त्रुटी ठेवतात त्यामुळे खर्च कमी होतो हे जरी खरे असले तरी उत्पादनाची गुणवत्ता कमी होऊ शकते, ग्राहकांस धोका पोहोचू शकतो याकडे लक्ष देणे आवश्यक असते.

उत्पादनात खालील गोष्टीत नैतिकता राहणे सयुक्तिक ठरते.

१) **नवीन तंत्रज्ञान**

झपाट्याने होणाऱ्या प्रगतीबरोबरच नवनवीन तंत्रज्ञान प्रचारात येत असते. या तंत्रज्ञानाचा आरोग्य, सुरक्षितता आणि पर्यावरणावर प्रतिकूल परिणाम होत नाही ना हे नैतिकतेच्या दृष्टिकोनातून बघणे गरजेचे असते. उदा. किरणोत्सर्ग होऊ नये हे पहावे लागते.

२) **दोषपूर्ण साहित्य / वस्तू**

स्वस्त परंतु घातक कच्चा माल वापरणे, उत्पादनात काटकसरीसाठी तपासणी यंत्रणा गाळून टाकणे अशा कृती ग्राहकांच्या दृष्टीने अयोग्य व धोकादाय ठरू शकतात. भेसळ केलेले सिमेंट वापरल्याने झालेल्या अपघातांविषयी, भेसळयुक्त अन्न खाल्ल्याने आरोग्यास बाधा झाल्याची अनेक उदाहरणे आपणला नेहमी वाचायला मिळतात.

३) **धोकादायक वस्तूंची निर्मिती**

विविध रसायने तयार करताना, संरक्षण विभागाचे साहित्य तयार करताना काळजी घेणे आवश्यक असते. तसेच लोकांना व्यसनप्रवृत्त करणारी उत्पादने तयार करताना नैतिकतेचा मुद्दा येतो. सिगारेट, दारू तसेच काही मादक द्रव्यांचा वापर सरकारला कराचे उत्पन्न मिळवून देतो, परंतु नैतिकतेच्या दृष्टीने असे उत्पादन विवाद्य ठरते.

४) **उत्पादनात वनस्पती व वन्यजीवनाचा गैरवापर**

नफ्याकडे लक्ष देऊन वन्यजीवन आणि वनस्पतिजीवनाचा ऱ्हास करणारे अनेक उद्योग, व्यापार नीतिमत्तेच्या दृष्टीने निंदनीय आहेत. त्यामुळे भारतातील वाघ, गेंडे यांची संख्या कमी होत चालली आहे. अनेक दुर्मिळ औषधी वनस्पती नामशेष होत चालल्या आहेत. अविवेकी उद्योजक, व्यापारी त्यांचा उत्पादनात अनुचित वापर करतात.

५) **बालमजुरी**

अनेक कारखान्यांत खर्च कमी व्हावा म्हणून लहान मुलांना कामावर ठेवले जाते. विशेषत: गालिचे विणणे, साफसफाई करणे अशा कामांसाठी बालमजुरांचा वापर होतो. भारतामध्ये प्रचंड प्रमाणावर दारिद्र्य असल्याने उद्योजक गरीब जनतेचा असा गैरफायदा घेतात हे व्यावसायिक नीतीला धरून नाही.

बौद्धिक साधनसंपत्ती, ज्ञान व कौशल्याबाबत व्यावसायिक नैतिकता (Ethics of Intellectual Property Skill Knowledge) :

बौद्धिक संपदा हक्क (Intellectual Property Right Ethics) :

मानवाला सजीव सृष्टीत महत्त्वाचे स्थान असण्याचे कारण म्हणजे त्याच्याकडे असलेल्या बुद्धीचा सतत तो उपयोग करून नवनवीन शोध लावत असतो. हे जे संशोधनाचे कार्य व्यक्ती करते त्या व्यक्तीला संशोधक म्हणतात आणि त्याने केलेल्या संशोधनावर त्याचा मानवी हक्क असतो. या मूळ संशोधकाचे संशोधन गैरमार्गाने कोणी उपयोगात आणू नये म्हणून पेटंट राइट्स (Patent Act 1970) पारित करण्यात आला. तत्पूर्वी Copyright १९५७ नक्कल कायदा १९५७ आणि Trade & Merchandise Mark Act १९५८ अस्तित्वात आले आणि पेटंट राइट्स कायद्यानंतर Patient & Design Act १९९१ मध्ये सम्मत करण्यात आला. या कायद्यामुळे मूळ निर्मात्याचा हक्क सुरक्षित राहून अवैध नक्कल करणे व हक्काचा अवैध फायदा घेणे याला प्रतिबंध होतो.

अर्थ, कालावधी, वापर, दुरुपयोग, जनतेसाठी मुक्तनीती

भारतात संशोधकाला त्याच्या संशोधनासाठी पेटंट मिळते. याचा सर्वसाधारण अर्थ म्हणजे भारत सरकारतर्फे संशोधकाला त्याच्या संशोधनाविषयी एकाधिकार देणारा स्वामित्व हक्क दिला जातो आणि तोसुद्धा संशोधनाच्या प्रकाराप्रमाणे पाच ते सात वर्षे किंवा चौदा वर्षे या कालावधीसाठी. या कालावधीमध्ये पेटंटमध्ये ज्या वस्तूसंबंधी एकाधिकार दिलेला असेल, ती वस्तू भारतामध्ये बनविणे, विकणे, तिचे वितरण करणे किंवा तिचा वापर करणे या सर्व बाबतीत पेटंटधारकाला संपूर्णपणे एकाधिकार असतो त्याच्या परवानगीशिवाय इतर कुणालाही या चार गोष्टी भारतात करता येत नाहीत. कुणी तसे केल्यास ते बेकायदेशीर कृत्य ठरेल आणि गुन्हा सिद्ध झाल्यास संशोधकाला पेटंटधारकाला योग्य ती नुकसानभरपाई मिळेल. या कालावधीनंतर हे संशोधन सर्वसाधारण जनतेला वापरण्यासाठी मुक्त होते. त्यानंतर कुणीही ते बनवू शकतो, विकू शकतो, वापरू शकतो.

फायदे

१) राष्ट्रीय संपत्ती निर्माण होते.

२) नवीन उद्योगधंदे निर्माण होतात.

३) नवीन रोजगारविषयक संधी निर्माण होतात.

४) दर्जेदार उत्पादन होते.

परिणाम /तोटे

१) मक्तेदारीमुळे भाववाढ.

२) रोजगारीचे संकट.

३) कच्चा माल विक्रीचा अधिकार राहणार नाही.

४) उत्पादनात घट.

५) आयातीत वाढ.

पेटंटचे तीन प्रकार

१) सर्वसाधारण पेटंट :- सेफ्टीपिनचा प्रथमच शोध लागला. त्या वेळी त्या शोधाला सर्वसाधारण पेटंट दिले गेले. एखादी नवीन वस्तू नवीन प्रक्रिया नवीन पद्धती यासाठी सर्वसाधारण पेटंट दिले जाते.

२) वृद्धी पेटंट :- सेफ्टीपिनच्या मूळ संशोधकाला त्यात अशी काही सुधारणा घडविता आली की ज्यामुळे सेफ्टीपिनची सुरक्षितता वाढेल, उपयुक्तता वाढेल, त्यात वृद्धी होईल तर त्या सुधारणेच्या शोधासाठी त्या संशोधकाला वृद्धी पेटंट मिळू शकेल.

३) कन्व्हेन्शन अर्जासाठी पेटंट :- कुठल्याही संशोधकाने त्याच्या संशोधनाच्या मूळ पेटंटचा अर्ज ब्रिटनमध्ये पाठवणे आवश्यक आहे.

नक्कल / मजकूर / प्रतिलिपी / हक्क नीतिमूल्ये (Copyright-Ethics) :

प्रतिलिपी नक्कल कायदा Copyright १९५७ मध्ये प्रकरण पाचमध्ये केलेली व्याख्या किंवा संकल्पना प्रकाशित साहित्य, नाट्यसंबंधी, संगीतासंबंधी, कलाकृती-संबंधी कार्य म्हणजे Copy मजकूर.

या निर्मितीवर लेखक, कवी, नाटककार वगैरे कलावंतांच्या साठ वर्षांपर्यंत (१ जानेवारी पासून) हक्क असतो. सदर मूळनिर्माता हक्क इतरांनादेखील देत असतो. उदा. लेखक आपला Copyright प्रकाशकाला देतो.

Copyright बद्दल नीतिमूल्ये

१. नक्कल /प्रतिलिपी / पुढील मजकूर करताना मूळ निर्माता / मालकाकडे असलेला हक्क रीतसर कराराने व त्याच्या परवानगीने घेणे.

२. मूळ मजकूर किंवा बाबींचा वापर करताना सदर संदर्भाचा यथायोग्य उल्लेख करावा.

३. मूळ मजकूर किंवा मूळ बाबींची निर्मिती करतांना निर्मात्याला कराव्या लागणाऱ्या अथक परिश्रमांचा विचार करून त्याच्या परिश्रमांची योग्य दखल घ्यावी.

४. मूळ निर्मात्याचे हक्क व अधिकारांचे उल्लंघन होऊ नये.
५. मूळ निर्मात्याच्या कार्याचे योग्य मूल्यमापन व्हावे. जेणेकरून त्याच्या कार्याची पावती मिळून त्याला त्याच्या कार्यात अधिक उत्तेजन मिळेल आणि आपण केलेल्या कार्याबद्दल त्याला समाधान मिळेल.
६. मूळ निर्माता व दुसऱ्या करार करणाऱ्या व्यक्ती / संस्थेने कराराचे व कायदेशीर बाबींचे पालन करणे.

संपदेबाबत पुढील बाबींची नीतिमूल्ये व्यावसायिकांनी जपणे योग्य होईल.

१. मूळ संशोधकाकडून संशोधनकार्य विकत घेणे.
२. मूळ संशोधन (बौद्धिक कार्य) वापराकरिता परवानगी घेणे.
३. संशोधकास उत्तेजन मिळण्याकरिता त्याच्या कार्याचा उल्लेख करून त्याला आर्थिक मदत करणे.
४. मूळ संशोधनाचा गैरमार्गाने व अवैध वापर करणाऱ्यांना प्रोत्साहन देऊ नये किंवा प्रवृत्त करू नये.
५. मूळ संशोधकाच्या हक्क व अधिकाराचे उल्लंघन करू नये.
६. मूळ संशोधक व करार करणाऱ्या दुसऱ्या व्यक्ती / संस्थेने कराराचे तसेच कायदेशीर बाबीचे पालन करणे.

आजचे युग हे ज्ञानाचे युग आहे. विविध प्रकारचे, नवीन ज्ञान, कौशल्ये यांचा झपाट्याने विकास होत आहे. बौद्धिक साधनसंपत्तीची फार मोठ्या प्रमाणावर निर्मिती होत आहे. अशा काळात बौद्धिक साधनसंपत्तीचा चुकीचा वापर टाळणे गरजेचे आहे. नवीन ज्ञान व कौशल्ये यांचा दुरुपयोग होता कामा नये. खालील बाबतीत ही काळजी घेणे जरुरीचे आहे.

अमेरिकेत १००० / २००० रुपयांना मिळणारी पुस्तके दिल्लीत १५० रुपयांना मिळतात. कोट्यवधी रुपये खर्च करून या केलेल्या चित्रपटाच्या पायरेटेड सीडीज दोन आठवडयांत १०० रुपयाला मिळू लागतात अशा प्रकारच्या चोरीपासून संरक्षण करणे अर्थातच खूप अवघड आहे. लोकांची मानसिकता बदलणे हेच या समस्येचे उत्तर आहे.

इलेक्ट्रॉनिक घुसखोरी

नवीन तंत्रज्ञानामुळे ग्राहकांना क्रेडिट कार्ड, एसएमएस बँकिंग, फोन बँकिंग, एटीएम, ईसीएम अशा अनेक इलेक्ट्रॉनिक सुविधा उपलब्ध झाल्या आहेत; परंतु इलेक्ट्रॉनिक कोड चोरून या सर्व साधनांचा गैरवापर करून कोट्यवधी रूपयांचा

अपहार केल्याच्या बातम्या आपण नेहमी वाचतो. यामागे इलेक्ट्रॉनिक क्षेत्राने केलेल्या प्रगतीचा व ज्ञानाचा दुरुपयोग हेच कारण आहे.

नुकतीच ग्रीसमधील एटीएममधून मुंबईतील नागरिकांच्या खात्यातील पैसे खोट्या डेबिट कार्डाचा वापर करून काढून घेतल्याची बातमी प्रसिद्ध झाली; याचा अर्थ एटीएम साठी वापरलेल्या इलेक्ट्रॉनिक यंत्रणेचा अत्यंत अनैतिक वापर केला गेला आहे.

इंटरनेटचा दुरुपयोग

इंटरनेट हे सर्व जगात उपलब्ध असे इलेक्ट्रॉनिक साधन आहे ते ज्ञान व कौशल्यप्राप्तीचे एक अत्यंत महत्त्वाचे साधन आहे, परंतु इंटरनेटवरील ज्ञानाच्या पद्धतीचा, ज्ञानाच्या हस्तांतरणाचा अत्यंत अनैतिक वापर केल्याची अनेक उदाहरणे समोर येत आहेत.

तांत्रिक कौशल्याचा गैरवापर

तंत्रज्ञानाचा वापर विधायक कार्यासाठी केला जातो. त्याचप्रमाणे तो घातक कार्यासाठीही होऊ शकतो. रसायने तयार करणाऱ्या कारखान्यात उपकारक रसायनांबरोबर घातक रसायनेही तयार होऊ शकतात. पोलादी वस्तू तयार करण्याचे कौशल्य असलेला कारागीर उत्तम यंत्राप्रमाणेच घातक शत्रास्त्रेही तयार करू शकतो.

स्वाध्याय :

१. व्यावसायिक नीतिमूल्ये याचा अर्थ आणि व्याप्ती सविस्तर स्पष्ट करा.

२. हिशेब व अर्थव्यवस्थापनातील नैतिक मूल्य यावर टीप लिहा.

३. उत्पादनकार्याबाबतची व्यवसायाची नीतिमूल्ये यावर सविस्तर भाष्य करा.

४. निरनिराळ्या व्यवसायातील नैतिकमूल्ये स्पष्ट करा.

५. बौद्धिक साधनसंपत्ती, ज्ञान व कौशल्याबाबत व्यावसायिक नैतिकता स्पष्ट करा.

६. नैतिकतेची संकल्पना स्पष्ट करून व्यावसायिक नीतिमूल्यांचे महत्त्व स्पष्ट करा.

प्रकरण ८
आधुनिक काळातील व्यावसायिक नीतिमूल्ये
Business Ethics in Modern Times

नीतिमूल्यांना कोणत्याही क्षेत्रात सर्वोच्च स्थान आहे. व्यावसायिक संस्थांना नीतिमूल्यांची जपणूक करून, व्यवसाय यशस्वी करून गौरवास्पद आणि ख्याती निर्माण करणारे आहे. प्रत्येक व्यावसायिक संस्था मूलतः नफा मिळविण्याच्या उद्देशाने स्थापन केली जाते. व्यावसायिक संस्थेची स्थापना करणाऱ्या व्यावसायिकांनी त्या संस्थेच्या स्थापनेत स्वतःचे भांडवल गुंतवलेले असते. त्या भांडवलावर त्यांना आकर्षक दराने मोबदला हवा असतो. व्यवसायात भांडवलाची गुंतवणूक करताना, या व्यक्तींनी जोखीम पत्करलेली असते. त्यांनी जशी नफा होण्याची शक्यता गृहीत धरलेली असते, तशीच नुकसानीची शक्यताही त्यांना स्वीकारावी लागते. स्वतःच्या व्यवसायात व्यावसायिक केवळ भांडवलच गुंतवतात असे नाही, ते त्या व्यवसायात परिश्रमपूर्वक कार्यही करीत असतात. त्यांनी गुंतविलेले भांडवल, त्यांनी स्वीकारलेली जोखीम आणि व्यवसायात ते करीत असलेले परिश्रम या सर्वांच्या मोबदल्यात व्यावसायिकांनी नफा मिळविला पाहिजे अशी अपेक्षा केली जाते. व्यावसायिकांना व्यवसायात ओढून आणणारे व व्यावसायिक कार्यात टिकवून ठेवणारे आकर्षण म्हणूनही व्यावसायिक नफा उपयुक्त ठरत असतो. म्हणजेच व्यावसायिक संस्थांनी नफा मिळविणे आवश्यकच मानले जाते. परंतु व्यावसायिकांनी केवळ नफा मिळविण्याकडेच आपले लक्ष केंद्रित करावे का? त्यापेक्षा जास्त अशी अन्य कोणतीच जबाबदारी व्यावसायिकांनी स्वीकारू नये का? या संदर्भात गेल्या काही वर्षांमध्ये बरीच चर्चा होत आहे. व्यवसाय आणि वाणिज्यक्षेत्रातील विविध तज्ज्ञ व्यक्ती व समाजधुरीण या विषयावर आपापली मते मांडत आहेत. या सर्व चर्चेत मोठ्या प्रमाणावर मान्यता पावलेला विचार म्हणजे

व्यवसायाच्या उद्दिष्टांचा विचार, ग्राहकांची सेवा आणि मालकांचा फायदा एवढ्यापुरताच मर्यादितपणे करून चालणार नाही. आज व्यवसायाची उद्दिष्टे सर्वसमावेशक असलेली दिसून येतात. आर्थिक व सामाजिक उद्दिष्टे परस्परपूरक असलेली दिसून येतात. व्यावसायिकांनी व्यवसायाचा आपल्याच दृष्टिकोनातून विचार न करता राष्ट्रीय अर्थव्यवस्था तिची गरज व व्यावसायिक नीतिमूल्ये ह्यांचाही विचार प्रामुख्याने करणे आवश्यक आहे.

व्यवसाय मूलत: नफा मिळविण्यासाठी स्थापन झालेला असतो; परंतु व्यवसायाने नफा मिळविताना पर्यावरणाचा, समाजाचा, ग्राहकांचा तसेच संबंधित सर्व बाबींचा योग्य विचार करणे म्हणजे नैतिक मूल्यांची जपवणूक करणे होय. यामध्ये व्यवसायामुळे उत्पादनप्रक्रियेमुळे तयार होणाऱ्या उत्पादित मालामुळे तसेच टाकाऊ पदार्थांमुळे पर्यावरण शक्यतो दूषित होणार नाही झालेच तर योग्य उपाययोजना तसेच व्यवसायाच्या टाकाऊ व उत्पादित पदार्थांमुळे आणि वस्तूमुळे मानवाच्या जीविताला हानी पोहचणार नाही. तसेच हलगर्जीपणामुळे आणि निष्काळजीने होणाऱ्या विषारी वायूगळती व प्रदूषित हवा व पाण्यामुळे निरपराध मानवप्राणी व पर्यावरणावर घाला घातला जातो हे व्यायसायिक नैतिकमूल्यात येत नाही. या ठिकाणी व्यवसायाने जागरूक राहून पर्यावरणाचे संरक्षण व संवर्धन करून तसेच समाजोपयोगी कार्ये करून सामाजिक लेखापरीक्षा वेळचेवेळी करून स्वच्छ, सुंदर व निरामय वातावरणनिर्मिती करून उचित नफा मिळवावा.

८.१ आधुनिक व्यवसायाची नैतिक तीन प्रमुख उद्दिष्टे आहेत (Business Ethics in Modern Time - Ethical Objectives) :

१. नफ्याचा उद्देश

व्यवसाय ही एक आर्थिक प्रक्रिया आहे. नफा मिळविण्याच्या हेतूनेच व्यवसाय केला जातो. प्रत्येक व्यवसायात अनेक प्रकारचे धोके स्वीकारावे लागतात. धोके स्वीकारण्याचा आर्थिक मोबदला म्हणजेच नफा होय. आजच्या स्पर्धेच्या युगात व्यवसायास आपले अस्तित्व टिकविण्यासाठी नफा मिळवावाच लागतो. मिळणाऱ्या नफ्यातूनच व्यवसायास आर्थिक प्रगती करता येते, विकास साधता येतो. म्हणजेच नफा हीच व्यवसायाची शक्ती आहे. मिळणाऱ्या नफ्याची पुनर्गुंतवणूक करून व्यवसायाची आर्थिक प्रगती साधता येते. तसेच व्यवसायास स्थैर्यही प्राप्त होते. थोडक्यात, कोणताही व्यवसाय धर्मादाय किंवा समाजविरोधी असत नाही.

२. सेवांचा उद्देश

ग्राहकाचे समाधान हे कोणत्याही व्यवसायाचे अंतिम ध्येय असते. उत्पादन, मागणीपूर्व व मोठ्या प्रमाणावर सुरुवात झाल्याने बाजारपेठेत वस्तूला मागणी निर्माण करणे, ग्राहकांना आकर्षित करून घेणे या संदर्भात उत्पादक आणि वितरक यांच्यात तीव्र स्पर्धा सुरू झाली. औद्योगिक क्रांतीमुळे मोठ्या प्रमाणावरील उत्पादनास सुरुवात झाली त्यामुळेच मालाला मागणी निर्माण करून अंतिम उपभोक्त्यापर्यंत वस्तूंचे वितरण करण्याची नवीन तंत्रेही अस्तित्वात आली. आधुनिक वितरणव्यवस्थेचा केंद्रबिंदू ग्राहक असल्याचे दिसून येते. किंबहुना, ग्राहक हा आजच्या बाजारपेठेतील राजा आहे. व्यवसायाचे भवितव्य तसेच यश, अपयश सर्वच ग्राहकांवर अवलंबून आहे. म्हणून ह्या ग्राहकाला समाधान मिळवून देण्यासाठी उत्पादनाचा दर्जा वाढविणे, ग्राहकांना वस्तूच्या उपयुक्ततेबद्दल माहिती देणे, जाहिरात करणे, ग्राहकांना वस्तूची निवड करताना मार्गदर्शन करणे, ग्राहकांशी सौजन्याने वागणे, त्यांच्या हितसंबंधांची जपणूक करणे, इत्यादी प्रकारच्या सेवा अगर कार्ये व्यावसायिकाने पार पाडणे आज आवश्यक झाले आहे.

कोणतीही वस्तू तिची उपयुक्तता आणि त्यापासून मिळणारे समाधान ह्यांच्या आधारावर खरेदी केली जाते. ग्राहकांचे समाधान हा आधुनिक व्यवसायाचा पाया आहे आणि व्यवसायाची कीर्ती, प्रतिष्ठा ही तो व्यवसाय ग्राहकांशी कशा प्रकारे व्यवहार करतो यावर अवलंबून असते. म्हणूनच आधुनिक व्यवसायास त्यांच्या कार्यात सातत्य राखण्यासाठी, प्रतिष्ठा मिळविण्यासाठी, ग्राहकांच्या आवडीनिवडी, गरजा, अपेक्षा यांकडे दुर्लक्ष करून चालत नाही, तर ग्राहकांच्या प्रतिक्रिया, मते जाणून घेऊन उत्पादनात आवश्यक ते फेरबदल करावे लागतात.

३. सामाजिक जबाबदारी (Social Responsibilities) :

ग्राहक हा आधुनिक बाजारपेठेचा कणा आहे असे म्हटले जाते. ग्राहकांच्या पाठिंब्यावरच व्यवसायाचे यश अवलंबून असते; परंतु ग्राहकांना आवश्यक त्या सेवासुविधा पुरविण्यासाठी समाजातील इतर घटकांचीही मदत घ्यावी लागते. या घटकांमध्ये पुरवठादार, कर्मचारी, भागधारक, सरकार इत्यादींचा समावेश होतो. व्यवसाय हा एक समाजाचाच हिस्सा असल्याने समाजातील सर्वच घटकांना आवश्यक ते समाधान मिळवून देणे ही व्यवसायाची सामाजिक बांधिलकी आहे. समाजहित व कल्याण यासाठीच व्यवसायाने कार्य केले पाहिजे. याकरताच समाजातील लोकांना रोजगाराच्या संधी उपलब्ध करून देणे, प्रदूषण टाळणे, सामाजिक नीतिनियम आणि बंधने यांचे पालन करणे, वेळोवेळी सरकारदरबारी विविध प्रकारच्या करांचा भरणा

करणे, भागधारकांना त्यांच्या भांडवलाचा मोबदला मिळवून देणे. कर्मचाऱ्यांसाठी कल्याणकारी योजना कार्यान्वित करणे यांसारखी उद्दिष्टे साध्य करावी लागतात. ही सर्व उद्दिष्टे कल्याणकारी राज्य ही संकल्पना प्रत्यक्षात आणण्याच्या दृष्टीने पूर्ण करणे हीच व्यवसायाची बांधिलकी आहे. व्यावसायिक संस्था समाजात कार्य करीत असतात, त्या समाजरचनेचा घटक असतात आणि समाजाच्या एकूण कल्याणाच्या संदर्भात त्यांची काही जबाबदारी असते, हे मत आज मोठ्या प्रमाणावर मान्यता पावत आहे. यालाच व्यावसायिक वा वाणिज्य संघटनांची सामाजिक जबाबदारी असे म्हटले जाते.

व्यावसायिक संस्थांची सामाजिक जबाबदारी (Social Responsibilities of Business Organizations) :

प्रत्येक व्यावसायिक संस्था मूलत: नफा मिळविण्याच्या उद्देशाने स्थापन केली जाते. व्यावसायिक संस्थेची स्थापना करणाऱ्या व्यावसायिकांनी त्या संस्थेच्या स्थापनेत स्वत:चे भांडवल गुंतवलेले असते. त्या भांडवलावर त्यांना आकर्षक दराने मोबदला हवा असतो. व्यवसायात भांडवलाची गुंतवणूक करताना, या व्यक्तींनी जोखीम पत्करलेली असते. त्यांनी जशी नफा होण्याची शक्यता गृहीत धरलेली असते, तशीच नुकसानीची शक्यताही त्यांना स्वीकारावी लागते. स्वत:च्या व्यवसायात व्यावसायिक केवळ भांडवलच गुंतवतात असे नाही तर ते त्या व्यवसायात परिश्रमपूर्वक कार्यही करीत असतात. त्यांनी गुंतविलेले भांडवल, त्यांनी स्वीकारलेली जोखीम आणि व्यवसायात ते करीत असलेले परिश्रम या सर्वांच्या मोबदल्यात व्यावसायिकांनी नफा मिळवला पाहिजे अशी अपेक्षा केली जाते. व्यावसायिकांना व्यवसायात ओढून आणणारे व व्यावसायिक कार्यात टिकवून ठेवणारे आकर्षण म्हणून व्यावसायिक नफा उपयुक्त ठरत असतो. म्हणजेच व्यावसायिक संस्थांनी नफा मिळविणे आवश्यकच मानले जाते; परंतु व्यावसायिकांनी केवळ नफा मिळविण्याकडेच आपले लक्ष केंद्रित करावे का? त्यापेक्षा जास्त अशी अन्य कोणतीच जबाबदारी व्यावसायिकांनी स्वीकारू नये का? या संदर्भात गेल्या काही वर्षांमध्ये बरीच चर्चा होत आहे. व्यवसाय आणि वाणिज्यक्षेत्रातील विविध तज्ज्ञ व्यक्ती व समाजधुरीण या विषयावर आपापली मते मांडत आहेत. या सर्व चर्चेत मोठ्या प्रमाणावर मान्यता म्हणजे व्यवसायाच्या उद्दिष्टांचा विचार, ग्राहकाची सेवा आणि मालकांना फायदा एवढ्यापुरताच मर्यादितपणे विचार करून चालणार नाही. आज व्यवसायाची उद्दिष्टे सर्वसमावेशक असलेली दिसून येतात. आर्थिक व सामाजिक उद्दिष्टे परस्परपूरक असलेली दिसून येतात. व्यावसायिकांनी व्यवसायाचा आपल्याच दृष्टिकोनातून विचार न करता राष्ट्रीय अर्थव्यवस्था व तिची गरज ह्यांचाही विचार प्रामुख्याने करणे आवश्यक आहे.

आधुनिक व्यवसायास समाजात महत्त्वाचे स्थान मिळविण्यासाठी काही महत्त्वाची उद्दिष्टे पूर्ण करावी लागतात. प्रामुख्याने स्वत:चे अस्तित्व टिकविण्यासाठी नफा मिळवावा लागतो, नफ्याचे प्रमाण वाढविण्यासाठी ग्राहकांना उत्तम सेवा पुरवाव्या लागतात. तसेच समाजातील इतर सर्व घटकांनाही आवश्यक सुविधा उपलब्ध करून देणे हे व्यवसायाचे सामाजिक कर्तव्य ठरते.

व्यवसाय आणि सामाजिक जबाबदारीची जाणीव – व्यवसायाने सामाजिक जबाबदारीची जाणीव ठेवावी का? ठेवू नये. तौलनिक अभ्यास व्यवसायाने सामाजिक जबाबदारीची जाणीव ठेवावी कारण .....

१. ग्राहकाच्या गरजा व अपेक्षा पूर्ण करणे शक्य होते.

२. समाजाशी असलेली नैतिक बांधिलकी म्हणून.

३. सामाजिक सुधारणेसाठी साधनसामग्री मर्यादित असते.

४. त्यामुळे सामाजिक पर्यावरण सुधारते.

५. दूरगामी नफ्यासाठी ही गुंतवणूकच असते.

६. शासनाच्या दृष्टीने एक आदर्श निर्माण होतो व त्यामुळे जाचक शासकीय नियमन टळते.

७. व्यवसायात अधिकाराबरोबर जबाबदारीची जाणीव होते.

८. व्यवसायाच्या नव्या पद्धती दृष्टिकोनानुसार व्यवसायाला अन्य घटकांसहित परस्परावलंबन तत्त्व अनुसरणे सोपे जाते.

९. आजार झाल्यावर औषधोपचारापेक्षा आजार होऊ नये म्हणून औषधोपचार अधिक श्रेयस्कर.

१०. व्यवसाय करणारी / करणाऱ्या व्यक्ती समाजाच्या एक घटक असतात. समाजाची जाणीव म्हणजेच व्यवसायाची जाणीव व विकास.

११. व्यवसाय शेवटी समाजासाठीच असतो, ग्राहकांसाठीच असतो. अखेरीस व्यवसायावर समाजाची मालकी असते.

व्यवसायाने सामाजिक जबाबदारीची जाणीव ठेवू नये कारण .....

१. नफ्यातील वाढ हा मुख्य उद्देश बाजूला पडतो.

२. अशामुळे अवास्तव अपेक्षा व गोंधळ यांत भर पडेल.

३. त्यासाठी लागणारा आर्थिक खर्च व्यवसायावर पडणार; त्यामुळे भाववाढ होणार.

४. व्यापारशेष व समतोल ढासळतो.

५. सामाजिक मान्यतेची व शक्तीची व्यवसायाला गरज नाही. व्यवसायसंस्था पुरेशा सबल आहेत.

६. व्यवसाय-व्यवस्थापक व उद्योजक यांना सामाजिक कौशल्ये अवगत असतात असे नाही.

७. सामाजिक जबाबदारीपेक्षा आर्थिक उत्तरदायित्व महत्त्वाचे असते.

८. संस्थेला यातील प्रश्न, अग्रक्रम इ. ठरविता येणे कठीण.

९. व्यवसायाकडे दुर्लक्ष होऊन दर्जा घसरण्याची शक्यता.

१०. व्यवसायाच्या विकासावर विपरीत परिणाम होण्याची शक्यता.

११. शेवटी ज्या हेतूसाठी व्यवसाय सुरू केला आहे त्याकडे दुर्लक्ष होऊ शकते.

व्यवसायाला समाजाभिमुखता लाभण्याची गरज निर्माण होण्याची कारणे–

१. संघटित कामगारशक्तीचा दबाव.

२. मानवी साधनसंपत्ती व कार्यक्षम सेवक व्यवस्थापन यांच्या उदयामुळे सामाजिक जाणीव आवश्यक ठरली.

३. दर्जेदार जीवनमान व प्रदूषणनिर्मूलन यांविषयी बनलेले जागृत व संवेदनक्षम जनमत.

४. मक्तेदारी व पिळवणूक या गोष्टी टाळण्यासाठी राष्ट्रीयीकरण किंवा व्यवसायावर सामाजिक नियंत्रण ही जगभर मान्य झालेली शासन-नीती.

५. ग्राहकचळवळीच्या उदयामुळे ग्राहकसंरक्षणाला आलेले वाढते महत्त्व.

६. जगभर लोकशाही प्रणालीचा झालेला प्रसार व प्रचार.

७. ग्राहकांना संरक्षण देण्यासाठी स्वतंत्र कायदे निर्मिती व अंमल.

व्यवसाय आणि सामाजिक जबाबदारीची जाणीव

व्यवसायाने सामाजिक जबाबदारीची जाणीव ठेवावी का? ठेवू नये. तौलनिक अभ्यास

व्यवसायाने सामाजिक जबाबदारीची जाणीव ठेवावी; कारण .....

१. ग्राहकाच्या गरजा व अपेक्षा पूर्ण करणे शक्य होते.

२. समाजाशी असलेली नैतिक बांधिलकी म्हणून.

३. सामाजिक सुधारणेसाठी साधनसामग्री मर्यादित असते.

४. त्यामुळे सामाजिक पर्यावरण सुधारते.

५. दूरगामी नफ्यासाठी ही गुंतवणूकच असते.

६. शासनाच्या दृष्टीने एक आदर्श निर्माण होतो व त्यामुळे जाचक शासकीय नियमन टळते.

७. व्यवसायात अधिकाराबरोबर जबाबदारीची जाणीव होते.

८. व्यवसायाच्या नव्या पद्धती व दृष्टिकोनानुसार व्यवसायाला अन्य घटकांसहित परस्परावलंबन तत्त्व अनुसरणे सोपे जाते.

९. आजार झाल्यावर औषधोपचारांपेक्षा आजार होऊ नये म्हणून औषधोपचार अधिक श्रेयस्कर.

१०. व्यवसाय करणारी/ करणाऱ्या व्यक्ती समाजाच्या एक घटक असतात. समाजाची जाणीव म्हणजेच व्यवसायाची जाणीव व विकास.

११. व्यवसाय शेवटी समाजासाठीच असतो, ग्राहकांसाठीच असतो. अखेरीस व्यवसायावर समाजाची मालकी असते.

व्यवसायाने सामाजिक जबाबदारीची जाणीव ठेवू नये कारण .....

१. नफ्यातील वाढ हा मुख्य उद्देश बाजूला पडतो.

२. अशामुळे अवास्तव अपेक्षा व गोंधळ यात भर पडेल.

३. त्यासाठी लागणारा आर्थिक खर्च व्यवसायावर पडणार; त्यामुळे भाववाढ होणार.

४. व्यापारशेष व समतोल ढासळतो.

५. सामाजिक मान्यतेची व शक्तीची व्यवसायाला गरज नाही. व्यवसायसंस्था पुरेशा सबल आहेत.

६. व्यवसाय-व्यवस्थापक व उद्योजक यांना सामाजिक कौशल्ये अवगत असतात असे नाही.

७. सामाजिक जबाबदारीपेक्षा आर्थिक उत्तरदायित्व महत्त्वाचे असते.

८. संस्थेला यातील प्रश्न, अग्रक्रम इ. ठरविता येणे कठीण.

९. व्यवसायाकडे दुर्लक्ष होऊन दर्जा घसरण्याची शक्यता.

१०. व्यवसायाच्या विकासावर विपरीत परिणाम होण्याची शक्यता.

११. शेवटी ज्या हेतूसाठी व्यवसाय सुरू केला आहे त्याकडे दुर्लक्ष होऊ शकते.

व्यवसायाला समाजाभिमुखता लाभण्याची गरज निर्माण होण्याची कारणे-

१. संघटित कामगारशक्तीचा दबाव.

२. मानवी साधनसंपत्ती व कार्यक्षम सेवक व्यवस्थापन यांच्या उदयामुळे सामाजिक जाणीव आवश्यक ठरली.

३. दर्जेदार जीवनमान व प्रदूषणनिर्मूलन याविषयी बनलेले जागृत व संवेदनक्षम जनमत.

४. मक्तेदारी व पिळवणूक या गोष्टी टाळण्यासाठी राष्ट्रीयीकरण किंवा व्यवसायावर सामाजिक नियंत्रण ही जगभर मान्य झालेली शासन–नीती.

५. ग्राहकचळवळीच्या उदयामुळे ग्राहक संरक्षणाला आलेले वाढते महत्त्व.

६. जगभर लोकशाही प्रणालीचा झालेला प्रसार व प्रचार.

७. ग्राहकांना संरक्षण देण्यासाठी स्वतंत्र कायदे निर्मिती व अंमल.

८.२ व्यावसायिक नीतिमूल्ये आणि पर्यावरणीय समस्या संदर्भात नैसर्गिक साधनसंपत्तीचा वापर, पर्यावरण संरक्षण आणि जाहिराती (Business Ethics and Environmental Issues Indian and International Level Green initiatives.) :

व्यावसायिक संघटनेचे नफा मिळवणे हे मुख्य उद्दिष्ट असते; परंतु नफ्याच्या हव्यासापोटी अनेक व्यावसायिक मान्यताप्राप्त नैतिक मूल्यांचे उल्लंघन करताना दिसतात. केवळ मानवी संसाधनाच्या वापरातच नव्हे तर नैसर्गिक साधनसंपत्तीचा आपण ऱ्हास करत आहोत, पर्यावरणाची हानी करत आहोत, यांकडेही व्यवसायांचे दुर्लक्ष होताना दिसते. उद्योजक / व्यावसायिक विक्रयवृद्धीसाठी जाहिरातींचा वापर मोठ्या प्रमाणात करतात; परंतु जाहिरात करताना अनेक व्यावसायिक तारतम्य सांभाळताना दिसत नाहीत. अर्थात, त्यामुळे ग्राहकांची दिशाभूल होते व अनेक ठिकाणी फसवणूकही होते. या सर्व बाबतीत उचित आणि नैतिक व्यवहारांचे पालन करणे आवश्यक आहे.

१. नफ्याच्या संदर्भात नैतिक व्यवहार

कुठल्याही व्यवसायात सर्व खर्च जाऊन, उद्योजकाचा वेळ आणि श्रमाचा मोबदला म्हणजे नफा किती असावा याचे प्रत्येक व्यवसायाचे वेगळे गणित असते. परंतु नफा मिळवताना उत्तम कच्चा माल वापरणे, कर्मचाऱ्यांकडून काम करून घेताना कुठल्याही प्रकारची पिळवणूक न करणे, त्यांना योग्य मोबदला देणे, पुरवठादारांनी बँकांची देणी वेळेवर फेडणे, 'ग्राहकदेवो भव' या वृत्तीने ग्राहकांशी वर्तन ठेवणे व सर्व व्यवहार सचोटीचे व चोख राखणे ही व्यावसायिक नीतिमूल्ये वापरणे हेच व्यवसायांचे ब्रीद गणले पाहिजे; परंतु बेसुमार नफा मिळविण्यासाठी जर उत्पादक / व्यापाऱ्यांची भेसळ / अनुचित पद्धती वापरल्या; बालमजुरांचा वापर केला, कर्मचाऱ्यांना अमानुषपणे वागवणे, पुरवठादारांना / बँकेला बुडवले, ग्राहकांशी उर्मटपणे वागले तर व्यवसायात मिळालेले यश फारसे टिकत नाही; म्हणून नफ्यावर लक्ष केंद्रित करताना व्यावसायिक नीतिमूल्ये सांभाळणे गरजेचे आहे.

२. नैसर्गिक साधनसंपत्तीचा वापर व पर्यावरणाची हानी

झपाट्याने भौतिक प्रगती होत असताना नवनवीन शोध लागत आहेत व त्याप्रमाणे पृथ्वीवरील वेगवेगळ्या साधनसंपत्तीचा अनेक प्रकारे विनियोग वाढला आहे. तथापि, नैसर्गिक उपलब्ध साधनसंपत्ती मर्यादित आहे या गोष्टीकडे मनुष्यमात्राचे लक्ष राहिले नाही. आज अमाप जंगलतोड, रेफ्रिजरेटरसारखी उपकरणे व शेतीकरणाच्या साधनांच्या वापरामुळे, वातावरणामुळे ओझोनचे कमी झालेले प्रमाण वगैरे गोष्टी पर्यावरणात निश्चितच हानिकारक आहेत आणि त्यामुळे नैसर्गिक साधनसंपत्तीचा झपाटयाने विनाश होत आहे.

जगातील खनिजसंपत्ती पाहिली तर अलंकार / दागिन्यांच्या अफाट हौशीमुळे अनेक औद्योगिक / इलेक्ट्रॉनिक उपकरणांत गौण ठरणारे अनेक धातू पृथ्वीतलावरून हळूहळू उदृश्य होत आहेत.

पाण्याचा गैरवापर

पृथ्वीवर पर्जन्यवृष्टी व हिमनगांचे वितळणे यातून माणसांना नद्या / नाल्यातून, तलावातून पाणी उपलब्ध होते; परंतु व्यवसाय / उद्योगांनी पाण्याचा अतिरेकी वापर करून नैसर्गिक स्रोत निष्प्रभ करायला सुरुवात केली आहे. अर्थातच निसर्गाच्या या देणगीचा हा अनैतिक वापरच म्हणायला पाहिजे. वास्तविक पाहता पावसाचे पाणी व्यवस्थित जिरवणे, जलाशयाची काळजी घेणे, पाण्याचा योग्य ठिकाणी मोजका वापर करणे ही खरी व्यावसायिक नीती असायला हवी; परंतु व्यवसाय / उद्योगांनी या नीतीचे पालन न केल्याने आज ही नैसर्गिक देणगी मुबलक प्रमाणात मिळणे दुरापास्त झाले आहे.

३. जाहिरातीसंबंधी व्यावसायिक नीती

विक्रेता व खरेदीदार यांच्या दरम्यान जाहिरातीद्वारे संदेशवहन होत असते. व्यावसायिक नैतिकतेचे पालन करणाऱ्या जाहिरातीतून खोटे दावे केले जात नाहीत आणि दिशाभूल केली जात नाही. शिवाय नीतीपूर्ण जाहिरातीमध्ये सभ्यतेच्या मर्यादा पाळल्या जातात. काही वर्षांपूर्वी व्हार्ट्नने एक लेख प्रसिद्ध केला होता. त्यामध्ये त्यांनी जाहिरातींमधील तीन आदर्श तत्त्वे सांगितली आहेत. सत्यवचन, सामाजिक जबाबदारीची जाणीव आणि मानवी प्रतिष्ठेची जपणूक.

या तत्त्वांनुसार लोकांना अनिष्ट गोष्टींकडे प्रवृत्त करणाऱ्या, भावना भडकवणाऱ्या जाहिराती निषिद्ध आहेत. मुलांना जाहिरातीतून आकर्षित करून अनिष्ट सवयी लावणे ही अनुचित व्यापरनीती आहे. जीवनोपयोगी टॉनिक्स, शक्तिवर्धक औषधे यांच्या

जाहिरातीतून खोटे दावे करणे अतिशय निंद्य आहे. या सर्व गोष्टींचा विचार करता जाहिरातदारांनी / व्यावसायिकांनी स्वत:वर खालील नैतिक बंधने घालून घेणे इष्ट आहे.

अ) जाहिरात केलेल्या वस्तू / सेवा याबाबत सत्यच मांडणे.

ब) जाहिरातींचा मजकूर, उदाहरणे यांत सभ्यतेचे पालन करणे.

क) उत्पादक /वितरकांच्या संबंधात ग्राहकांना योग्य ती माहिती पुरवणे.

ड) संभावित ग्राहकाकडून जाहिरातीवरील टीकेला आमंत्रण न देणे.

इ) संस्थेच्या कार्यपद्धतीविषयी पारदर्शकता निर्देशित करणे.

थोडक्यात, व्यवसायाने नैसर्गिक साधनसंपत्तीचा वापर करताना पर्यावरणाचा समतोल राखला पाहिजे.

८.३ व्यवस्थापन आणि नीतिमूल्ये (Management and Ethics) :

समाजमान्य बाबी किंवा तत्त्वांना, नियम, संकेत, आचार-विचार, पद्धतींना समाजात विशेष स्थान असते. याबाबत कायदे नसले तरी सामाजिक दबावामुळे त्यांच्या विरोधात आचरण झाल्यास त्याला अनीती म्हटले जाते. त्यावर उपाय म्हणून काही दण्ड अगर शिक्षेची तरतूद समाजमान्य झालेली आपण इतिहासात पाहतो. उदा. कौटिलीय अर्थशास्त्रात याबाबत सविस्तर माहिती आचारसंहितेत दिली आहे. समाजात चांगले काय आणि वाईट काय याबाबत जे संकेत, रूढी, चालीरीती असतात त्यांना सामाजिक नीतिमूल्ये असे म्हणतात. उद्योग-व्यवसायाच्या संदर्भात याचा विचार केला तर त्यास व्यावसायिक नीतिमूल्ये म्हणता येतील.

नीती आणि मूल्ये

नैतिक तत्त्वे आणि मूल्ये यांच्या एकत्रीकरणाला नीतिमूल्ये असे म्हणतात. नीती शब्द चांगले काय आणि वाईट काय यांच्याशी संबंधित आहे. योग्य आणि अयोग्य वागणुकीच्या / वर्तणुकीच्या तत्त्वांचा संच म्हणजे नैतिकता होय.

नैतिकता ही संकल्पना कालमानानुसार बदलणारी आहे. नैतिकतेमध्ये नीतीचा समावेश होतो. नीती ही संकल्पना संकुचित आहे तर नैतिकता ही संकल्पना व्यापक आहे. नैतिकतेत नीती असते परंतु नीतीत नैतिकता असतेच असे नाही. नैतिकता चांगल्या गोष्टींची आणि सर्वमान्य संकल्पना आहे. सर्वांना योग्य वाटेलच असे नाही. ती अयोग्यही असू शकते त्यात व्यक्तिगत स्वार्थ असतो. सर्वसमावेशकता नसते.

व्यावसायिक नीतिमूल्ये

सर्वसमावेशक सामाजिक हितासाठी स्वास्थ्य, सामंजस्य व शांतता कायम राहावी म्हणून वर्तणुकीसंबंधी जे नियम तयार केले जातात त्यांना नीतिमूल्य असे म्हणता येईल.

व्यावसायिक संस्था या सामाजिक मूल्यांचा स्वीकार करून आपले व्यावसायिक कार्य करू लागतात व त्या मूल्यांच्या पालनासाठी वर्तणुकींबद्दलचे काही नियम स्वेच्छेने वाढतात त्या वेळी त्या नियमांना व्यावसायिक नीतिमूल्य असे म्हणता येईल. नीतितत्त्वे व्यवसायाच्या संदर्भात जेव्हा वापरली जातात तेव्हा व्यावसायिक नीतितत्त्वे असे म्हणतात.

पीटर ड्रकर यांचे मत – पीटर ड्रकर यांच्या मते, व्यावसायिकांकरिता निराळी नीतितत्त्वे असण्याचे काहीच कारण नाही; कारण जी नीतितत्त्वे इतर व्यवहारात लागू होतात तीच व्यावसायिक व्यवहारालाही लागू होऊ शकतात. कोणत्याही व्यवहारामध्ये काही माणसे ही दुसऱ्यांना फसवत असतात किंवा खोटे बोलत असतात किंवा चोरी करीत असतात किंवा लाच देऊन / घेऊन काम करीत असतात. तेव्हा खरा प्रश्न व्यक्तीला किंवा कुटुंबाला नैतिक मूल्यांबाबत शिक्षण देण्याचाच आहे.

पीटर ड्रकरने असे प्रतिपादन जरी केले असले तरी व्यावसायिकांना भासणाऱ्या अडचणी आणि त्यांना मिळणाऱ्या संधी यांचे महत्त्व विचारात घेता व्यावसायिकांसाठी काही नीतितत्त्वे आवश्यक ठरतात.

विशिष्ट व्यवहारांच्या संदर्भात स्वीकारार्ह असणाऱ्या आणि स्वीकारार्ह नसणाऱ्या काही ठराविक बाबींच्या एकत्रीकरणास नीतिमूल्ये असे म्हणता येईल आणि अशी तत्त्वे किंवा बाबी व्यवसायाच्या संदर्भात म्हटली जातात तेव्हा त्यांना व्यावसायिक नीतिमूल्ये असे म्हणतात.

बी.ओ. व्हीलर यांनी बिझिनेस ॲन इंट्रोडक्टरी ॲनॅलिस या पुस्तकात दिलेल्या व्याख्येचे मराठी रूपांतर पुढीलप्रमाणे करता येईल – समाजाशी, समाजातील विविध गटांशी आणि संस्थांशी सुसंवादयुक्त संबंध राखण्याची, तसेच व्यवसायातील योग्य किंवा अयोग्य व्यवहारांबद्दल नैतिक जबाबदारी स्वीकारण्याची एक कला किंवा शास्त्र म्हणजे व्यावसायिक नीतिमत्ता होय.

मॅमोरिया आणि मॅमोरिया यांनी बिझिनेस प्लॅनिंग ॲण्ड पॉलिसी या पुस्तकात दिलेल्या व्याख्येचे मराठी रूपांतर पुढीलप्रमाणे – व्यावसायिक संस्थेच्या सर्व व्यवहारांतील तसेच समाज आणि इतर व्यवसाय यांच्याविषयी व्यावसायिकाच्या वागणुकीतील सचोटी म्हणजे व्यावसायिक नीतिमत्ता होय.

कार्यात्मक विभागात – नीतिमूल्ये (Ethics in Functional Areas) :

नीतिमूल्ये मूळात असावी लागतात. नीतिमूल्ये शिकवण्याचा विषय नाही; परंतु नीतिमूल्ये शिकवल्याने ४० ते ५० टक्के परिणाम होतो असे साधारणत: दिसून येते. व्यवसाय व व्यवसायासंबंधीत कार्यात्मक बाबीत नीती आणि नीतिमूल्यांची जपणूक झाल्यास व्यवसायाला नैतिक मूल्य प्राप्त होते.

बाजारपेठ / विपणनबाबत व्यावसायिक नीतिमूल्ये (Ethical Issues in Marketing) :

बाजारपेठ – संकल्पना (Concept of Market) :

बाजार हा शब्द वस्तू व सेवा खरेदी–विक्रीची जागा दर्शवितो आणि भौगोलिक क्षेत्र दर्शवितो बाजारपेठ किंवा विपणन हा शब्द वस्तू किंवा सेवा विक्रीयोग्य करण्यासाठीचे प्रयत्न दर्शवितो.

ज्या भौगोलिक क्षेत्रात ग्राहक आणि विक्रेते विविध साधनांद्वारे एकमेकांशी संपर्क साधून मालाची खरेदी–विक्री करू शकतात आणि ते एकमेकांशी सहजरीत्या संपर्क साधू शकत असल्याने त्या संपूर्ण भौगोलिक क्षेत्रात मागणी व पुरवठा यांच्यात समन्वय साधला जाऊन त्या वस्तूची किंवा सेवांची किंमत समान किंवा एकच होण्याकडे कल दिसून येतो. अशा संपूर्ण भौगोलिक क्षेत्राला उद्देशून बाजारपेठ हा शब्द वापरण्यात येतो. बाजारपेठेचा संबंध विशिष्ट अशा भौगोलिक क्षेत्रात असतो. अशा भौगोलिक क्षेत्रात विनिमययोग्य अशी वस्तू किंवा सेवा असते; ग्राहक आणि विक्रेते असतात. ते एकमेकांशी संपर्क साधू शकतात आणि त्या संपूर्ण भौगोलिक क्षेत्रात त्या वस्तूंची किंमत समान होण्याची परिस्थिती दिसून येते.

बाजारपेठ किंवा विपणी या संज्ञेचा मूळ अर्थ समजावून घेण्यासाठी बाजारपेठेच्या संज्ञेची माहिती करून घेणे आवश्यक आहे. विपणन हा शब्द वि + पणन असा बनलेला आहे. येथे 'पणन' या शब्दाला वि हा धातू जोडलेला आहे. येथे मूळ शब्द 'पणि' हा आहे. पणि म्हणजे व्याजाचा धंदा करणारे लोक असा उल्लेख ऋग्वेदात आढळतो. गृह्यसूत्रामध्ये व्यापारात यश मिळविण्यासाठी 'पण्य' सिद्धी नावाचा विधी केला जात असे. पुढे 'पण्य' पासून 'पणन' हा शब्द प्राकृतात आला. 'पणन' म्हणजे मालाची विक्री करणे होय. विपणन म्हणजे वस्तू विक्रीयोग्य करण्यासाठी प्रयत्न करणे.

Marketing हा शब्द Market या शब्दाचे रूप असून जुन्या फ्रेंचमधील Marketit इटालियन Merecato जर्मन Market ही रूपे लॅटिन शब्द Mercatus वरून आलेली आहेत. Merchande हा शब्द या शब्दांशी अगदी जवळपास दिसून येतो.

बाजार हा शब्द वस्तू व सेवा खरेदी-विक्रीची जागा दर्शवितो आणि भौगोलिक क्षेत्र दर्शवितो. बाजारपेठ किंवा विपणन हा शब्द वस्तू किंवा सेवा विक्रीयोग्य करण्यासाठीचे प्रयत्न दर्शवितो.

विपणन (Marketing) :

अर्थ : विपणन ही संज्ञा विपणी या संज्ञेपेक्षा अधिक व्यापक अर्थाने वापरण्यात येते. माल उत्पादन झाल्यानंतर त्यांची विक्रीकिंमत ठरवून तो ग्राहकांच्या हातात पडेपर्यंत त्यावर होणाऱ्या सर्व प्रकारच्या क्रिया-प्रक्रियांना उद्देशून विपणन हा शब्द वापरण्यात येतो.

विपणनाचा मुख्य उद्देश म्हणजे उत्पादित माल ग्राहकांना ज्या ठिकाणी हवा आहे त्या ठिकाणी त्यांना जास्तीत जास्त समाधान मिळेल अशा रीतीने पोहोचविणे होय.

व्याख्या :

तज्ज्ञांनी व संस्थांनी विपणनाच्या केलेल्या व्याख्यांपैकी काही व्याख्या पुढीलप्रमाणे आहेत :

पीटर ड्रकर : 'विपणन ही एक प्रक्रिया आहे. या प्रक्रियेमुळे बाजारपेठेच्या ठिकाणी असलेल्या साधनांचे व विशिष्ट ज्ञानाचे आर्थिक मूल्यामध्ये परिवर्तन घडून येते'.

अमेरिकेतील विपणनशास्त्राच्या प्राध्यापकांची राष्ट्रीय संघटना : 'वस्तू आणि सेवा यांचा प्रवाह उत्पादकांपासून उपभोक्त्यांपर्यंत प्रवाहित करण्यासाठी करण्यात येणाऱ्या विविध व्यावसायिक क्रियांचा विपणनामध्ये समावेश होतो'.

क्लार्क आणि क्लार्क : 'विपणनामध्ये वस्तू व सेवांच्या मालकीचे स्थानांतर करण्यासाठी तसेच त्यांच्या भौतिक स्वरूपातील वितरणासाठी करण्यात येणाऱ्या सर्व प्रयत्नांचा समावेश होतो. या लेखकाच्या मते, विपणनाचे मानसिक व भौतिक असे दोन पैलू असतात. विक्रेत्यांना ग्राहकांच्या गरजांचे ज्ञान असणे आणि ग्राहकांना विक्रीसाठी असलेल्या वस्तूंची माहिती असणे हा विपणनाचा मानसिक पैलू आहे.'

ह्यूजी व मिचेल : 'स्थान, काळ व स्वामित्व या उपयोगितांची निर्मिती करणाऱ्या सर्व कार्यांना विपणन असे म्हणतात'.

रिचर्ड स्टील : 'विपणन ह्या संज्ञेमध्ये उत्पादकाने उत्पादन केलेल्या वस्तू ग्राहकांपर्यंत पोहोचविण्याकरिता करण्यात येणाऱ्या सर्व क्रियांचा आणि त्याचबरोबर ग्राहकांच्या आवडीनिवडी समजून घेऊन उत्पादकांकडून विविध वस्तूंचे उत्पादन करून घेण्यासाठी आवश्यक असलेल्या क्रियांचाही समावेश होतो'.

फिलिप कोटलर : 'व्यवसायातील सर्व कृतींची सुरुवात होऊन शेवट म्हणजे विपणन'.

U.K. Institute of Marketing : 'Marketing is the creative management function which promotes trade and employment by assessing consumer needs and initiating research and development to meet them. It co-ordinates the resources of production and distribution of goods and services and determines the nature and scale of the total efforts required to sale maximum production to the ultimate use.'

सदर व्याख्या यापूर्वी दिलेल्या सर्व व्याख्यांपेक्षा अधिक व्यापक आहे. या व्याख्येनुसार विपणन हे व्यवस्थापनेचे एक कृतिशील कार्य आहे. या कार्यानुसार व्यवस्थापक ग्राहकांच्या गरजांचा अभ्यास आणि संशोधन करून त्यादृष्टीने व्यापार आणि रोजगार वाढविण्याचा प्रयत्न करतो. वस्तू आणि सेवा यांचे उत्पादन आणि वितरण यासाठी आवश्यक असलेल्या साधनांमध्ये समन्वय साधला जातो आणि अंतिम उपभोगासाठी उत्पादित मालाची कमाल विक्री करण्याचा प्रयत्न करतो.

सदर व्याख्यांचा विचार करता आपणास असे म्हणता येईल की, विपणन ही एक अशी प्रक्रिया आहे की ज्यामुळे उत्पादित माल उत्पादनकेंद्रापासून अंतिम ग्राहकांना त्यांना पाहिजे त्या ठिकाणी आणि पाहिजे त्या प्रमाणात पुरविला जातो. विपणनामुळे वस्तूमध्ये स्थळ, काळ, ताबा व उपयोगितेची निर्मिती होते. म्हणून ज्या कृतीमुळे वस्तूमध्ये स्थळ, काळ आणि स्वामित्व उपयोगितेची निर्मिती होते त्या सर्व कृतींना विपणन असे म्हणता येईल.

'ग्राहक' हा विपणनाचा केंद्रबिंदू असतो. त्यामुळेच गरजा निर्माण करणे, त्या समजून घेणे, त्या गरजांनुसार ग्राहकांना वस्तूंचा पुरवठा करणे आणि त्यांना अपेक्षित उपयोगिता व समाधान मिळवून देणे ह्या क्रियांना विपणनामध्ये महत्त्व प्राप्त झाले आहे. ग्राहकांनी विभिन्न वस्तू व सेवांचा उपभोग घेतल्यामुळे त्यांच्या गरजा तृप्त होतात व त्यांचे जीवनमान उत्तरोत्तर वाढत जाते.

पॉल यांच्या मते, विपणन म्हणजे समाजाला जीवनस्तराचे प्रदान होय.

विपणनाचे घटक

विपणनाच्या विविध व्याख्यांवरून विपणन या संज्ञेत घटक अंतर्भूत असतात ते पुढीलप्रमाणे –

१. विपणन हे व्यवस्थापनाचे मूलभूत कार्य आहे.

२. विपणन हे व्यावसायिक कार्य आहे. ती एक व्यवस्थापकीय प्रक्रिया आहे.

३. विपणनात विनिमयप्रक्रिया अंतर्भूत आहे. यात वस्तू व पैसा किंवा सेवा व पैसा यांची देवघेव होते.

४. विपणन हे मानवी गरजा भागविण्यासाठी केले जाते.
५. उत्पादित वस्तू व सेवा ग्राहकांपर्यंत पोहचविणे हा विपणनाचा मुख्य उद्देश आहे.
६. विपणन ही आर्थिक प्रक्रिया आहे. नफा मिळविण्याच्या उद्देशाने ती केली जात असते.
७. वस्तूच्या मालकी हक्काचे हस्तांतर विपणनात अंतिम भाग आहे.
८. विपणनामुळे समाजाचे राहणीमान उंचावते.
९. विपणनात वस्तू व सेवांच्या भौतिक वितरणाची व्यवस्था केली जाते.

विपणन ही एक प्रक्रिया आहे. या प्रक्रियेत मालाचे एकत्रीकरण, प्रमाणीकरण, वर्गीकरण, बांधणी, साठवणूक, वाहतूक, बाजारपेठ संशोधन, धोक्यापासून संरक्षण मिळण्यासाठी विमा उतरविणे, विविध कार्यांसाठी लागणारा अर्थपुरवठा करणे इत्यादी अनेक कार्ये केली जातात. त्या सर्वांना विपणनाचे घटक असे म्हणता येईल.

विपणनाची वैशिष्ट्ये

१. ग्राहकांच्या गरजा समजून घेणे.
२. ग्राहकांच्या गरजा पूर्ण करण्यासाठी वस्तू आणि सेवांचे उत्पादन करणे.
३. ह्या वस्तू आणि सेवा ग्राहकांपर्यंत पोहोचविणे.
४. विशिष्ट ग्राहकवर्गांच्या गरजांची पूर्तता करणे.
५. ग्राहकांना वेगवेगळ्या वस्तू व सेवा देऊन त्यांच्या माध्यमातून बाजारपेठ आपल्या ताब्यात ठेवण्याचा प्रयत्न करणे.
६. ग्राहकांच्या गरजा, अपेक्षा, आवडीनिवडी आणि त्यातील बदल माहीत करून घेणे.

विपणनाचे महत्त्व

विपणन ही विविध क्रियांचा समावेश असलेली प्रक्रिया असून या प्रक्रियेचे महत्त्व (अ) उत्पादकाच्या दृष्टिकोनातून, (ब) ग्राहकांच्या दृष्टिकोनातून पुढीलप्रमाणे स्पष्ट करता येईल.

अ) उत्पादकांच्या दृष्टिकोनातून महत्त्व : विपनणाचे महत्त्व उत्पादकांच्या दृष्टिकोनातून पुढीलप्रमाणे सांगता येते.

१. संभाव्य ग्राहकांचे कायस्वरूपी ग्राहकांमध्ये परिवर्तन करण्यात येते.
२. ग्राहकांच्या गरजांचे स्वरूप माहीत होते आणि त्याद्वारे उत्पादन करून ग्राहकांना समाधान दिले जाते.

३. उत्पादित वस्तू आणि सेवा बाजारपेठेत पोहोचविल्या जातात.

४. विपणनामध्ये वेळ, काळ, खर्च आणि सुविधा यांचा विचार करून उत्पादक उत्पादित वस्तूचे वेगवेगळ्या मार्गाने वितरण करतो आणि उत्पादित वस्तू ग्राहकांपर्यंत पोहोचविण्याचा प्रयत्न करतो.

५. विपणनाद्वारे वितरणाचा खर्च कमी करून ग्राहकांना वाजवी किमतीमध्ये वस्तू आणि सेवा देता येतात.

६. विपणनाच्या माध्यमातून समाजातील सुप्त क्रयशक्तीस योग्य दिशा व चालना देता येते.

७. उत्पादित केलेल्या वस्तूस योग्य किंमत मिळते.

८. उत्पादकाला त्याच्या कार्याचा उचित मोबदला मिळवता येतो.

ब) ग्राहकांच्या दृष्टिकोनातून महत्त्व : विपणनाच्या दृष्टीने विचार केल्यास ग्राहक हा कोणत्याही व्यवसायाचा आणि विपणनप्रक्रियेचा महत्त्वाचा बिंदू समजला जातो. विपणनाच्या प्रक्रियेत व्यावसायिक संस्थांनी पुढील लक्ष दिले पाहिजे कारण ग्राहक हा बाजारपेठेचा राजा आहे. ग्राहक वस्तू आणि सेवांची निवड करताना काळजीपूर्वक करतो. उत्पादकाने उत्पादित केलेले उत्पादन खरेदी करावे आणि उपभोग घ्यावा म्हणून विपणनप्रक्रियेत पुढील विशेष बाबींकडे लक्ष पुरविले जाते.

१. विपणनप्रक्रियेतून ग्राहकांना प्राप्त होणाऱ्या वस्तू आणि सेवांचा पुरवठा वाजवी किमतीमध्ये करण्याचा प्रयत्न केला जातो.

२. वस्तू आणि सेवांचा दर्जा अपेक्षेनुरूप किंवा गुणवत्ता मंडळाने निर्धारित करून दिल्याप्रमाणे कायम राहिला पाहिजे.

३. वस्तू आणि सेवांचे वितरण सुलभ पद्धतीने झाले पाहिजे.

४. विपणनप्रक्रियेत ग्राहकांची फसवणूक केल्या जाणाऱ्या जाहिराती करू नयेत.

५. ग्राहकांनी खरेदी केलेल्या वस्तू वापरण्यास सुलभ असल्या पाहिजेत.

६. वस्तूची प्रत, दर्जा, गुणवत्ता चांगली असावी.

७. वस्तू भेसळयुक्त नसाव्यात.

८. विपणनप्रक्रियेत वस्तूबद्दल चुकीची माहिती दिली जाऊ नये.

९. वस्तूची विक्रीनंतरची सेवा चांगली असली पाहिजे.

१०. वस्तूचा योग्य त्या ठिकाणी पुरवठा झाला पाहिजे.

११. वितरकांनी ग्राहकांना विपणनप्रक्रियेत उचित सन्मानाची वागणूक द्यावी.

१२. दुर्मिळ व महागड्या वस्तूंबद्दल योग्य माहिती दिली पाहिजे.

१३. वस्तूच्या तांत्रिकतेचे आणि उपयोगाबाबतचे ज्ञान दिले पाहिजे.

१४. ग्राहकाने मागणी केलेली वस्तू ग्राहकांच्या आवश्यकतेनुसार व गरजांची पूर्तता करणारी असली पाहिजे.

१५. विपणनप्रक्रियेत वस्तूची विक्री करताना गैर मार्गाचा अवलंब करू नये.

१६. विपणनप्रक्रियेत अनुचित व्यापारी प्रथांचा अवलंब करू नये.

१७. ग्राहकांच्या सेवांबाबतच्या असलेल्या अपेक्षा व्यावसायिक सेवा, व्यापारविषयक सेवा, सार्वजनिक सेवा, मूलभूत सेवा, व्यक्तिगत सेवेच्या माध्यमातून पूर्ण झाल्या पाहिजे.

१८. ग्राहकांना वस्तू आणि सेवांबद्दल संपूर्ण माहिती दिली पाहिजे.

१९. ग्राहकांच्या तक्रारीची किंवा शंका, असमाधानाची त्वरित दखल घेतली पाहिजे.

२०. विपणनाच्या प्रक्रियेत ग्राहकांना वस्तू आणि सेवा निवड करण्याचे स्वातंत्र्य दिले पाहिजे.

२१. व्यावसायिक नीतिमूल्ये, आचारसंहिता आणि उचित व्यवहाराचा अवलंब विपणन-प्रक्रियेत उत्पादकाने केला पाहिजे.

२२. विपणनप्रक्रियेत ध्वनिप्रदूषण होणार नाही याकडे लक्ष दिले पाहिजे.

२३. आर्थिक आणि सामाजिक उद्दिष्टांची पूर्तता करताना वस्तूचा दर्जा, वितरण-मार्ग, गॅरंटी, वॉरंटी आणि स्पर्धा यांकडे विशेष लक्ष दिले गेले पाहिजे.

२४. विपणनाच्या प्रक्रियेत नैतिकता आणि व्यावसायिक नीतिमूल्ये जोपासली गेली पाहिजेत.

कार्यात्मक विभागात नीतिमूल्ये

१. विपणन / बाजारपेठ

व्यवसायजगतात विपणनाशिवाय पर्याय नाही; कारण विपणनकार्य नसल्यास व्यवसाय बंद करावे लागतील. बाजारपेठ कार्यात वस्तूंची व सेवांची विक्री केली जाते.

नफ्यासाठी व्यवसाय का?

व्यवसायासाठी नफा ह्याबाबत विचार करता हा वादाचा मुद्दा होऊ शकतो. परंतु, सर्वसाधारण नीती व तत्त्व किंवा सारासार विचार केल्यास असे म्हणावयास हरकत नाही की 'योग्य नफ्यासाठी व्यवसाय', यामध्ये व्यवसायनीती तत्त्वाचा समावेश होतो, नफा मिळविताना योग्य मार्गाने व उचित नफा मिळविणे समर्थनीय आहे. यामध्ये ज्या लोकांसाठी व्यवसाय आहे किंवा सुरू केला आहे; त्यांना परवडेल अशा किमतीत त्यांना त्या वस्तू व सेवा उपलब्ध करून देणे. त्यानुसार व्यवस्था निर्माण करणे; किंमत वाजवी असावी.

नफ्याशिवाय कोणतीही व्यवसाय, संस्था जिवंत राहू शकत नाही. नफ्याबाबतीत असे म्हटले जाते की, नफा म्हणजे व्यवसायाचे रक्त आहे; म्हणून शरीरात रक्ताचे योग्य प्रमाण असावे. व्यवसायात गुंतविलेल्या भांडवलावर म्हणजेच गुंतवणुकीवर नफा योग्य असावा. योग्य नफा योग्य / उचित व्यवसाय / व्यापाराने मिळविणे व्यवसायनीतीला अनुलक्षून आहे. ज्या पद्धतीने विक्री घडवून आणली जाते तिथे व्यावसायिक मूल्ये पाळणे आवश्यक आहे. इतरांना काय फायदा होईल, काय तोटा होईल. इतरांवर अन्याय होणार नाही. इतर स्पर्धकांवर काय परिणाम होईल. स्पर्धकांशी कुठपर्यंत स्पर्धा करावी, कुठे थांबायचे याचा सारासार विचार व्यावसायिक नीतिमूल्यात होणे आवश्यक असते.

व्यवसायात ग्राहकांच्या समाधानासाठी हमी, खात्री दिली जाते. अशा विक्रीपश्चात दिल्या जाणाऱ्या सेवांबाबत ग्राहकांकडून इतर सुट्या भागांबाबत खर्च आकारू नये किंवा ज्या अटी नियम-शर्तींचे व्यवसायसंस्था पालन करू शकेल अशाच अटी. नियमांची हमी-खात्री द्यावी.

नादुरुस्त झालेल्या वस्तू तत्काळ विनामूल्य तसेच ग्राहकाला वारंवार फेऱ्या मारू न देता दुरुस्त करून द्याव्यात. ही विक्रेत्याची म्हणजेच व्यवसायाची नैतिक, जबाबदारी आहे. नादुरुस्त वस्तू बदलून न देणे, दुरुस्त करून न देणे, दुरुस्तीकरिता, सुट्या भागांकरिता खर्च आकारणे, वारंवार फेऱ्या मारायला लावणे यांमुळे ग्राहक नाख़ूश होतात, संतापतात हे व्यवसायनीतीला-नीतीला धरून नाही.

२. जाहिरातीतील नीतिमूल्ये

१. जाहिरातीत प्रामाणिकता असावी, योग्य व संपूर्ण माहिती असावी. तसेच वस्तुस्थिती दर्शविणारी जाहिरात असावी.
२. वस्तू व सेवेची उपयोगिता काय हे स्पष्ट दर्शविणारी जाहिरात असावी.
३. जाहिरातीमुळे ग्राहकांच्या वस्तू व सेवा विषयीच्या ज्ञानात भर पडावी अशी जाहिरात असावी.
४. जाहिरातीत स्पर्धकांवर टीका असू नये.
५. जाहिरातीत ग्राहकांच्या स्वातंत्र्याला चालना देऊन ग्राहकांची वस्तू व आवड-निवडीची क्षमता वाढविण्याची क्षमता असावी.
६. जाहिरातीची खुली स्पर्धा करावी त्यामुळे ग्राहकांना योग्य दर्जाच्या, योग्य प्रमाणात, योग्य वेळेवर आणि योग्य किमतीत उचित वस्तू व सेवा उपलब्ध होतील.

७. जाहिरातीत वस्तूमधील उणीव, त्रुटी किंवा दुष्परिणाम यांवर पडदा टाकू नये. उदा. वैधानिक इशारा स्पष्ट करावा.

३. उत्पादन / उत्पादनप्रक्रिया (Manufacturing / Production Process) :

व्यावसायिक नीतीमध्ये उत्पादन ग्राहकांसाठी केले जाते त्याच्यासाठी योग्य प्रक्रियांचा समावेश व्हावा. अनावश्यक प्रक्रिया व खर्च कमी करण्याचा प्रयत्न व्हावा. उच्च दर्जाच्या वस्तू व सेवा उत्पादित केल्या जाव्या. आवश्यक नैसर्गिक साधनसंपत्तीचा वापर व्हावा त्यात अनावश्यक व जास्तीच्या नैसर्गिक साधनसंपत्तीचा अपव्यय टाळावा. उत्पादनप्रक्रियेत प्रदूषण होणार नाही याची काळजी घ्यावी तसेच प्रदूषण होत असल्यास प्रदूषणावर नियंत्रण ठेवण्यासाठी उपाययोजना करण्यात यावी. उत्पादन प्रक्रियेमुळे होणाऱ्या प्रदूषणामुळे पर्यावरणाची हानी होत असेल तसेच समाजातील मनुष्य–प्राण्याच्या हानीची नुकसानी भरून देण्याची नैतिकता त्या उत्पादनसंस्थेने पार पाडावी. उत्पादन संस्थेने सतत संशोधन करून त्याचा ग्राहक, उद्योजक, समाज व शासनास लाभ करून द्यावा.

४. उत्पादन – वाटप प्रक्रिया – नीतिमूल्ये (Production & Distribution Process & Ethics) :

१. योग्य दर्जाचे उत्पादन.

२. साधनसंपत्तीचा अपव्यय टाळावा

३. प्रदूषण प्रतिबंध व नियंत्रण करणे.

४. हानी भरून देणे व सामाजिक बांधिलकी ठेवून कार्य करणे.

५. संशोधनाचा सर्वांना लाभ.

६. संपाचा गैरफायदा न घेणे.

७. सण उत्सवाचा गैरफायदा न घेणे.

८. प्रासंगिक आणि आपत्कालीन परिस्थितीचा गैरफायदा न घेणे.

९. संशोधनाचा समाजाला / ग्राहकांना फायदा व्हावा.

व्यावसायिक पर्यावरणात अपेक्षित, अनपेक्षित काही बाबी असतातच; उदा. कामगारांचे संप, वाहतुकीचे संप यामुळे कृत्रिम तुटवडा निर्माण करून वस्तू व सेवांच्या किमती वाढविणे अनैतिक आहे. उदा. सद्य:स्थितीत मोबाईल कंपन्यांद्वारा सण–उत्सव व जयंती वगैरे महत्त्वाच्या दिवसात एस.एम.एस.ची दरवाढ केली जाते. हे अनैतिक आहे.

आपल्या देशात अनेक प्रकारच्या रूढी-परंपरा व संस्कृतीमुळे अनेक सण-उत्सव आहेत; नेमके या सण उत्सवांच्या सुरुवातीला काही एक कारण नसताना वस्तू व सेवांच्या किंमती वाढविणे अयोग्य आहे.

देशात किरकोळ कारणास्तव दंगली उसळणे त्याचप्रमाणे युद्धजन्य परिस्थिती उदा. कारगिल, मद्रास घुसखोर आणि शत्रुराष्ट्रांच्या कारवाया वगैरेंमुळे मदत व कर देण्याच्या चुकीच्या कारणांमुळे वस्तू व सेवांच्या किमती वाढविणे अनैतिक आहे.

सद्य:स्थितीत आपल्या देशात निवडणुकीचे वारे आहेत. राजकीय पक्षांना व्यावसायिकांकडून निवडणुकीच्या प्रचार व प्रसारासाठी निवडणूकनिधी द्यावा लागतो या कारणांवरून वस्तू व सेवांच्या किमती वाढविल्या जातात. हे व्यावसायिक नीतीला धरून नाही.

व्यावसायिक संस्था व्यवसायांच्या अनेक कार्यात्मक विभागांत संशोधन करत असतात अशा संशोधनामुळे वस्तू व सेवांचा दर्जा उंचावून किमती कमी होण्यास मदत होते आणि ह्याचा फायदा ग्राहक व समाजाला करून देणे नीतिमत्तेला अनुलक्षून आहे.

५. व्यावसायिक गुपित (Trade Secrets) :

व्यावसायिक गुपित व्यवसायाच्या उत्पादनप्रक्रियेशी (Process), उत्पादन-पद्धतीशी (Formula) किंवा व्यवसायाच्या नीतीशी, योजनांशी संबंधित असू शकतो. याबाबत व्यावसायिकांनी प्रामाणिक व खुली स्पर्धा करावी आणि व्यावसायिक गुपित ठेवण्याचा त्यांचा हक्क अबाधित ठेवावा. अनुचित किंवा अयोग्य मार्गाचा स्पर्धकांचे व्यावसायिक गुपित मिळविण्यासाठी किंवा शोधण्यासाठी उपयोग करू नये. म्हणजेच औद्योगिक हेरगिरी करू नये. व्यावसायिक गुपित वाममार्गाने मिळवून स्पर्धकांवर मात करणे, त्यासाठी कुठल्याही पातळीवर जाणे हे योग्य नाही हे व्यावसायिक नीतिमूल्यांत बसत नाही.

व्यावसायिक गुपित ठेवणे हा व्यवसायांचा अधिकार आहे. याबाबत उदाहरण म्हणून १९७७ चे देता येईल. कोकाकोला कंपनीने आपल्या कोकाकोलामध्ये कोणकोणत्या बाबींचे / घटकांचे आणि किती प्रमाणात मिश्रण केले हे उघड करावे असे १९७७ मध्ये शासनातर्फे त्यांना विचारण्यात आले. सदर व्यवसायाने आपला व्यवसाय बंद करणे पसंद केले; परंतु व्यावसायिक गुपित उघड केले नाही. हा त्यांचा अधिकार त्यांनी कायम ठेवला.

आज संगणकाच्या युगात सॉफ्ट-पॅकेज प्रोग्राममध्ये बुद्धिमत्तेचा वापर होतो, ज्याची किंमत रु. ५०००/- आहे असे पॅकेज गैरमार्गाने मिळवून रु. ५००/- पर्यंत

विकले जाणे हा बुद्धिमत्तेचा गैरफायदा व व्यावसायिक गुपित ठेवण्याच्या अधिकाराचे हनन आहे असाच प्रकार कॉम्प्युटरच्या हार्डवेअरमध्येही होत आहे. तसेच इंटरनेटमध्ये मायक्रोसॉफ्ट वेअरमध्येदेखील हेरगिरी करून वाममार्गाने व्यावसायिक गुपित काहींनी मिळवून एक प्रकारे चोरी केली आहे हे व्यावसायिक क्षेत्रात अनैतिक आहे. व्यावसायिक गुपितांबाबत अनैतिकता निर्माण झाल्यास त्याचा व्यवसायावर अनेक बाबतींत परिणाम होतो तो पुढीलप्रमाणे :

ख्यातीवर परिणाम : व्यवसायाने अथक परिश्रमाने मिळविलेल्या ख्यातीवर नीतिमूल्यांवर (Goodwill) वाईट परिणाम होतो; लोक संभ्रमात पडतात.

अनेक प्रकारचा खर्च वाया जातो : आधुनिक तंत्र, क्रिया, प्रक्रिया यांच्या संशोधनावरील बाजारपेठ अभ्यास, बाजारपेठ संशोधन, ग्राहकांबद्दलची माहिती, फॅशन-सवयी, स्पर्धकांबद्दलची माहिती, त्यांची उत्पादनपद्धत व प्रक्रिया, वितरणव्यवस्था, जाहिरातपद्धती, विक्रीपश्चात द्यावयाच्या सुविधा, वस्तू व सेवांचा दर्जा आणि हमी व प्राश्वासन (guaranties - warranties) वगैरे माहिती संकलनावरील खर्च, मालाच्या उठावावर परिणाम - कमी विक्री, कमी नफा परिणामी उत्पादन किंवा व्यवसाय डबघाईस येऊ शकतो. केव्हा केव्हा बंद पडतो कारण उत्पादित वस्तूंची विक्रीच होत नाही / उठाव होत नाही. खर्च भरून निघत नाहीत - जाहिरातींवरील खर्च, स्पर्धकांच्या तुलनेत आपल्या वस्तू व सेवांचा उत्पादनखर्च जास्त वाटू लागतो, कारण स्पर्धकांना व्यावसायिक गुपिते त्यात उत्पादनपद्धत, प्रक्रिया, आराखडे वगैरे चोरल्याने अल्पस्वल्प किमतीत मिळालेली असतात त्याकरिता त्यांना संशोधनापासून इतर प्रक्रियापद्धतींवर खर्च करावा लागत नाही. व्यवसायात ब्रेक इव्हन पॉइंटवर उत्पादन होत नाही त्यामुळे उत्पादनखर्च जास्त वाढू लागतो व उत्पादन वाढले तर तो भरून निघून नफा मिळू शकतो.

नफ्यावर परिणाम : व्यवसायाला उत्पादन कमी करावे लागल्याने मर्यादित विक्रीत, सीमित / कमी नफा मिळतो.

व्यवसायाशी संबंधित सर्व घटकांवर परिणाम होतो.

अ) ग्राहकांवर होणारा परिणाम -

१. ग्राहकांना अस्सल वस्तू मिळत नाहीत.

२. नकली वस्तूमुळे त्यांच्या जीवितास धोका पोहचू शकतो.

३. अस्सल माल कोणता हे जाणून घेण्यात ग्राहकांची द्विधा मन:स्थिती होते.

४. ग्राहक नेहमी साशंक राहून, असमाधानी राहतो.

५. ग्राहकांना विक्रीपश्चात सेवा –सुविधा, हमी –प्राश्वासन त्याची अंमलबजावणी योग्य होऊ शकत नसल्याने त्यांच्या जीवनात नैराश्य निर्माण होते.

ब) गुंतवणूकदार / भागधारकांवर होणारा परिणाम –

१. गुंतवणुकीवर येाग्य मोबदला - नफा / लाभांश / व्याज मिळत नाही.
२. गुंतवणूक रक्कम परत मिळणे कठीण होते.
३. अयोग्य ठिकाणी गुंतवणूक होईल ही फसवणूक झाल्याचे वाटते. त्यामुळे गुंतवणूकदार निराश होतात.

क) शासनावर परिणाम –

१. मूळ संस्थेकडून मिळणारे विविध कर कमी होतात.
२. नकली मालाचे उत्पादक कर बुडवेपणा करतात त्यामुळे दोन्ही प्रकारच्या उत्पादनसंस्थांकडून कर शासनास मिळत नाही.
३. विकासखर्च नियंत्रण करणे कठीण होते.

ड) पुरवठादार, वितरक, बाजारपेठ यांवर होणारा परिणाम –

पुरवठादारांना कमी साधनसामुग्री पुरवावी लागते परिणामी त्यांचा नफा कमी होतो.

वितरकांवर मूळ व्यवसायाच्या उत्पादनवितरणावर परिणाम झाल्याने नफा कमी मिळतो. त्यांचे मालातील भांडवल अडकून पडते.

बाजारपेठ नकली उत्पादन करणाऱ्या व्यावसायिकांच्या ताब्यात गेल्याने जिकडे तिकडे नकली मालाला ऊत येतो. बाजारपेठेतील प्रत्येक घटक साशंक होऊन गुन्हेगारी विश्वाची निर्मिती होते. बाजारपेठेत नैतिकमूल्य शिल्लक राहत नाही.

६. माहिती उपलब्ध करून देणे आणि अंतर्गत उलाढाल (Disclosure of Information & Insider Trading) :

व्यावसायिक नीतिमूल्यात - व्यवसायासंबंधी योग्य व उचित माहिती ग्राहकांना, समाजाला, शासनाला उपलब्ध करून द्यावी.

शासनाच्या विविध कायद्यांनुसार व्यवसायांवर असे बंधन असते की, ठराविक माहिती ठराविक काळात आम जनतेसाठी तसेच सरकारसाठी प्रसिद्ध करावी, ही माहिती प्रसिद्ध करण्याची जबाबदारी तसेच सदर माहिती उपलब्ध करून देण्याची जबाबदारी व्यवसायाने योग्य पद्धतीने पार पाडावी. केवळ दिखाव्यासाठी माहिती देऊ नये किंवा काही विशिष्ट हेतूसाठी महत्त्वाच्या माहितीला फाटा देऊ नये किंवा पळवाट

काढू नये. उदा. व्यवसाय ताळेबंदात (Balance sheet) संपत्तीचे (Asset ची) खरी किंमत (True Value) न देणे, बँकानी आपल्या ताळेबंदांत कर्जवसुलीचा आकडा योग्य न देणे किंवा बुडीत कर्जाचा योग्य उल्लेख न करणे उचित नाही.

सध्याच्या जागतिकीकरणाच्या युगात व्यवसायांमधील स्पर्धा प्रचंड प्रमाणात वाढली आहे. नवनवीन व अत्याधुनिक विज्ञान-तंत्रज्ञान याचा व्यवसायातील प्रत्येक घटकावर परिणाम होतो त्यात कच्च्या मालाची खरेदी साठवणूक, उत्पादनक्रिया-प्रक्रिया, बाजारपेठ, जाहिरात, प्रशासन वित्तपुरवठा, अंकेक्षण, सामाजिक लेखा परीक्षा वगैरे या सर्व बाबींची माहिती जाहीर करणे नेहमी उचित नसते; परंतु वस्तू व सेवेची उपयोगिता, दर्जा गुणवैशिष्ट्ये त्याकरिता उपयोगात आणलेली उत्पादनप्रक्रिया त्यासाठी द्यावयाची प्राश्वासने व हमी उचित किंमत वगैरे माहिती आपल्या ग्राहकांना उपलब्ध करून देणे संयुक्तिक व नीतिमूल्यास धरून आहे.

व्यवसायातील सर्वसाधारण कर्मचाऱ्यांपासून तर अधिकाऱ्यांबद्दल योग्य ती माहिती देणे सयुक्तिक आहे, परंतु व्यवसायातील अंतर्गत धोरणात्मक माहिती व ज्यामुळे व्यवसायावर विपरीत परिणाम होईल अशी माहिती गोपनीय ठेवण्यात यावी यासाठी योग्य ती काळजी घ्यावी. उदा. व्यावसायिक गुपिते त्यात उत्पादन आराखडे, क्रिया-प्रक्रिया, कच्च्या मालाचे प्रमाण पद्धती, उत्पादन मूल्य, त्यावर पडणारा भार कारण उत्पादनमूल्य व विक्रीमूल्यात मोठ्या प्रमाणात तफावत असते हे ग्राहकांना समजल्यास संबधित व्यवसायाबद्दल त्यांचे मत अयोग्य होऊ शकते. या ठिकाणी माहिती प्रकट केल्यास धोकादायक आहे. यासाठी ग्राहक सुज्ञ जागृत असावा आणि व्यवसायांमध्ये आपसात गळेकापू स्पर्धा नसावी.

७. भांडवल / अर्थपुरवठा (Finance) वित्तपुरवठा

उत्पादनाच्या साधनात / घटकांत भांडवलाला अनन्यसाधारण महत्त्व आहे. किंबहुना उत्पादनाच्या उर्वरित भूमी, श्रम आणि संयोजन या घटकांना भांडवलाशिवाय मूर्तस्वरूप किंवा अर्थ प्राप्त होऊ शकत नाही. भांडवल दोन प्रकारचे असते एक मालकी हक्काचे (Own Capital) आणि दुसरे कर्जाऊ (Loan Capital). हे भांडवल कमी-अधिक आम जनता (ग्राहक) आणि विविध वित्तपुरवठा संस्था यांनी पुरविलेले असते. यांची प्रामाणिक अपेक्षा असते की, गुंतवणुकीवर योग्य तसेच चढ्यादराने व्याज /लाभांश मिळावा. म्हणजे स्वत: भाग कर्जरोखे, बॉण्ड वगैरे खरेदी करून दुसरे अप्रत्यक्ष पुरविलेले म्हणजे विविध वित्तपुरवठा संस्थांमध्ये ठेवी ठेवून / गुंतवणूक करून पुरविलेले भांडवल असते. शेवटी जनतेकडून पुरविल्या गेलेल्या भांडवलाचा

योग्य विकासकार्यात विनियोग होणे आवश्यक आहे; परंतु काही समाजकंटक व विध्वंसक प्रवृत्ती आपल्या व्यक्तिगत स्वार्थासाठी अनेक घोटाळे करून व्यावसायिक नीतिमूल्यांचा चुराडा करतात. या संदर्भात हर्षद मेहता, हितेन दलाल यांचे भांडवल बाजार, बँक वगैरे मधील घोटाळे, आवामी बँक (बुडीत बँक) ठेव ठेवण्यातील घोटाळा, बँक ऑफ कराड मधील घोटाळा, मुंबईतील अभ्युदय सहकारी बँक, पुणे-कोल्हापूर येथील बुडीत बँक प्रकरणे ही व्यावसायिक नीतिमत्तेविरुद्ध आहेत. वास्तविक पाहता भारताचा रिझर्व्ह बँक कायदा १९३४, बँक नियमन कायदा (१९४९) सहकारी बँकांना लागू आहे. १९६५ चा कायदा व डिपॉझिट इन्श्यूरन्स गॅरंटी कॉर्पोरेशन ॲक्ट, १९६१ वगैरे कायदे अर्थव्यवहारांना, बँकांना आणि आमजनता (ग्राहक-गुंतवणूकदार) यांना स्थैर्य, विश्वास व सुरक्षितता मिळावी म्हणून पारित करण्यात आले आहेत या कायद्यांचे उल्लंघन करून, अनैतिक मार्ग अवलंबून स्वार्थासाठी बँक बुडविणाऱ्या बुडीत बँकांत गुंतवणूक करण्याचा, भाग बाजारात घोटाळे करण्याचा अनैतिक प्रयत्न व्यावसायिक नीतिमूल्यांत येत नाही. याचे एक ज्वलंत उदाहरण , हितेन दलाल यांना काही प्रमाणात शिक्षा झाली आहे, हर्षद मेहता आणि सहकाऱ्यांवर दावे न्यायालयात प्रलंबित / प्रविष्ट आहेत. तसेच केंद्रीय वित्तमंत्रालयाने मुंबई शेअर बाजाराच्या अध्यक्षांना आपल्या पदावरून नुकतेच दूर केले कारण त्यांनी आपल्या पदाचा दुरुपयोग केला होता. या सर्व बाबींचा विचार केल्यास आम जनता, (ग्राहकहित) शासन, व्यवसाय सर्वांच्या हितासाठी भांडवल पुरवठा / अर्थपुरवठा ही संकल्पना व्यवसायात नीतिमूल्यांशी निगडित असणे आंत्यतिक गरजेचे आहे.

८. वरचढ / प्रमुख संस्था होणे / कंपनी ताब्यात घेणे (Corporate take-over) :

एका व्यवसायाने दुसऱ्या व्यवसायावर आधिपत्य मिळविणे किंवा दुसरी विकत घेणे, प्रमुख किंवा वरचढ संस्था होणे. (Dominant Undertaking) एकमेकांशी संबंधित संस्था (Inter Connected Undertaking) होणे.

कंपनी व्यवसायप्रकारात व्यवसायावर नियंत्रण ठेवण्यासाठी ५१ टक्के मतदानाचा अधिकार मिळविणे आवश्यक असते. (एक भाग एक मत) यासाठी जास्तीत जास्त भाग खरेदी करून कंपनीवर नियंत्रण करणे. खुल्या बाजारात भाग खरेदी करणे सामाजिक नीतिमत्तेला अनुसरून आहे; परंतु यासाठी वाममार्गाचा अवलंब करणे अयोग्य आहे, अनैतिक आहे.

जी संस्था / कंपनी यशस्वी झाली आहे व पुढे यशस्वी राहील हे लक्षात घेऊन काही व्यावसायिक/ उद्योजक त्या कंपनीला टेक ओव्हर (कब्जा-काबीज) करण्याचा प्रयत्न करतात. यामध्ये असे दिसून येते की, दुसऱ्यांच्या प्रयत्नांवर डल्ला मारणे अनैतिक आहे.

आपल्यासारखा व्यवसाय करणाऱ्या कंपनीस आपल्या अखत्यारीत आणून स्पर्धा नष्ट करावी आणि स्वत:च्या स्वार्थासाठी (मक्तेदारी) ग्राहकांची, समाजाची पिळवणूक शोषण करणे योग्य नाही. या ठिकाणी सुधारणा करणे हा हेतू नाही हे अनैतिक आहे. यामध्ये वैयक्तिक स्वार्थ साध्य होतो, मक्तेदारी निर्माण होते. त्यामुळे ग्राहकांना दर्जा, किंमत, प्रमाण याबाबत पर्याय राहत नाही. ग्राहकांची आवडनिवड, एवढेच काय ग्राहकाचा आवाज दाद मागणे शिल्लक राहत नाही, हे व्यवसायनीतीला धरून नाही.

प्रमुख संस्था होणे किंवा कंपनी ताब्यात घेणे हा प्रकार कब्जा मिळविणे किंवा (हुकूमशाही व मक्तेदारी) प्रस्थापित करणे एकाधिकार हा हेतू असू नये त्यासाठी नैतिकता पुढील बाबतीत पाहता येईल.

१. व्यवसायाच्या विकासासाठी नवीन तंत्रज्ञानाचा व सहकार्याचा उचित उपयोग वस्तूच्या दर्जात सुधार व किंमत कमी करून व्यवसायाचा नफा वाढविणे.
२. ग्राहकांचे हित जपणे - उच्च दर्जाच्या मुबलक व वाजवी किमतीच्या वस्तू उपलब्ध करून देणे.
३. कर्मचाऱ्यांचे कामाचे तास कमी होऊन त्यांना योग्य प्रशिक्षण मिळून त्यांचे वेतन व इतर वाढ.
४. औद्योगिक विकास व पर्यायाने देशाचा विकास व्हावा या नैतिक मूल्यांची जपणूक व्हावी.

९. संगणक (Computer) उदय आणि उत्पत्ती

संगणक तंत्रज्ञान ही स्वयंचलनीकरणाची अत्याधुनिक अवस्था आहे. संगणकाचा विकास व सुरुवात पाहताना असे दिसून येते की, १९४४ मध्ये मार्क -१ यांनी खूप मोठ्या आकड्यांची गणिते स्वयंचलन पद्धतीने करणाऱ्या व सैध्दान्तिक प्रक्रिया करणाऱ्या स्वयंचलित संगणक यंत्राची निर्मिती केली. त्यांनी एक कंपनी स्थापन केली त्या कंपनीचे नांव IBM असे होते. त्यांनी तयार केलेले संगणक IBM म्हणून ओळखले जाऊ लागले. हे संगणक इलेक्ट्रॉनिक्सच्या साहाय्याने गणकाचे काम गणकयंत्राप्रमाणेच पण स्वयंचलित पद्धतीने करू लागले. त्यानंतर इलेक्ट्रॉनिक्सवर

चालणाऱ्या संगणकाची निर्मिती करण्यात आली. संगणकाची निर्मिती २० व्या शतकात झाली असली तरी त्याची उत्पत्ती १९ व्या शतकातच झालेली आहे. प्रा. चार्ल्स बॅबेज यांनी १८८२ मध्ये डिफरेन्स इंजिन नावाचे यंत्र तयार केले हे यंत्र अचूक आकडेवारी देण्याचे काम करत असे. त्यानंतर त्यांनी विश्लेषणात्मक यंत्र (Analytical Engine) तयार केले. त्याच्या साहाय्याने गणिते करता येत असत. दर मिनिटाला अचूक ६० बेरजा करण्याचा त्याचा वेग होता. या विश्लेषणात्मक यंत्राचे विकसितरूप म्हणजे आजचे संगणक किंवा इलेक्ट्रॉनिक संगणक होय.

आजचे युग हे 'संगणक युग' म्हटले जाते. संगणकाच्या विकासामुळे गणितातील समस्या, विचार आणि निर्भय प्रक्रिया ज्यांना बौद्धिक श्रमाची आवश्यकता असते त्या सर्व गणकयंत्राद्वारे किंवा संगणकाच्या साहाय्याने केल्या जात आहेत. संगणक ही इलक्ट्रॉनिक्सच्या साहाय्याने बौद्धिक स्वरूपाची कार्य करणारी अद्ययावत व आधुनिक यंत्रसामुग्री आहे. आज संगणकाचा उपयोग उद्योग व्यवसायाच्या क्षेत्रातच होतो असे नाही तर जीवनाच्या प्रत्येक क्षेत्रात संगणकाचा वापर होत आहे. उदा. शैक्षणिक, सामाजिक, वैद्यकीय, वाहतूक-विमानसेवा, टपाल सेवा, बँक सेवा, वगैरे. संगणक मानवाच्या प्रत्येक क्षेत्रात विराजमान झाला आहे. संगणक म्हणजे मानवाने विकसित केलेला कृत्रिम मेंदूच आहे. या मेंदूचा मानवाच्या विकासाकरिता उपयोग होणे उचित नीतिमूल्यांत येते. परंतु संगणकातील संकलित माहितीचा हेरगिरी करून दुरुपयोग करणे ही व्यावसायिक अनीती आहे. संगणकात विविध प्रकारची माहिती गुप्त ठेवली जाते व त्या माहितीचा संबंधित संकलनकर्ता योग्य व उचित उपयोग करीत असतो. ही माहिती वर्षानुवर्षे साठविली जाते व साठविलेल्या माहितीचा अतिशय कमी वेळात संगणक विश्लेषण करून मानवाला उपयोग करून देतो.

काही प्रवृत्ती दुसऱ्याने गोळा केलेली माहिती हेरगिरी करून गैरमार्गाने आपल्या स्वार्थासाठी त्याचा उपयोग करतात. याचे ज्वलंत उदाहरण सध्या अमेरिकेत घडलेले दिसून येते. अमेरिकेत मायक्रो सॉफ्टवेअरमध्ये अशाप्रकारे गैरमार्गाने गुप्त माहिती मिळवून त्याचा दुरुपयोग केलेला दिसून येतो.

१९७३ मध्ये स्वीडन या देशाने सर्वप्रथम बँकेतील माहितीची गुप्तता आणि उपयोग याबाबत एक सर्वसाधारण कायदा पारित केला. हा कायदा व्यावसायिक व शासनाकरिता लागू केला. या कायद्याद्वारे एका बोर्डाची स्थापना केली. हे बोर्ड पहाते की बँक कशाप्रकारे या माहितीचा उपयोग करते त्याकरिता कोणती पद्धत अवलंबिते.

या कायद्याच्या धर्तीवर / आधारित युनायटेड स्टेट्सने (अमेरिकेने) आणि इतर देशांनी कायदे पारित केले आहेत.

संगणकामध्ये Hardware आणि Software हे शब्द महत्त्वाचे आहेत. Hardware मध्ये संगणक तयार करणे, प्रस्थापित करणे, दुरुस्त करणे, त्यांचे सुटे भाग अदलाबदल करणे वगैरे बाबींचा त्यात समावेश होतो. Software मध्ये संगणकात वेगवेगळे पॅकेज देणे, प्रोग्राम फिक्स करणे, त्याच्या सीडी किंवा Software हे फ्लॉपीत तयार करणे यांचा समावेश होतो. या दोन्ही संकल्पना किंबहुना संगणकाबाबत सर्व बाबी ह्या मानवी मेंदूप्रमाणे म्हणजे कृत्रिम मेंदूच्या अतिशय नाजूक, गुंतागुंतीच्या म्हणजेच बौद्धिक कार्याशी संबंधित आहेत. त्यात दिवसेंदिवस विकास व भर पडत आहे. उदा. मायक्रो सॉफ्टवेअर वगैरे. यामध्येदेखील नैतिकता जपणूक केली जाणे आवश्यक आहे. परंतु काही प्रवृत्ती संगणकाची निर्मिती करताना मूळ संगणक नकली निर्मिती करतात आणि मूळ कंपनीचा आहे असे भासवितात, सांगतात, विकतात. नकली सीडी / फ्लॉपी अस्सल आहे अशाप्रकारे अनैतिक मार्ग अवलंबतात हे अनैतिक आहे.

मनुष्यबळ व्यवस्थापनाच्या संदर्भातील व्यावसायिक नैतिकता (Ethical Issues in Human Resource Management) :

मनुष्यबळ व्यवस्थापन हा संघटनेच्या व्यावसायिक शाखेचा पाया आहे. कर्मचाऱ्यांनी सचोटीने, निष्ठेने, प्रामाणिकपणे काम केले तर यश संपादन करता येते अथवा संस्थेची अपरिमित हानी होऊ शकते. मनुष्यबळ व्यवस्थापनात व्यावसायिक नीतिमत्ता पाळणे अत्यंत महत्त्वाचे असते.

रोजगार/कामगारमजुरी (वेतन) आणि कामगार संघटना (Employment, Wages & Unions) :

औद्योगिक शांतता प्रस्थापित व्हावी म्हणून कामगार संघटना आणि उद्योजक यांनी एकत्रित बसून विचार–विनिमय व चर्चा करून दोघांसाठी आचारसंहिता निर्माण करावी; या आचारसंहितेत कामगार कल्याण, उद्योग विकास, पर्यावरण संरक्षण या सर्व बाबींचा विचार व्हावा कोणताही प्रश्न उद्योग जगतात निर्माण झाला किंवा कामगार कल्याणाच्या संबंधातला असला तर समन्वयाने सोडविण्यात यावा व त्याची दोन्ही पक्षांनी त्वरित विना अट व सलोख्याने अंमलबजावणी केल्यास औद्योगिक जगतात उच्च नैतिक मूल्यांची जोपासना होईल.

योग्य मुनष्यबळाची भरती करणे व्यावसायिक नीती आहे; परंतु कोणाच्यातरी प्रभावाने किंवा दबावाने आणि वशिल्याने कामगारभरती करणे अयोग्य आहे.

कामगारांना कमी मजुरी, वेतन देणे त्यांचे शोषण करणे अनैतिक आहे.

पुरुष कामगार – महिला कामगारांत भेद निर्माण करणे; त्यानुसार त्यांना कमी–अधिक वेतन, कामाचे तास, इतर सुविधा देणे योग्य नाही. त्यांच्यात समानता असायला हवी.

बालकामगार नेमणे त्यांना कमी मजुरी–वेतन देणे. इतर सेवा–सुविधा न देणे; त्यांची नियुक्ती दर दिवशी पगार / मजुरीवर (Daily Wages) करणे, इतर सेवा–सुविधा न देणे, इतर कामगारांना दिल्या जाणाऱ्या सुविधा न देणे. उदा. भविष्यनिर्वाह–निधी, निवृत्तीवेतन (पेन्शन) न देणे व्यावसायिक नीतिविरुद्ध आहे.

कामगारांना योग्य प्रशिक्षण देणे, बढती व इतर सेवा देणे; त्यांच्यात नेतृत्वाचे गुण व गतिशीलता निर्माण व्हावी यासाठी विकासाच्या संधी देणे आवश्यक असते; परंतु अशा व्यक्तिगत विकासाच्या संधी न देणे अनैतिक आहे.

कामगार संघटनांमध्ये जे कामगार भाग घेत असतील. विशेषत: नेतृत्व करीत असतील अशा कामगारांना वेठीस धरणे, त्यांना कारण नसताना त्रास देणे, त्यांची पिळवणूक करणे ही व्यावसायिक नीती होत नाही.

कामगारांच्या कुटुंबासाठी कल्याणकारी योजना राबविणे त्यात आरोग्यसेवा, दवाखाने, शिक्षणसंस्था, सांस्कृतिक कार्यक्रम, खेळ व मनोरंजनाच्या सुविधा निर्माण करून देणे त्यांचे योग्य संचालन करणे हे उत्तम व्यावसायिक नीतीचे आचरण होईल.

कामगारांना प्रोत्साहनपर आर्थिकेतर सवलती व बक्षिसे देण्याची योजना राबविणे, उत्तम व्यावसायिक नीतीचे उदाहरण आहे.

कामगारांच्या सुरक्षिततेची काळजी घेणे तसेच त्यांना काही हानी किंवा नुकसानी झाल्यास नुकसानभरपाई तसेच अनुकंपा / मदत त्यांच्या कुटुंबातील व्यक्तीला रोजगाराची संधी उपलब्ध करून देणे, उत्तम व्यावसायिक नीती म्हटली जाईल. कामगारांना व्यवसायसंस्थेत अल्पोपाहार व आहाराकरिता उपाहारगृह, विश्रांतीचे ठिकाण, प्रवासासाठी वाहनांची सुविधा इतर आनुषंगिक सुविधा त्यात साबण, टॉवेल वगैरे देऊन काम करण्यास उत्तम वातावरणनिर्मिती करणे आदर्श व्यावसायिक नीती म्हटली जाईल. उत्पादनाच्या प्रमाणात व विकासाच्या प्रमाणात कामगारांना व्यवस्थापनात सहभाग देणे, त्यांना बोनस देणे वगैरे उत्तम व्यावसायिक नीतीची उदाहरणे होत.

व्यवसायसंस्थेत कामगार संघटना प्रस्थापित होणार नाहीत, असे दहशतीचे वातावरण निर्माण करणे.

दोन किंवा जास्त कामगार संघटना जर व्यवसायसंस्थेत असतील तर त्यांच्यात परस्पर विरोधाभास निर्माण करणे, त्यांच्यात 'फूट पाडा आणि राज्य करा' नीतीप्रमाणे व्यावसायिकाने व्यक्तिगत स्वार्थ त्यात मालकाचा व्यक्तिगत स्वार्थ व व्यवस्थापनाचा

स्वार्थ प्रथमदर्शनी वाटत असला तरी दूरगामी व्यवसायावर विपरीत परिणाम करणारी नीती आहे. ही नीती अनीती किंवा अनैतिक व्यावसायिक पद्धत म्हणता येईल.

सर्वांना मान्य होतील त्या संकल्पना म्हणजे नीतिमूल्य होय. व्यावसायिक नीतिमूल्ये कार्यात्मक विभागात अतिशय महत्त्वपूर्ण भूमिका पार पाडीत आहेत. नीति मूल्याच्या संकल्पना बदलत्या आहेत. पूर्वी अयोग्य वाटणारे आज योग्य वाटते आज अयोग्य व अनुचित वाटणारे भविष्यकाळात योग्य वाटेल. कोणत्या काळात आपण नीतिमूल्ये पाहतो ते त्या काळावर अवलंबून आहे.

थोडक्यात, सर्वमान्य चांगल्या गोष्टी / बाबींची जोपासना व्हायला पाहिजे.

१. योग्य कामगार व योग्य पद्धतीने भरती.
२. योग्य कामाचे दाम.
३. पुरुष आणि महिला समानता प्रस्थापित करणे.
४. बाल कामगार न नेमणे, त्यांचे शोषण न करणे.
५. कामाचे ठिकाण योग्य असणे.
६. कामगारांना विकासासाठी प्रेरणा प्रोत्साहन देणे.
७. कामगारांची पिळवणूक न करणे.
८. कामगार कल्याणाच्या योजना राबविणे.
९. कामगारांना प्रोत्साहनपर अर्थिकेतर सुविधा देणे.
१०. कामगारसुरक्षितता, संवर्धन आणि अनुकंपा मदत देणे.
११. अल्प-स्वल्प दरात सुविधा देणे
१२. व्यवसायाच्या विकासात सहभाग.

कामगार संघटना (Unions) :

१. कामगारांना आपल्या न्याय्य हक्कासाठी संघटन करू देणे.
२. सर्व किंवा अनेक कामगार संघटनांशी एकसारखे व योग्य व्यवहार आणि वाटाघाटी करणे, एकत्र बसून निर्णय घेणे.
३. कोणताही प्रश्न, चर्चा वाटाघाटी आणि समन्वयाने सोडविणे.
४. संघटनेच्या नेत्यांनी संप व इतर संघर्षात्मक भूमिका घेण्याआधी मालकांशी वाटाघाटी कराव्यात.
५. कामगारांच्या, समाजाच्या, उद्योग व्यवसायाच्या आणि शासनाच्या सर्वांना योग्य व उचित होईल अशा पद्धतीने निर्णय घेणे.
६. दर्जा, किंमत, संशोधन, प्रोत्साहनाचा विचार करून निर्णय घेणे.

७. उत्पादनसातत्य ठेवणे, मालकांचे प्रश्न समजावून घेणे.
८. संघटनांच्या भूमिकांमुळे एककल्ली निर्णय मालकांनी घेऊ नये. उदा. ताळेबंदी, व्यवसाय बंद करणे, इतरांना विकणे वगैरे.
९. कामगार नेत्यांनी एकतर्फी किंवा टोकाची भूमिका घेऊ नये.
१०. शिस्त, उत्पादकता व संयम राखून औद्योगिक शांतता व सलोखा प्रस्थापित करणे.
११. प्रदूषणनिर्बंध व नियंत्रणासाठी कार्य करणे.
१२. संघटनेचे सामाजिक लेखापरीक्षा करून घेणे व अहवाल नोंद घेणे.

स्वाध्याय :

१. नीतिमूल्ये म्हणजे काय ? व्यवसायात नीतिमूल्यांचे महत्त्व स्पष्ट करा.
२. व्यवसायाच्या कार्यात्मक विभागात 'नीतिमूल्ये' ही संकल्पना थोडक्यात स्पष्ट करा.
३. उत्पादन निर्मिती प्रक्रियेत नीतिमूल्ये म्हणजे काय?
४. व्यावसायिक नीतीच्या संदर्भात व्यवसायाची सामाजिक जबाबदारी स्पष्ट करा.
५. व्यावसायिक नैतिकता आणि पर्यावरणसंरक्षण या संदर्भात सविस्तर विवेचन करा.
६. मनुष्यबळ व्यवस्थापनाच्या संदर्भातील नैतिक समस्यांचे विवेचन करा.
७. व्यवसायाची समाजाप्रती आणि ग्राहकांसाठी असणारी जबाबदारी स्पष्ट करा.

संदर्भसूची

1. Consumer Welfare Committee, Consumer Welfare, Navneet - Mumbai, 1997-98-99.

2. Consumer Protection Act Satisfaction - By Gulshan S. S., Pune Willy Estern Ltd.

3. Dhapare C. M., Consumer Protection Act - 1986.

4. Dr. Garjeet Singh, The Law of Consumer Protection in India, New Delhi- Deep & Deep Publication.

5. S. C. Deshmukh, Consumer Protction - Act.

६. मुंबई ग्राहक पंचायत, ग्राहकांशी हितगुज, ग्राहक भवन, मुंबई.

७. संतोष गांधी, शेतकरी ग्राहक – अखिल भारतीय ग्राहक पंचायत, ग्राहक भवन, पुणे.

८. संपादक – सूर्यकांत पाठक, ग्राहकहित मासिक, ग्राहक पेठ, पुणे.

९. न्यायमूर्ती व्ही. बालकृष्ण इराडी, सामाजिक न्यायाचा भारताचा असमान्य कायदा.

१०. बिंदुमाधव जोशी, अध्यक्ष, ग्राहक कल्याण उच्चाधिकार समिती, महाराष्ट्र शासन, संघटकाची अष्टाध्यायी.

११. ग्राहक संरक्षण कक्ष – दिशाबोध : ग्राहक कल्याण उच्चाधिकार समिती, महाराष्ट्र शासन, मुंबई.

१२. बिंदुमाधव जोशी, ग्राहक दर्शन, अखिल भारतीय ग्राहक पंचायत प्रकाशन, पुणे.

13. Richard De George, Business Ethics.

14. William Evans, Management Ethics.

15. S. K. Chakraborty, Management by Values.

16. Deepak Chopra, Seven Spiritual Laws of Success.

17. Koon Weihrich, Essentials of Management.

18. Deepa Sharma, Consumer Grievance Redressal under CPA.

19. Niraj Kumar, Consumer Protection Act in India.
20. Rituparrna Raj, A study in Business Ethics.
21. V. K. Agarwal, Consumer Protection Act in India.
22. Rights to Information Act-2005.
23. सी. एम. ढोपरे (न्यायाधीश), सर्वांसाठी ग्राहक संरक्षण कायदा, १९८६. गोस्मिनस प्रकाशन, सोलापूर, द्वितीय आवृत्ती, १९९७.
24. Govt. of Maharashtra, Food, Civil Supplies and Consumer Protection, Govt. of Maharashtra Publications, Govt. Press and book depot, Nagpur, 1997.

www.ingramcontent.com/pod-product-compliance
Lightning Source LLC
Chambersburg PA
CBHW070309040726
47501CB00018B/1281

* 9 7 8 8 1 8 4 8 3 5 4 6 5 *